ஒரு பாய்மரப் பறவை

ஒரு பாய்மரப் பறவை
பொ. கருணாகரமூர்த்தி (பி. 1954)

இலங்கை, புத்தூரில் பிறந்தவர். 1980இல் பெர்லினுக்குப் புலம் பெயர்ந்தார்.

1985இல் கணையாழியில் வெளிவந்த 'ஒரு அகதி உருவாகும் நேரம்' குறுநாவல் மூலம் சிறுபத்திரிகை வாசகர்களுக்கு அறிமுகமானார். காருண்யன், கொன்.ஃபூசியஸ், புதுவை நிலவன், அழகு முருகேசு முதலிய பெயர்களில் கவிதைகள் எழுதிவருகிறார். கனடா தமிழ் இலக்கியத் தோட்டத்தின் 2010ஆம் ஆண்டுக்கான சிறந்த சிறுகதைத் தொகுப்பாக இவரது 'பதுங்கு குழி' தேர்ந்தெடுக்கப்பட்டது.

இத்தொகுப்பில் இடம்பெற்றிருக்கும் 'ஒரு பாய்மரப் பறவை' சிறுகதை 2021ஆம் ஆண்டு *பேசும் புதிய சக்தி இதழ்*, எழுத்தாளர் 'ராஜகுரு' நினைவாக நடத்திய சிறுகதைப் போட்டியில் முதலாவதாகத் தேர்வு செய்யப்பட்டது.

மனைவி: ரஞ்ஜினி, பெர்லின் தமிழாலயத்தில் தன்னார்வத் தமிழாசிரியை. குழந்தைகள்: காருண்யா (வணிகச்சட்ட ஆலோசகர்), அச்சுதன் (உளவியல் மருத்துவர்), ஜெகதா, பூமிகா.

தொடர்புக்கு:   P. Karunaharamoorthy,
Skalitzerstr.142
10999 Berlin, Germany

மின்னஞ்சல்:   karunah08@yahoo.com
karunah08@gmail.com

ஆசிரியரின் பிற காலச்சுவடு நூல்கள்

நாவல்
- அனந்தியின் டயறி

குறுநாவல்
- வெயில் நீர்

சிறுகதை
- வனம் திரும்புதல்

நினைவோடை
- பெர்லின் நினைவுகள்

பொ. கருணாகரமூர்த்தி

ஒரு பாய்மரப் பறவை

காலச்சுவடு பதிப்பகம்

● அன்பார்ந்த வாசகருக்கு,

வணக்கம்.

காலச்சுவடு நூலை வாங்கியமைக்கு நன்றி.

நூலின் உள்ளடக்கம், உருவாக்கம், அட்டைப்படம் இன்ன பிற அம்சங்கள் பற்றிய உங்கள் கருத்துகளையும் ஆலோசனைகளையும் காலச்சுவடு வரவேற்கிறது. தகவல், எழுத்து, வாக்கியப் பிழைகள் தென்பட்டால் கட்டாயம் தெரிவித்து உதவுங்கள். நூல் தயாரிப்பில் கடும் குறைபாடு இருப்பின் மாற்றுப் பிரதி உங்களுக்குக் கிடைக்கக் காலச்சுவடு ஏற்பாடு செய்யும்.

மின்னஞ்சல்: publisher@kalachuvadu.com

காலச்சுவடு நாகர்கோவில் அலுவலகத்திற்குக் கடிதம் அனுப்பலாம்.

தங்கள்
எஸ்.ஆர். சுந்தரம் (கண்ணன்)
பதிப்பாளர் — நிர்வாக இயக்குநர்

ஒரு பாய்மரப் பறவை ✦ சிறுகதைகள் ✦ ஆசிரியர்: பொ. கருணாகரமூர்த்தி ✦ © பொ. கருணாகரமூர்த்தி ✦ முதல் பதிப்பு: ஆகஸ்ட் 2024 ✦ வெளியீடு: காலச்சுவடு பப்ளிகேஷன்ஸ் (பி) லிட்., 669 கே.பி. சாலை, நாகர்கோவில் 629001

காலச்சுவடு பதிப்பக வெளியீடு: 1229

oru paaymarap paRavai ✦ Short Stories ✦ Author: P. Karunaharamoorthy ✦ © P. Karunaharamoorthy ✦ Language: Tamil ✦ First Edition: August 2024 ✦ Size: Demy 1 x 8 ✦ Paper: 18.6 kg maplitho ✦ Pages: 200

Published by Kalachuvadu Publications Pvt. Ltd., 669, K.P. Road, Nagercoil 629001, India ✦ Phone: 91-4652-278525 ✦ e-mail: publications @kalachuvadu.com ✦ Printed at Real Impact Solutions, No.12, 3rd Street, East Abiramapuram, Mylapore, Chennai 600 004

ISBN: 978-81-19034-87-1

08/2024/S.No. 1229, kcp 5131, 18.6 (1) rss

எந்தைக்கும் தாய்க்கும்

பொருளடக்கம்

அணியுரை: ஜேர்மனிய வாழ்வியலின் அசலான எழுத்து   11
1. ஒரு பாய்மரப் பறவை – 1   23
2. ஒரு பாய்மரப் பறவை – 2   49
3. தேவதைகளின் நல்கை   70
4. சோதனை சுமக்கும் வேளை   76
5. கார்த்திகை மாசத்து நாய்   95
6. உணர்வோடு விளையாடும் பறவைகள்   103
7. கவிதைகளைச் சுமந்து திரிபவள்   116
8. பச்சைமட்டையர்   123
9. தனிமைக்குள் நீந்தும் ஓங்கில்   134
10. தாத்தா ஒரு மாதிரி   161
11. பெயர் தெரியாத மனிதன்   174
12. அப்பாவின் நிமித்தம்   179
13. நேர்த்தியன்   187

அணியுரை

ஜேர்மனிய வாழ்வியலின் அசலான எழுத்து

எண்பதுகளில் ஈழத்திலிருந்து புகலிடம் தேடி மக்கள் குடிபெயர்ந்தபோது, அதற்கெதிராக மிகக் கடூரமான கண்டனங்கள் ஈழத்திலிருந்து எழுந்தன. புகலிடச் சமூகத்தின் இருப்பு அதன் உற்பவத்திலேயே நிராகரணத்திற்குள்ளானது. புதுவை இரத்தினதுரை புலம்பெயர்ந்து சென்றவர்களுக்கு எதிராக அறம் பாடிய கவிதையைப் பின்னாளில் அவரே முற்றாக நிராகரித்துவிட்டாலும், புலப்பெயர்வு என்பதே இழிவானதாகக் கருதப்பட்ட நிலைக்கு அது கட்டியம் கூறியது.

'பிரச்சினைக்குப் பயந்து, பிறந்த நாட்டையும் வாழ்ந்த வீட்டையும் இனசனங்களையும் விட்டுப் பிரதேசம் ஓடும் காகக்கூட்டத்தைப் பற்றி நினைத்தால் நான் அடிக்கடி பச்சாதாபப்படுவதுண்டு' என்று டொமினிக் ஜீவா எழுதினார்.

'புலம்பெயர் எழுத்தாளர்களே! எங்கள் அவலங்களை உங்கள் இருப்புக்காகப் பயன்படுத்தாதீர்கள்' என்று செங்கை ஆழியான் பிரகடனம் செய்தார்.

'பாரிஸ் விமான நிலையத்தில் வந்திறங்கும் அகதிகள் கூட்டத்தில் என்னைத் தேடாதே!' என்ற தொனியில் இன்னுமொருவர் கவி பாடினார்.

உண்மையாகவே உயிர் அச்சுறுத்தல் நிலவிய சூழலில் தாய்நாட்டைத் துறந்துபோன ஒருவர், மிக

நீண்ட காலமாகக் குற்ற உணர்விலேயே காலத்தைக் கடத்திக் கொண்டிருந்தார். இலங்கையில் உள்ள ஐரோப்பியத் தூதரகம் ஒன்றிற்குச் சென்று, ஒழுங்காய் ஆவணங்கள் சமர்ப்பித்து, விசா பெறமுடிந்த போர்க்காலக் கவி ஒன்று, தான் ஒருபோதும் அகதி அந்தஸ்துக் கோரப்போவதில்லை என்று அறிக்கையிட்டது.

எண்பதில் தொகை தொகையாக ஈழத்தமிழர்கள் லண்டனில் வந்து குவிந்தபோது, ஏற்கெனவே பிரித்தானியக் குடிகளாக உலாவந்த தமிழ்ப் பெருங்குடிகள், புதிதாக வந்திறங்கிய தமிழர்களை இழிவாக நோக்கினர்.

பிரான்சில் அகதி அந்தஸ்துப் பெற்றிருந்த கி.பி. அரவிந்தன் தனது அகதி அந்தஸ்தைத் துறக்க விரும்பியிருந்தார்.

ஈழத்திலிருந்து ஐரோப்பியச் சுற்றுலாவிற்கு வந்த எழுத்தாளர்கள், தங்களுக்குக் களத்தில் வேலை இருக்கிறது என்றும் தாங்கள் இங்கே நிற்க முடியாது என்றும் கூறிச் சென்றனர். கனடா சென்ற ஈழத்து அரசியல் அவதானி ஒருவர் புலம்பெயர் சமூகம் என்ன செய்ய வேண்டும் என்று நல்லுரை நல்கிய பின்னர், தனது தாயகக் கடமையைச் செவ்வனே நிறைவேற்றுவதற்கென மறுநாளே தான் ஈழம் செல்லவிருப்ப தாக மேடையில் அறிவிப்புச் செய்தார்.

வெவ்வேறு வடிவங்களில் அகதி வாழ்வை இழித்தும், நிராகரித்தும் எழும் குரல்களே இவை. ஆனால், புலம்பெயர் தமிழ்ச் சமூகம் இன்று உலக அரங்கில் வலிமைமிக்க சமூகமாக வேர்பிடித்துள்ளது. இலங்கையில் ஒருபோதுமே கால் பதித்திராத ஈழத்தமிழ்ச் சமூகத்தின் இரண்டாம், மூன்றாம் தலைமுறையினர் உருவாகியுள்ளனர். தங்கள் வீட்டிற்கு வந்திருக்கும் விருந்தினர், தங்கள் தந்தையின் மொழி பேசுபவர் என்று அந்தப் பிள்ளைகள் அறிந்துவைத்திருக்கின்றனர்.

'சொற்றுணை வேதியன் சோதி வானவன்' என்ற தேவாரத்தை ஆங்கிலத்தில் எழுதிவைத்துப் பாடும் தலைமுறை இது.

லண்டனில் ஒரு பஸ் தரிப்பிடத்தில் இணுவிலுக்குப் போவதற்காக நின்றுகொண்டிருந்த ஒரு முதியவரை அடையாளம் கண்டு, அவரைப் பத்திரமாக அவரது வீட்டிற்குக் கொண்டுபோய்ச் சேர்த்திருக்கிறார் ஒரு சமாரியன்.

தனது மண்ணிலேயே வேரூன்றியவர் ஆழ்ந்து வேரோடிய ஆலமரத்தைப் போன்றவர். அந்த இடத்தைவிட்டுப் பெயர்ந்ததும் அவர் தூசியாகிப்போகிறார். *Exile* என்பது எந்தத்

திணைக்குள்ளும் அடங்காது. தங்கள் அரசியல் எல்லைக்குள் யாரும் வந்துவிடாமல், அரசு ஆயிரம் எல்லைத் தடுப்புகளைப் போட்டிருக்கும் நிலையில், அதனை மீறி அந்த நாட்டிற்குள் நுழைந்திருக்கும் கிரிமினல்தான் ஓர் அகதியானவன்.

ஈழத்திலிருந்து புலம்பெயர்ந்து, வெளிநாடுகளில் அகதிகளாகப் பயணிக்கும் அவலங்கள் நம் நினவடுக்குகளில் இருந்து வெளியேறிக்கொண்டிருக்கின்றன. அந்தத் துயர வலிகளைச் சுமந்தவர்கள் அவற்றைப் பதிவு செய்யாமலே போய்விட்டார்கள். அகதி வாழ்வினை, முள்ளிவாய்க்கால் அவலங்களைப் புகைப்படங்களில் பார்த்துக் கவிதை எழுதிக்கொண்டிருப்பவர்கள் பெருகிவிட்டனர்.

நான்கு தசாப்தங்களுக்கு மேல் ஜெர்மனியில் வாழ்ந்து, பெர்லின் வாழ்வின் ஒவ்வொரு அடுக்கினையும் அனுபவித்தறிந்து பொ. கருணாகரமூர்த்தி தந்திருக்கும் ‘பெர்லின் நினைவுகள்’ அவர் புகலிட இலக்கியத்திற்குத் தந்திருக்கும் அருங்கொடையாகும்.

1973இலேயே ஸ்ரீ சோமாஸ்கந்தா கல்லூரியின் மாணவர் தமிழ் அவையின் புதுவை மலரில் தனது ‘ஏழை’ என்ற சிறுகதைக்கூடாகக் கால் பதித்தாராயினும், சீரிய எழுத்துலகில் அறியப்பட்ட எழுத்தாளராக மூன்று தசாப்தங்களைக் கடந்திருக்கிறார். தமிழகத்தில் நன்கு அறியப்பட்ட எழுத்தாளர்களின் அணிக்குள் முன்வரிசையில் இருப்பவர் கருணாகரமூர்த்தி. இவரின் புனைவுகளை, எழுத்துகளைக் கடந்து தமிழில் புகலிட இலக்கியம் பற்றிப் பேசுவதற்கில்லை. புகலிட எழுத்துகள் பெரிதும் முளை விடாத காலப்பகுதியிலிருந்து, ‘கலைஞன்’ சிறுகதையிலிருந்து, ‘அகதி உருவாகும் நேரம்’ என்ற நாவலுக்கூடாக அவருடைய எழுத்துகளைத் தொடர்ந்து வாசித்து வருபவன் என்ற வகையில், அவரின் கதை சொல்லும் ஆற்றலையும் எழுத்து வளத்தையும் கண்டு வியந்திருக்கிறேன். அவரின் புனைவாற்றலுக்குச் சிறந்த சாட்சியமாக ‘ஒரு பாய்மரப் பறவை’ என்ற இந்தத் தொகுப்பு அமைந்திருக்கிறது.

‘ஒரு பாய்மரப் பறவை’ என்ற தலைப்புச் சிறுகதை இத்தொகுப்பின் நீண்ட சிறுகதை. விடுதலைப் புலி இயக்கத்திலிருந்த சுதாஸ் என்ற இயக்கப் போராளி, ராகினி என்ற சக இயக்கப் போராளியிடம் ஈர்ப்புக்கொண்ட நிலையில், அவள் வீரச் சாவடைந்தபோது, மனஞ்சோர்ந்து, களநிலையிலும் தளர்ந்துபோய், பெற்றோரின் பெரும் முயற்சியில் கட்டாரில் கட்டிடத் தொழிலில் உதவியாளனாகச் சென்றடைகிறான். கட்டாரில் டோஹோவிலிருந்து, பாக்தாத், குர்திஸ்தான், எர்பில்,

டுஹோக், இஸ்தான்புல், துருக்கி – கிரீஸ் எல்லை, கிரேக்கத்தின் கொஸ் தீவு, எஜினா, கஸ்டோரியா, வோலா, அதென்ஸ், மேசிடோனியா, செர்பியா, ஹங்கேரி, புடாபெஸ்ட், ஜேர்மனி என்று பத்து நாடுகளையாவது சுதாஸ் தனது நண்பர்களுடன் கடந்துசென்று இறுதியில் ஜெர்மனியில் அகதி அந்தஸ்துக் கோரும் நீண்ட பயணம் இது. இதனைப் பயணம் என்ற சொல்லுக்குள் அடக்கலாமா என்பதும் கேள்விதான். பஸ்ஸில், காரில், ட்ரக்கில், படகில், கால்நடையில் அயராது தொடரும் பயணம். உயிரைப் பணயம் வைக்கும் பயணம். இலக்குத் தெரியாத பயணம். வதை, வலி, பசி, பட்டினி, தூக்கமின்மை, காசின்மை, கையில் ஒரு கடவுச் சீட்டும் இல்லை. விசா என்ற கேள்வி எழுவதே இல்லை. ஒவ்வொரு எல்லையிலும் காத்திருக்கும், சுற்றிவளைக்கும் காவல் படையினர். கைவிலங்கிட்டுக் கைது. சில சமயங்களில் 6 மாதச் சிறை. மைல்கணக்கில் நடைப்பயணம். மொழி தெரியாத உலகிற்குள் மாறி மாறிப் பயணம். புவியியல் நிலவரைபடத்தை விரித்துவைத்துப் பார்த்தாலும் கிரஹிக்க முடியாத நெடுவழிப் பயணம். உலக வரைபடத்தில் ஆறுகள், மலைகள், கடற்கரைகள், பெருஞ் சுவர்கள், நகர்கள் என்று பௌதிக எல்லைகளிட்டு முள்வேலிகள், ஆயுதம் தாங்கிய காவற்படை, தடைமுகாம், சோதனைச் சாவடிகள் என்று காவல் அரண்கள் அமைக்கப்பட்ட நாடுகளுக்குள் நுழைகிறார்கள்.

இன்று தேசங்களின் எல்லைகள் மாற்றமுற்றுவருகின்றன. பௌதிக எல்லைகள் கொண்ட, மாறாத, மூடுண்ட, அயல் பிராந்தியங்களிலிருந்து தம்மைத் தற்காத்துக்கொள்ளும் அரண்களுடன்கூடிய எல்லைகளாக அவற்றை நாம் இன்று காண்பதற்கில்லை. எல்லை என்றால் எது என்று நாம் கேட்பதற்கில்லை. சமூகரீதியில் எல்லைகள் எவ்வாறு கட்டமைக்கப்படுகின்றன என்பதே சரியான கேள்விகளாக அமையும் என்கிறார்கள் எல்லைகள் பற்றிய ஆய்வறிஞர்கள். எல்லைகள் என்பன வரைபடங்களிலும் அட்லஸிலும் பொறிக்கப்பட்ட, உறைந்துபோன வெறும் எல்லைக்கோடுகளாக அல்லாமல், நிலை மாறும் வலயங்களாக மாறிவருகின்றன. கருத்துகளும், மனிதர்களும், பண்டங்களும், மூலதனமும் எளிதாக நுழைய வல்லனவாக எல்லைகள் நெகிழ்ந்துள்ளன. ‘எல்லைகளற்ற உலகம்’ என்ற கண்ணோட்டம் வலுப்பெற்று வருகிறது. அதேநேரம் இன மோதல்கள் வன்முறைக் கிளர்ச்சி களாக வெடித்துத் தனித்தனித் தேசங்களாகப் புதிய தேசங்களும் எல்லைகளும் உலக வரைபடத்தில் தோற்றம் காட்டுகின்றன. எல்லைகள் சிதைவதும் புதிய எல்லைகள் உருப்பெறுவதும்

இன்றைய தேச எல்லைகளின் நிர்ணயத்தில் பெரும் பங்கு வகிக்கின்றன.

'ஒரு பாய்மரப் பறவை' என்ற கதையில் சுதாஸ் மத்தியக் கிழக்கிலிருந்து துருக்கி, கிரீஸ், செர்பியா என்று கிழக்கு ஐரோப்பிய நாடுகளுக்கூடாக, பத்து நாடுகளையாவது எந்தப் பயண ஆவணமுமில்லாமல் பயணிக்கிறான். பெரும்பாலான தமிழ் அகதிகள் விமானவழிப் பயணத்தில் தங்கள் பயணத்தை ஆரம்பித்திருந்தாலும், தரைப் பயணத்தில் பெருங் கஷ்டத்திற்கூடாகவே தங்கள் இலக்கினை அடைந்திருக் கிறார்கள். தமிழ் அகதிகளில் பலர் தங்களின் நீண்ட வழிப்பயணத் தில் உயிரிழந்திருக்கிறார்கள். கடல்வழிப் பயணத்தில் கப்பல் கவிழ்ந்து கணக்கற்ற தமிழ் அகதிகள் மரணித்துள்ளனர்.

ஐரோப்பியக் கரையை அடையத் தமிழ் அகதிகள் பட்டிருக்கும் பாட்டின் ஒரு பகுதியினை 'ஒரு பாய்மரப் பறவை' ஒரு Case Study ஆகவே தந்திருக்கிறது. எண்பதுகளில் புலம்பெயர்ந்தவர்கள் அவற்றிற்கான பணத்தைத் திரட்டவும், பயண ஏஜென்சிகளை அணுகவும் போலிக் கடவுச் சீட்டுகளைத் தயாரிக்கவும், போலி விசாக்களை உருவாக்கவும் உலகின் வெவ்வேறு விமான நிலையங்களைத் தேர்ந்து பயணிக்கவும் மேற்கொண்டிருக்கும் புலம்பெயர் பயண அனுபவங்கள் புகலிட சரித்திரத்தில் இன்றும் முழுமைப்படுத்தப்படாத அத்தியாயங்கள் ஆகும்.

கருணாகரமூர்த்தி தனது கதை நிகழ்வில் நிலத்தோற்றத்தை மிகத் துல்லியமாக, விஸ்தாரமாக விவரிப்பவர். ஒரு தேவாலயத்தை, பெருங் கட்டிடத்தை, ஒரு சிலையை விவரிப்பதாயின் நேரமெடுத்து அவைகுறித்த தகவல்களை, விபரங்களைத் தேடித் தொகுத்துக்கொள்பவர். அவற்றிற்கான உழைப்பை நல்கத் தயங்காதவர்.

இத்தொகுப்பில் அடங்கியுள்ள 12 சிறுகதைகளில் சரிபாதிக்கு மேலான கதைகள் இலங்கையையும் தமிழகத்தையும் களமாகக் கொண்டவை. புலம்பெயர் இலக்கியம் புலம்பல் இலக்கியம் என்று எள்ளி நகையாடப்பட்ட நிலை இருந்தது என்பதை மறுப்பதற்கில்லை. புலம்பெயர் இலக்கியம் புலம்பலையும், தாய்நாட்டைப் பிரிந்து வந்த ஆற்றாமையையும் கழிவிரக்கத்தையும் கொண்டே சுழன்று வருவதாகவும் கருத்துகள் முன்வைக்கப்பட்டன. உலகெங்கும் எழுந்துள்ள புலம்பெயர் எழுத்துகளில் தாயகத்தைப் பற்றிய ஏக்கம், தாய்நாட்டிற்குத் திரும்பும் தாகம் என்பன மீண்டும் மீண்டும் எதிரொலித்தே வந்திருக்கின்றன.

ஆங்கில எழுத்தாளர் அம்பலவாணர் சிவானந்தன் அறுபது ஆண்டுக் காலம் இங்கிலாந்தில் வாழ்ந்த போதிலும், நிறவெறிக்கு எதிராகப் போராடிவந்த ஒருவராக அங்கீகாரம் பெற்ற நிலையிலும் அவர் எழுதிய '*When Memory Dies*' என்ற நாவல் நூறாண்டு கால இலங்கை வாழ்வைக் களமாகக் கொண்டதுதான். மைக்கல் ஒந்தாஜி தனது பிறந்த நாடான இலங்கையை விட்டு நீங்கி எழுபது ஆண்டுகள் புலம்பெயர்ந்து வாழ்ந்தும் அவரது '*Anil's Ghost*' என்ற நாவல் இலங்கை மண்ணையே களமாகக் கொண்டு எழுதப்பட்டுள்ளது.

புலம்பெயர்ந்த எழுத்தாளர் காலியான பெருங்காய டப்பாவைப் போன்றவர். டப்பாவில் பெருங்காயம் காலியாகிப் போனாலும், டப்பாவிலிருந்து பெருங்காய மணம் நீங்குவதில்லை. தாய்நாட்டை விட்டு அவர் வெளியேறிவிட்டாலும், தனது எண்ணத்தில், சிந்தனையில், நினைவில் தாயகத்தைச் சுமந்து திரிகிறார். அவர் நினைவிலிருந்து தாயக மண்ணை யாராலும் சுலபமாகத் தூக்கி எறிய முடிவதில்லை.

நீர்வேலிச் சந்தியில் நாலுமுழ வேட்டியும் நீளக்கை சேர்ட்டும் துவரம் பருப்பளவில் சந்தனப் பொட்டுமாய் 'மெட்டாய்' புறப்படும் ரத்தினம் எனப்படும் 'பச்சை மட்டையரை' அவரால் எப்படி நினைவிலிருந்து தூக்கி எறிந்துவிட முடியும்?

யாழ்ப்பாணத்தின் ஒவ்வொரு கிராமச் சந்தியிலும் திறமை மிக்க ஒரு மெக்கானிக் இருந்துகொண்டே வந்திருக்கிறார். 'பச்சை மட்டையர்' என்ற இந்தக் கதை வெளியானபோது, அந்தக் கதாபாத்திரத்தை நினைவுகூர்ந்து அந்த ஊர்க்காரர்கள் பதிவிட்டிருந்ததைப் பார்த்திருக்கிறேன். யாழ்ப்பாணம் ராணி தியேட்டருக்கருகில் ரப்பர் செருப்புகளை இழுத்துத் தேய்த்தபடி சென்றுகொண்டிருக்கும் பெயர் தெரியாத மனிதர், அனுராதபுரத்தில் தன் மரியாதையைக் காப்பாற்றியதை நினைவுகூரும் 'பெயர் தெரியாத மனிதர்' என்ற சிறுகதை, நினைவடுக்கில் உறைந்துபோயிருக்கும் நன்றியுணர்வின் ஒரு மின்னல்பொறி போன்ற தருணத்தைக் கல்வெட்டில் பொறித்திருக்கிறது.

எண்பது வயதான மனோகரன் மாஸ்டர், 'எனது கடைசி மூச்சு நான் வாழ்ந்த சூழலிலேயே நிற்க வேணும்' என்று சொல்லி, ஜெர்மனியிலிருந்து மட்டுவில் பன்றித்தலைச்சிக் கண்ணகை அம்மன் கோவிலை ஒட்டி இருக்கும் வீட்டிலே போயிறங்குவது இயல்புதானென்றாலும், இரண்டுவாரம் கழித்து அவரது மகனும் மருமகளும் ஜெர்மனியிலிருந்து நீங்கி,

மட்டுவிலில் வந்திறங்குவதாக, 'அப்பாவின் நிமித்தம்' கதையை முடித்திருப்பது கதையின் போக்கிற்கு ஒரு திடீர்த் திருப்பத்தைத் தந்திருந்தாலும், புலம்பெயர்ந்து மேலை நாடுகளுக்கு வந்துவிட்ட அகதிகள் மீண்டும் தங்கள் சொந்த நாட்டை நோக்கித் திரும்புவது அரிய நிகழ்வு. தமிழர்கள் என்றில்லை, புலம்பெயர்ந்துவிட்ட அகதிகள் சமூகம் அனைத்திற்கும் அது பொருந்தும். தமிழகத்தின் சூப்பர்சிங்கர் இசை நிகழ்ச்சிகளில் 'பனைமரத்துக் காடே, தேன்சிட்டுக் கூடே' என்று கனடாவிலிருந்து ஒரு மூன்று நிமிடம் கண்ணீர் மல்கிப் பாடுபவர்கள், ஊரில் போய் ஒரு வாரம்கூட நிற்கமாட்டார்கள்.

'தனிமைக்குள் நீந்தும் ஓங்கில்' கதை செலா என்ற சுற்றுலாப்பிரியன் ஜெர்மனியிலிருந்து மன்னார் விடத்தல் தீவில் குருசு என்ற மீனவரின் குடிசையில் ஐக்கியமாகி, குருசுவின் இளவயது விதவைத் தங்கை அமேலியாவுடன் திருமணப் பந்தத்தில் இணைவதாய் முடிகிறது. மன்னார் பிராந்தியத்தின் கத்தோலிக்க மீனவ வாழ்க்கையின் நெளிவு சுழிவுகளை இக்கதையில் கலாபூர்வமாகக் கொண்டுவருவதில் கருணாகரமூர்த்தி வெற்றி கண்டிருக்கிறார். புதிய வண்ணச் சேர்க்கைகளைத் தனது சிறுகதையில் கருணாகரமூர்த்தி அள்ளித் தெளித்திருக்கிறார். செலா என்ற ஜெர்மானியனின் வரவு அந்த மீனவக் குழுமத்தின் மத்தியில் ஏற்படுத்தும் சலனங்கள், எதிர்பார்த்திராத சம்பவங்கள், புதிய மாற்றங்களைப் பாரம்பரியச் சமூகம் ஏற்றுக்கொள்வதில் கிளைக்கும் பிரச்சினைகள் என்று புதிய வலயங்களுக்குள் கதையை நகர்த்துவதில் தனது கூர்மை யான எழுத்து வன்மையை நிரூபித்திருக்கிறார். முன்னென்றும் நிகழ்ந்திராத செயற்பாடுகள், தன்பாட்டில் சுரத்தில்லாமல் இயங்கிக்கொண்டிருக்கும் சிறு சமூகமொன்றில் ஊடுருவும்போது அது எவ்வளவு தூரம் மாற்றத்திற்குச் செவிசாய்க்கிறது என்பதற்கு இந்தக் கதை நல்ல சாட்சியம்.

'உணர்வோடு விளையாடும் பறவைகள்' என்ற சிறுகதை ஒரு ஜெர்மானியப் பெண்ணிற்கும் ஜெர்மனியில் வதியும் இலங்கை ஆணுக்கும் இடையிலான பால்மை (*Sexuality*) பற்றிப் பேசும் கதை.

பால்மை என்பது ஒருவரின் பாலியல் நடத்தை, கவர்ச்சி, விருப்புகள், விருப்பின்மைகள், உணர்வு முடிச்சுகள், தேர்வுகள் என்பன குறித்தன. அது நிலைபேறுடையது அன்று. *Sexuality can be fluid.* பால்மை நெகிழ்ந்துகொடுப்பது. வலிமைமிக்க உணர்வுகளின் குவிமையம் போன்றது. பால்மை உலகு திண்ணிய,

வலுவான உணர்ச்சிகளின் களம். பூகம்பமாய்ப் பேரதிர்ச்சிகளை எழுப்பவல்லது. வெவ்வேறு வகைப்பட்ட தேவைகள், ஆசைகள், மன எழுச்சிகள் ஆகியவற்றைக் கடத்தி நிற்கும் வார்ப்பட்டி (*Conveyer Belt*) நிகரானது. காதல், காமம், கோபம், மிருதுத்தனம், வலிந்து தாக்கும் வன்மை, நெருக்கம், துணிவுச் செயற்பாடு, மனோதைரியம், சூறையாட்டம், இன்ப நுகர்வு, மனத்துயர், பிறிதொரு ஆளுமைக்குள் நாட்டாண்மை காட்டும் வீரியம், அதிகாரம் போன்ற உணர்வுகளின் மின்னோட்டம்.

இந்தப் பால்மை உணர்வு மிகச் சிக்கலானது. இருவருக்கிடையில் அரும்பும் காதலில், காமத்தில் பொதிந்திருக்கும் சாரம் அத்துணை எளிதில் புரிதலுக்கு வசப்படுவதில்லை. மிலன் குந்தேராவின் '*The hitchhiking Game*' என்ற கதையில் தங்கள் விடுமுறையைக் களிக்கச் செல்லும் இளங் காதலர்கள், தாங்கள் பூணும் அன்னியர்கள் என்ற பாவனைக் கற்பனை, அந்த இரவு அவர்களிடம் எந்த நெருக்கத்தையும் ஏற்படுத்த முடியாமல் உதிர்வதைக் காண்கிறோம்.

கருணாகரமூர்த்தியின் 'உணர்வோடு விளையாடும் பறவைகள்' என்ற கதையில் ஹன்னா என்ற ஜெர்மானியப் பெண்மணிக்கும் அவரின் வீட்டில் வாடகைக்குக் குடியிருக்கும் 'வெளிநாட்டு ஆணான' ஜீவன் என்பவருக்கும் இடையிலான பால்மை விசாரமே இந்தக் கதையின் நாதம். *DHL* விநியோகச் சிற்றுந்துகளில் பொதிகளை விநியோகம் செய்துவருபவர் ஜீவன். வியாபார நிமித்தமாக பெர்லின் வரும் வணிகர்களுக்கு வியாபாரம் தொடர்பான அனைத்து ஒழுங்குகளையும் வழங்கும் ஆலோசனைக் குழுமத்தில் பணியாற்றும் சாதுரியம் கொண்டவள் ஹன்னா.

ஹன்னாவும் ஜீவனும் பகிர்ந்து வாழும் 'அருமையறிந்து' பராமரிக்கப்பட்ட மனையின் இருவருக்கும் பொதுவான பிரதான வெளிவாசலுக்குச் செதுக்கல் சித்திரங்களுடனான மரக்கதவு. அதுவே *Rolls Royce*இன் கதவுகளைப்போல ஓசையின்றி மிருதுவாகத் திறந்து சாத்தும். 'அதன் திறப்புக்கள் நம்மிருவரிடமும் இருந்தன' என்று தன்மையில் கதை நகர்கிறது. அவர்களின் பால்மை உணர்வின் குறியீடு போன்று, ஓசையின்றித் திறந்து சாத்தும் கதவும் அவற்றின் திறப்புகள் இருவரிடமுமே இருப்பதுவும் சூசகமாகச் சொல்லப்படுகிறது. அவரவருக்கு அவரவர் வாழ்வியல் தோரணைகள். ஹன்னாவிற்கு விருந்தினர் என்று பெரிதாக யாருமில்லை. ஒரே குளிர்பதனப் பெட்டியை இருவரும் பகிர்ந்துகொள்ளும் அளவு

நெருக்கம் கூடுகிறது. உணவுகளை இருவரும் ஆளுக்கு ஆள் பரிமாறிக்கொள்ளுகிறார்கள்.

ஹன்னா வாசிக்கும் அனைத்து மாதர் சஞ்சிகைகளுமே சராசரிப் பெண்கள் வாசிக்கும் கவர்ச்சிக் குறிப்புகள், நவீன அழகுப்பாணி, அலங்காரங்கள், சமையல்குறிப்புகள் தாங்கிய சஞ்சிகைகள்தான். சீரியப் பெண்ணியக் கருத்துகள் கொண்ட சஞ்சிகைகள் அவளின் வாசிப்புப் பரப்பில் இல்லை என்று தெரிகிறது.

'திருமணம் பற்றி என்ன நினைக்கிறாய்?' என்ற ஜீவனின் கேள்விக்கு, 'திருமணம், குறிப்பாகப் பெண்களுக்கு நல்லதென்று நினைக்கிறேன்' என்று ஹன்னா பதிலளிக்கிறாள்.

'ஏன் ஆண்களைவிடப் பெண்களுக்குத் திருமணம் நல்லதென்கிறாய்?' என்ற ஜீவனின் கேள்விக்கு ஹன்னா பதிலளிப்பதில்லை.

'திருமணம் என்பது பெண்களின் இயல்பான வாழ்விடம்' என்ற மரபார்ந்த கருத்தியலைக் கொண்டவளாக ஹன்னா திகழ்கிறாள். 'சமகாலத் திருமணம் என்ற மண்டபத்தில், பெண்களைக் கீழ்மைப்படுத்தும் தீய ஆவிகள் அச்சுறுத்தி வருகின்றன' என்கிறார் பால்மை ஆய்வாளர் ஒருவர்.

இன்றும் திருமணச் சந்தையில் பெண் குறைந்த மதிப்புடைய பண்டமாகவும் விரைவில் பழுதாகிவிடக்கூடிய ஒரு பொருளாகவுமே கணிக்கப்படுகிறாள். திருமணத்தை முடித்துக்கொள்ள ஒரு பெண், ஆணைவிட மிக அதிகப் பிரயாசை எடுத்துக்கொள்ள வேண்டியவளாகிறாள். நடைமுறையில் ஆணாதிக்கம் சார்ந்த அனைத்திற்கும் அவள் தன்னை ஒப்புக் கொடுக்க வேண்டியுள்ளது.

'ஏன் திருமணம் ஆண்களைவிடப் பெண்களுக்கு நல்லதென்கிறாய்?' என்ற ஜீவனின் கேள்விக்கு, அவள் 'குட்நைட்' சொல்லிவிட்டு, லேசான உலாஞ்சலுடன் படுக்கையறைக்குள் புகுந்துவிடுகிறாள்.

ஒருமுறை ஹன்னாவிற்குக் காய்ச்சல் கண்டபோது, உடல் வெப்பத்தைக் குறைக்க, 'இலேசாக அணைத்து முத்தமிடுவதால் எவருக்கும் பெரிய சேதாரம் வந்திடாது, மெஸூயூ' என்று ஜீவனிடம் கேட்கிறாள் ஹன்னா.

இந்த உத்தரவாதத்தின் பின், அவள் கேட்டதை ஜீவன் நல்கியிருப்பார் என்பது வெளியாகச் சொல்லப்படாவிட்டாலும், நல்கியிருப்பார் என்று பொருள் கொள்வதில் தவறிராது.

மறுநாள், அவளுக்காக வைன், கோதுமை மாவு போன்ற பொருட்களை அங்காடியிலிருந்து ஜீவன் வாங்கி வந்தபோது, 'வாவ்... இதையெல்லாம் நீ என்னைக் கட்டிக்கிட்டப் பின்ன பண்ணலாமே' என்று ஹன்னா சொல்லும்போது பால்மை சார்ந்து அவர்களிடம் பரஸ்பரம் நெருக்கமான உறவு முகிழ்ப்பது தெரிகிறது. அதே சமயம், ஒருநாள் ஹன்னா யாரோ ஒருவனின் அணைப்போடு டிராமில் ஏறிப்போவதை ஜீவன் பார்க்கிறான்.

இந்நிலையில், 'ஜீவன் எதுக்கப்பா கல்யாணங் கட்டிறான்... அதுதானே நிரந்தரமாய் *Mistress* ஒருத்தியை வைத்திருக்கிறானே' என்று நட்புக் குழுவுக்குள் பேச்சு அடிபடுகிறது. 'நீ கூத்தியோடு குடியிருக்கிறியாமே', 'உனக்கு யாரும் பெண் தரமாட்டார்கள்' என்று நெருக்கமான நண்பர்கள் கவலைப்படுகிறார்கள்.

ஹன்னா – ஜீவன் பால்மை உறவை, ஈழத் தமிழர் கண்ணோட்டத்தில் அலசும் ஒரு பார்வையும் இக்கதையில் வெளிப்படுகிறது. கூத்தி வைத்திருத்தல், பெண் தரமறுத்தல் போன்ற விவகாரங்கள் தமிழரின் பால்மைச் சிந்தனையில் கட்டமைக்கப்படுகின்றன. ஜெர்மானியருக்கு இதில் எந்த அர்த்தமும் இல்லை. பால்மை என்பது வரலாற்று, சமூகக் கட்டமைப்பு என்று பால்மை அறிஞர்கள் வலியுறுத்தி வருகின்றனர்.

'வாழ்க்கை முழுவதும் மறந்து போகாதபடி அத்தனை பிணக்குகளையும் பிரச்சினைகளையும் அவளாகத் தந்துகொண் டிருப்பாள், கவனம்' என்று பெண்கள் பற்றித் தத்துவக் கவிஞர் ஷினிசி சூஸுகியின் வரிகள் அபாய அறிவிப்புப்போல ஜீவனின் நினைவில் வருகின்றன.

இன்றைய பால்மை ஆய்வுகளில், பெண்களே ஆண்கள் அள்ளி வழங்குகின்ற பிணக்குகளில், பிரச்சினைகளில் அமிழ்ந்து துயருறுகிறார்கள் என்று தெரியவருகிறது. இக்கதை முடிவில், ஹன்னா தனக்கும் லியோனுக்குமான பதிவுத் திருமணத்திற்குக் கல்யாணச் சாட்சியாக ஜீவனைக் கேட்கிறாள். ஜீவனின் உணர்வோடு விளையாடிச் சென்ற பறவையாக ஹன்னா உருவகம் பெறுகிறாள்.

கருணாகரமூர்த்தியின் புனைவுகளில் வெளிப்படும் பால்மை விசாரம் தனித்த, விரிந்த ஆய்வுக்குரியது.

'கவிதைகளைச் சுமந்து திரிபவள்' என்ற சிறுகதை கருணாகாரமூர்த்தியின் கற்பனை வளத்திற்கும் இலக்கிய மென்னுணர்வுக்கும் புனைவு வெளிப்பாட்டுத் திறனுக்கும் வலுச்சேர்க்கும் கதையாகும். பேர்லினில் வழமையாகக்

கூடும் ஞாயிறு அங்காடிக்குச் செல்லும் அவர், நாற்பது வயது மதிக்கத்தக்கப் பெண்ணுடன் சம்பாஷிக்கிறார். எதிர்பாராத மனிதர்கள். அவர்களின் கவியுள்ளம். வாழ்வின் அபூர்வ தருணங்கள். கலைஞர்கள் அந்தக் கணங்களை சாசுவதமாக்கி, அதிகாரபூர்வமாக அதனைக் கலையாகச் செதுக்கித் தருகிறார்கள். ஓர் எழுத்தாளர் கதை மாந்தர்களைத் தனக்கேயான வடிவியலில், தனது பரந்த வட்டத்தில், முக்கோணக் கட்டமைப்பில், சதுரப் பரப்பில், தனக்குச் சாத்தியமான விதங்களில் எல்லாம் வார்க்கிறார். கதையை லாவகமாக வளர்த்துச் செல்லும் கலை கருணாகரமூர்த்திக்குக் கைவந்திருக்கிறது. அவர் வார்த்த கதைகள் நூறைத் தொடவிருக்கிறது. புகலிட எழுத்தாளர்களில் இயல்பாகக் கதை சொல்லும் ஆற்றல் இவரிடம் உச்சம் பெறுகிறது. புதிய தளங்களை, புத்தம் புதிதான அனுபவங்களை நமக்குக் கொண்டுசேர்க்கிறார். முன்னென்றும் பார்த்திராத, கேட்டிராத வாழ்வியலைப் படைக்கும் வேணவா அவரில் குடிகொண்டிருக்கிறது. வாழ்வின் வலிகள், போதையூட்டும் வாழ்வின் சில தருணங்கள், வெவ்வேறு வாழ்வுத் துண்டங்கள் அவரின் கதைகளில் பொலிவோடு விகசிக்கின்றன.

புகலிட இலக்கியத்தில், ஜேர்மனிய வாழ்வியலில் தமிழரின் ஊடாட்டத்தை நுணுக்கமாகப் பதித்திருக்கும் கருணாகரமூர்த்தியின் எழுத்து தனித்துவம் கொண்டது. கருணாகரமூர்த்தியின் எழுத்துகள் இல்லையானால், ஐரோப்பியப் புகலிட வாழ்வு பற்றிய நமது புரிதல் பூரணமற்றதாகவே இருந்திருக்கும். புகலிட இலக்கியத்தில் சாதனை செய்த எழுத்தாளர்கள் பட்டியலில் கருணாகரமூர்த்தி முன்வரிசையில் நிலைபெறுகிறார்.

லண்டன்
25–08–2023

மு. **நித்தியானந்தன்**
ஐக்கிய இராச்சியம்

ஒரு பாய்மரப் பறவை - 1

சுதாஸ் கிழக்கு மாகாணத்தின் பாடசாலையொன்றில் உயர்தர வகுப்பில் பயின்று கொண்டிருக்கையில் அவனது அண்ணன் நிதன் தமிழீழ விடுதலைப் புலிகள் இயக்கத்தில் இணைந்து போராடிக்கொண்டிருந்தான்.

○

இந்தமண் எங்களின் சொந்தமண்
இதன் எல்லைகள் மீறி யார் வந்தவன்?

கடல் அலையே கொஞ்சம் நில்லு
தமிழன் வீரத்தை உலகெங்கும் சொல்லு

அலைவற்றிக் கடலது சாகுமா,
தமிழ்ப் புலிப்படை தோற்றிடக்கூடுமா?

புலியொன்று புயலாய் வருதே . . .
மறந்து போகுமோ மண்ணின் வாசனை?

இவையன்ன பாடல்கள் அனைத்து இளசுகளின் மண்டைகளுக்குள்ளும் ரீங்கரித்து அவர்களை உசுப்பேற்றிக்கொண்டிருந்த காலம். போதாததுக்கு விடுதலைப் புலிகளின் வீரதீர சாகசப் போரட்டங்கள் பற்றிய செய்திகள் அனுதினமும், வந்துகொண்டிருக்கவும் அநேகமான மாணவப் பருவத்தினருக்கும் வந்ததைப் போலவே அவனுக்கும் அவ்வியக்கத்தின் மீதொரு காதலும் ஈர்ப்பும் அபிமானமும் வளரத்தொடங்கின. ஒருநாள் தன் மிதியுந்தையும் புத்தகங்களையும் வீட்டிலேயே வைத்துவிட்டு ஓசைப்படாமல் போராளிகளைச் சேர்க்கும் முகாமுக்கு ஓடிப்போய்த் தானும்

அதிலே இணைந்துகொண்டான். இயக்கத்தில் ஆரம்பகால அடிப்படைப் பயிற்சிக் காலத்திலேயே சுதாஸின் தீவிரத்தையும் ஈடுபாட்டையும் சாதுரியங்களையும் கண்டுகொண்ட பயிற்சி மேலாளன் அவனை உளவுப் புலனாய்வு மற்றும் ஊடுருவும் பிரிவின் பிரத்தியேகப் பயிற்சிகளுக்குப் பரிந்துரைக்கவும் அவன் அதற்குள் உள்வாங்கப்பட்டான். பயிற்சிகள் முடிந்தபின் கிளிநொச்சி நகரை மீளக் கைப்பற்றுகை ஓயாத அலைகள் –2இல் களமிறங்கிய அவனது சாதனைகள் இயக்கத்துள்ளும் விதந்து பேசப்பட்டன.

மாதரணியிலும் சீத்தாச் சிறுத்தையைப்போல ஒடிசலான உடல்வாகுடன் நளின உடல்மொழியும், வேகமாக ஓடிக் கொண்டே குறிபார்த்துச் சுடுதலிலும், ஓசைப்படாது தவழ்ந்தும் உருண்டும் எதிரணியின் முகாமுக்குள் ஊடுருவி முன்னேறுதல் ஆகிய பயிற்சிகளில் முன்னணியிலும், *Takewando* தற்காப்புக் கலையின் பயிற்சியாளராகவும், கவனிக்கப்படும் சாதனையாளராகவும், போர்முனையில் அபரிமிதமான அழகுடன் யாழ் வடமராட்சியைச் சேர்ந்த ராகினி என்றொரு போராளிப் பெண் இருந்தாள். கிளிநொச்சியில் இயங்கிய காலத்தில் சுதாஸுக்கும் ராகினிக்கும் கடமை ரீதியிலான சந்திப்புகள் அடிக்கடி ஏற்பட்டன. பொதுவாகப் பெண் போராளிகள் களத்தில் வாசனாதிகள் எதுவும் பயன்படுத்துவ தில்லை. அவர்களுக்கு அதற்கெல்லாம் அவகாசமும் இருக்காது. இருந்தும் ராகினியை நினைத்தாலே அவளின் வாசம் சுதாஸின் நினைவுப்புலம் முழுவதும் வந்துவந்து மோதத்தொடங்கிற்று. வண்டாய் அவளையே சுற்றிவரத் தொடங்கினான். ராகினி வருகிறாள் என்றால் விடலைகள் விருத்தர்கள் அனைவர் கண்களும் அவளை நோக்கியே சுழலும். ஆனாலும் நாளடைவில் அவளை அணுகித் தொட்டவை சுதாஸின் கண்கள்தான். அவர்களது சந்திப்புக்கள் வலிந்த சந்திப்புகளாக மாறுகையில் தமக்குள் உண்டாகியிருக்கும் ஈர்ப்பையும் இருவரின் எண்ணங் களின் அலைவரிசைகள் பரிந்திசைப்பதையும் உணர்ந்து கொள்கையில் சற்றுக் கூச்சமும் நாணமும் கலந்த காதல் விதையொன்று களத்திலும் அவர்களிடையே துளிர்க்கத் தொடங்கியது.

சமாதானம் ஏற்படுவதற்குச் சிறிது காலம் முன்பாக இரவு ரோந்து செல்ல வேண்டிய ஒரு போராளிக்குக் காய்ச்சலும் ஆஸ்த்துமாவுமாகச் சுகவீனம் கண்டதால் மிதியுந்திற் போக முடியாமற்போனது. கடமைகளுக்கு எப்போதுமே பின்னடிக்காத ராகினி தன்னார்வத்தில் அப்பணியை ஏற்றுக்கொண்டு ரோந்துப் போராளிகளுடன் போயிருக்கிறாள். தினமும் அவர்கள்

வரும் வழியைச் சமூகச் சேவகர் யாரும் காட்டிக்கொடுத்தார்களோ இல்லை இராணுவந்தான் தானாகக் கண்டுபிடித்ததோ தெரிய வில்லை. இவர்களுக்காக வேலியோரமாகப் பொருத்தப் பட்டிருந்த கிளைமோர் குண்டு சமயத்தில் வெடிக்கவும் அதில் அகப்பட்டு, முதல் மருத்துவ உதவிகள் கிடைக்கு முன்னரே எல்லோரிடமும் விடைபெற்றுக்கொண்டாள் ராகினி. அவள் பூவுடலின் விதைப்பு முடிந்தும் அவளை மறக்க முடியாது சுதாஸ் தவித்துக்கொண்டிருக்கையில் இவன் மேலாளரே வலிந்து அவனிடம் 'வேண்டுமானால் இரண்டு வாரம் ஓய்வு தரலாம்... வீட்டுக்குப் போயிட்டு வாப்பா' என்று சொன்னார். வீட்டுக்குப் போய் அங்கு தனிமையிலிருக்கும்போதுதான் அவள் நினைவுகள் மேலும் வந்து வருத்துமென்று முகாமிலேயே தொடர்ந்தும் வழமையைப்போல் இயங்கலானான் சுதாஸ்.

அடுத்து அரசுக்கும் விடுதலைப் புலிகளுக்குமிடையேயான பேச்சுவார்த்தைகளும் சமாதான காலமும் வந்தன. அடுத்த ஆண்டுகளில் கிழக்கு மாகாணத்தின் முதன்மைத் தளபதியாயிருந்த கருணா அம்மான் இயக்கத்தை விட்டுப் பிரிந்துபோகவும் அவருக்கு வலைவிரித்து வெருகலாற்றுப் பக்கமாக வி.பு. இயக்கம் நடத்திய பல வேட்டைகளில் நிதன் ஒரு காலை இழந்ததோடு அவ்விரணம் ஆறாமல் வருந்திய அவனும் சில நாட்களில் இறந்து போனான்.

'இனி ஆயுதப் போராட்டங்கள் எமக்கு வெற்றியைத் தரப்போவதில்லை' என்கிற கருத்து பொதுமக்களிடத்தில் மெல்ல வளர்ந்து வலுப்பெறத் தொடங்கியது. ஆனால் போராளிகளோ இன்னும் 'கண்ணில் தெரியுது தமிழீழம் காண்' என்பதாகச் சொல்லிக்கொண்டிருந்தனர் அல்லது சொல்லப் பணிக்கப்பட்டனர். கருணா அம்மானுக்கு வலைவிரித்துத் தொடரும் தேடலில் சுதாஸுக்குமுள்ள உயிராபத்தை முன்கூட்டியே புரிந்துகொண்ட அவனது குடும்பம் எத்தரப்புப் போராளிகளதும் கண்ணிற்படாமல் கடல் கடக்கவைத்தாவது அவனது உயிரைக் காப்பாற்றுவதென முடிவு செய்தது.

சுதாஸின் மாமா ஒருவர் அதற்காகக் கொழும்பில் வெளிநாட்டு வேலைவாய்ப்புக்கள் பெற்றுத்தரும் ஒரு தொழில் முகவரை நெருங்கவும் அவர் 'உங்களுக்கு 250,000 ரூபா செலுத்த வசதியிருந்தால் இவனைக் கட்டாரில் கட்டிடத் தொழிலுக்கு உதவிச் சிப்பந்தியாக ஒரு மாதத்துள் அனுப்பிவைக்கலாம்' என்றார்.

கருணா அம்மான் சென்றமைக்கு இயக்கத்துள் பல உள்ளக மனைச்சல்கள் இருந்தாலும், அவர் இல்லாத இயக்கமும், வாழ்க்கை

எவ்வளவு அழகானது என்பதை ஒரு மின்னலைப் போலப் பளீரிட்டுக் காட்டிவிட்டுப் பின் எல்லாமும் மாயமென்றாகிப் போய்விட்ட ராகினியற்ற வாழ்வும் சூனியமாகப்படவே, கட்டாருக்குப் போகச் சம்மதித்தான் சுதாஸ்.

தாயார் அவர்கள் குடும்பத்துக்குச் சொந்தமானதும் சிறிய வருமானம் தந்துகொண்டிருந்ததுமான அவர்களின் 30 மரங்களுடனான ஒரேயொரு சிறிய தென்னந்தோப்பை ஈடுவைத்து 'நீயாவது எந்த நாட்டுக்காவது போய்ப் பிழைத்திரு' என்று கட்டாருக்கு அவனை அனுப்பிவைத்தார்.

சுதாஸ் கட்டாரில் வேலைக்கான அனுமதிப் பத்திரத்தோடு விரைந்து டோஹாவில் வந்திறங்கினான். அங்கே கிட்டத்தட்ட இரண்டு ஆண்டுகள் பாலைவனத் தரைகளில் கட்டிடங்கள், பூங்காக்கள் அமைக்கும் பணியில் 600$ சம்பளத்துக்கு அவனை வைத்துச் சக்கை பிழிந்தார்கள். இவனுடன் வேலை செய்த நூற்றுக்கணக்கான இந்திய, பாகிஸ்தானிய, பங்களாதேஷ் தொழிலாளர்கள் எல்லோருக்கும் டோகாவின் அக்குழுமத்தில் தொடர்ந்து பணிபுரிவதற்கான அனுமதிப் பத்திரங்கள் காலாவதியாகிவிட்டன. ஆனால் இவர்களைப் பணிக்கமர்த்திய குழுமமோ அவற்றைப் புதுப்பித்துத் தராமலிருந்தார்கள். இவனைப் போலவே வேலைதேடிவந்த வெளிநாட்டுத் தொழிலாளர்கள் பலரும் வேலையோ சம்பளமோ இன்றி அவஸ்தைப்பட்டுக் கொண்டிருந்த அவ்வேளையில் அமெரிக்க மத்தியக் கிழக்கு வளைகுடா நாட்டு யுத்தம் மூளவும், அமெரிக்காவுக்கு வளைகுடாவில் பெருமளவில் மனித சக்தி தேவைப்பட்டது. *Al Rayyan* என்ற இடத்திலிருந்த அமெரிக்க இராணுவ முகாமில் வேலைக்கு ஆட்கள் எடுக்கிறார்களென்கிற ஒரு செய்தி இவர்களுக்கும் வந்து சேர்ந்தது. சுதாஸும் அவனோடு சேர்ந்த இன்னும் மூவரும் தம் குழுமம் வாங்கிவைத்திருந்த அவர்களின் கடவுச்சீட்டுக்களைக்கூடப் பெற்றுக்கொள்ளாமல், இரவோடிரவாகப் புறப்பட்டு அந்த இராணுவ முகாமுக்கு வேலை தேடிப் போனபோது இராஜமரியாதையுடன் அவர்களை அங்கே வரவேற்றார்கள். "இராணுவத்துக்கான சமையலும், சமைத்த உணவுகளைத் தனித்தனியாகப் பொதி செய்து அனுப்புவதுந்தான் உமக்கான வேலை. வாரம் 269$ சம்பளம். எம் முகாமிலேயே தங்குமிட வசதி செய்து தரப்படும். சம்மதமா" என்றார்கள். கடவுச்சீட்டுக்கள் பற்றிய கவலை அமெரிக்கர்களுக்கு இருக்கவில்லை. இவர்கள் சம்மதிக்கவும் அன்றிரவே மேலும் சில ஆட்களுடன் சேர்த்து இருட்டுக்குள் நிற்பதே தெரியாமல் அடர்ப்பச்சை நிறத்தில் பயங்கர இராட்சதத் தோற்றத்திலிருந்த ஒரு இராணுவ விமானத்திலேற்றி (கட்டார் அரசுக்கும்

தெரிவிக்காமல்) பாக்டாட்டில் கொண்டுவந்து இறக்கினார்கள். நால்வருக்கும் சமையற்கூடத்தில் உதவியாளர்களாக அடுத்த நாளே *(25.10.2004)* பணிஆரம்பமாகியது.

ஓராண்டு கழிந்தது, போரும் முடிவதாயுமில்லை. தினமும் இறைச்சி வெட்டுதல், கிழங்கு, காய்கறி நறுக்குதலென்று சமையலறைப் பணிகள் அலுப்படிக்கத் தொடங்கவும் அங்கிருந்து எப்படிக் கழரலாமெனச் சிந்திக்க ஆரம்பித்தனர்.

பாக்டாட் நகரம் அழகு. கடைக்கண்ணால் வெட்டி மின்னிவிட்டுச் சிரித்துக் கடந்துவிடும் பாக்டாட் அழகிகள் அதைவிட அழகு. எதையும் நிதானமாய் அமர்ந்து இரசிக்கும் மனநிலையில் அவ்விளைஞர்கள் எவரும் இல்லை. அமெரிக்க இராணுவத்துக்கு வெளியே நடமாடப் பயம் இருந்ததால் சமையலுக்கான மளிகை, மரக்கறிச் சாமான்கள் வாங்க வாரத்தில் இருமுறை இவர்களைத்தான் அங்காடிகளுக்கு அனுப்புவார்கள். அவ்வாறு வெளியே செல்ல வாய்க்கும் வேளைகளில் பாதி மூடியும்மூடாமலுமிருந்த பயணமுகவர் அலுவலகங்களில், தெரிந்த ஆங்கிலத்தில் விசாரித்ததில் பாக்டாட்டிலிருந்து குர்திஷ்தானுக்கு நெடுந்தூரப் பேருந்து சேவை இருப்பதைத் தெரிந்துகொண்டார்கள். மரக்கறி வாங்கும் பாவனையில் நால்வரும் ஒருநாள் புறப்பட்டுப்போய் குர்திஷ்தானுக்கு ஓடிவிடலாமா எனத் திட்டம்போட்டார்கள். இவர்களில் புத்தளத்தைச் சேர்ந்த நிஷாந் என்கிற இளைஞன் இடர்கழியெடுக்கப் பயந்து இவர்களுடன் வர மறுத்துவிட்டான். திட்டமிட்டபடி ஒருநாள் குர்திஷ்தானுக்கு மூவரும் பேருந்து எடுத்து எரிபில் *(Erbil)* எனும் நகரத்தில் போய் இறங்கி அங்கிருந்து டாக்ஸி எடுத்துக்கொண்டு *Duhok* டோக் எனும் நகரத்துக்குப் போனார்கள். டோக்கில் இருந்த அவர்களுக்கு மேற்கொண்டு என்ன செய்வதென்று புரியவில்லை. அங்கே 2 வாரங்களை ஒரு பயணியர் விடுதியில் கழித்ததன் பின் டோக்கில் கார்கள் கழுவும் ஒரு கொம்பனியில் மூவரும் பணியில் சேர்ந்தனர். அவர்களிடம் கடவுச்சீட்டுக்களோ விசாவோ உரிய அடையாளப் பத்திரங்களோ எதுவும் இல்லாததால் அக்குழுமமும் முதலில் இவர்களைப் பணியில் சேர்த்துக்கொள்ளப் பின்னடித்தது. பணியின்போது விபத்துக்கள் ஏதும் ஏற்பட்டால் அது பணி தரும் குழுமத்துக்குப் பல சட்டச் சிக்கல்களைக் கொண்டுவந்து விடும். இவர்களின் இக்கட்டான நிலையை அறிந்த குழுமத்தின் தலைவர் அவர்களை அரைமனதுடன் அரைவாசிச் சம்பளத்துக்கே கார்களைக் கழுவி அவற்றின் உட்பக்கங்களைச் சுத்தம் செய்யும் பணியில் அமர்த்திக்கொண்டார். குழுமம் 6 நாட்களும் வேலை வாங்கிக்கொண்டு அவர்களுக்குத் தங்குவதற்குக் குழுமத்தின்

மேல்தளத்தில் சில அறைகளையும் வாடகையின்றித் தந்தது. அங்கிருந்துகொண்டே கட்டாரில் இவர்கள் பணிபுரிந்த குழுமத்துக்குத் தங்கள் கடவுச்சீட்டுக்களை அனுப்பிவைக்கச் சொல்லி மன்றாட்டமாகக் கடிதத்துக்கு மேல் கடிதமாக எழுதிக்கொண்டிருந்தனர். எல்லா முயற்சிகளும் அவமாகின. இன்றைக்கும் இவர்களுடன் வர மறுத்த நிஷாந் எங்கிருக்கிறான் என்ன ஆனான் என்று யாருக்கும் தெரியாது.

கொழும்பில் தம்மை டோகாவுக்கு அனுப்பிவைத்த முகவரைத் தொடர்புகொண்டு தமது நிலைமையை விளக்கினார்கள்.

"தம்பிமாரே... உங்களுடைய பாஸ்போர்ட், பேர்த் சேர்டிபிகேட், ஐடென்ரிரிகாட், கொப்பியள் எல்லாம் என்னட்டை இருக்குத்தான், ஆனால் அதை மட்டும் வைத்துப் பாஸ்போர்ட் எடுத்து எக்ஸிட்சீலும் போடுவிக்கிறதென்றால் புத்தகத்துக்கு 3 இலக்ஷம் முடியும்" என்றார். ஆளுக்கு அரசாங்கத்தில் செல்வாக்கு இருந்தது. அவருடன் பேரம் பேச வெளிக்கிட்டால் காரியம் ஆகாது. பாக்டாட்டில் அமெரிக்கனிடம் சம்பாதித்ததில் செம்பகுதியை அவருக்கே அனுப்பிப் புத்தகங்களை விக்கினங்களின்றிக் கூரியரில் எடுப்பித்தார்கள். அவற்றைக் குழுமத்தின் தலைவருக்குக் கட்டாரிலிருந்து வந்ததாகக் காட்டவும் திருப்திப்பட்டுத் தலைக்கு 100$ வீதம் சம்பள அதிகரிப்பைச் செய்தார்.

இதே குழுமத்தில் கார் மெக்கானிக் வேலைகளிலும் அவர்களுக்குப் பயிற்சிகள் தரப்பட்டன. வேலையில் பிரச்சினைகள் இல்லை. ஆனால் விடாமல் போரே மீண்டும் அவர்களைத் துரத்த ஆரம்பித்தது. ஐ.எஸ்.ஐ.எஸ்.ஸினருடைய பி.கே.கே. போராளிகளின் மீதான தாக்குதல்கள், களேபரங்கள், அதகளங்கள் மெல்லமெல்லக் குர்திஷ்தானில் ஆரம்பித்ததும் மேலும் அங்கும் எங்கே என்ன வெடிக்குமோ என்ற பீதியுடனேயே நாட்கள் கழியலாயின. டோக்கிலும் வாழக்கூடியதாகச் சூழமைவுகள் இருக்கவில்லை.

அவர்களுக்குக் கார்கள் கழுவும் குழுமத்தில் ஒரு குர்திஷ்தான் இராணுவ லெப்டினென்ட் ஒருவர் வாடிக்கையாளரானார். அவர் ஒரு மனிதநேயர். குறைவான ஆங்கிலத்தில் அவ்வப்போ இவர்களுடன் உரையாடி அவர்களின் பாடுகளை, நாட்டுப் பிரச்சினைகளை அனுதாபத்துடன் விசாரிப்பார். ஸ்ரீலங்காவின் தமிழர்களுக்கும் எங்களுக்கும் கிட்டமுட்ட ஒரேவிதமான பிரச்சினைகள். நீங்கள் எவ்வழியிலாவது ஐரோப்பிய நாடொன்றைச் சென்றடைந்துவிட்டீர்களாயின்

உங்களுக்குப் பிரகாசமான எதிர்காலமிருக்கும். அவர்கள்தான் மனிதாபிமானமுள்ளவர்கள். எப்படியும் உங்களுக்கு அடைக்கலம் தருவார்கள் என்று சொல்வார். அவரே ஏற்பாடு செய்து தந்தபடி அங்கிருந்து ஒரு முகவருடன் சேர்ந்து 3 நாட்கள் கால்நடையாக நடந்து துருக்கிக்குள் நுழைந்தனர். அவர்கள் முதலில் அடைந்த இடம் ஒரு குக்கிராமமாகும். அக்கிராமத்தின் பெயர் எவருக்கும் இப்போது ஞாபகத்திலில்லை. அக்கிராமத்தில் அவர்கள் தங்குவதற்கு, முன்னரே ஒரு வீடு முகவரினால் ஏற்பாடு செய்யப்பட்டிருந்தது. அவ்வீட்டை ஒருவாறு ஒரு இரவில் அடைந்தனர். அந்த வீட்டிலிருந்தவர் பின்னர் அவர்களைச் சிற்றுந்து ஒன்றில் ஏற்றித் தகரப் பரல்களுக்கிடையே உட்கார வைத்து ஒரு பேருந்துத் தரிப்பு நிலையத்துக்குக் கொண்டுவந்து பேருந்தொன்றில் அவர்களை ஏற்றிவிட்டார். அப்பேருந்தில் 16 மணிநேரம் பயணித்து ஸ்தான்புல்லை வந்தடைந்தனர். பேருந்து வழியில் பயணிகளின் சிரமபரிகாரங்கள், சிகரெட்டுப் புகைத்தலுக்காக நாலைந்து இடங்களில் நிறுத்தப்பட்டாலும் தொடர்ந்து ஆசனத்திலிருந்ததால் இவர்களின் பாதங்கள் வீங்கத் தொடங்கின.

ஸ்தான்புல்லில் இறங்கிநின்று அலமலங்கவும் சில பயண முகவர்கள் அவர்களிடம் வந்து ஐரோப்பாவுக்குள் செலுத்துவதற்கு ஆயிரக்கணக்கில் பணம் கேட்டனர். வேறொரு பகுதியினர் வந்து அவர்களை 200$களுக்கு, வேறும் 35 பேர்வரையிலான ஆட்களுடன் இரண்டு சிறிய ரக சிற்றுந்துகளில் (Toyota – Dolphin) சேர்த்து துருக்கி – கிரேக்க எல்லைக்கு அழைத்துச் செல்கையில் ஒரு மணிநேர ஓட்டத்தில் அவர்களைக் காவற்படையினர் விரட்டிவந்து வாகனத்துக்கு முன் மறிப்புப்போட்டு நிறுத்திக் கைது செய்தனர். எம்மை அழைத்துவந்த முகவர்களோ ‘நாங்கள் வாடகை வண்டிக்காரர்தான், இவர்கள் எங்களைக் கிரேக்க எல்லையில் விட்டுவிடும்படி வாடகை பேசி வந்தார்கள். இவர்கள் யார், எங்கிருந்து வருகிறார்கள், எங்கே போகின்றார்கள் என்பதெல்லாம் எமக்குத் தெரியாது’ என்று சொல்லிக் கையை விரிக்கவும் காவற்துறை அவர்களை விட்டுவிட்டு இவர்களைத் தம் பேருந்தில் அழைத்துப்போய் விசாரித்துவிட்டுச் சிறைக்குள் வைத்தார்கள். எங்களைத் துருக்கிக்குள் கூட்டிவந்தவர் சொல்லித் தந்தபடி நாங்கள் காவற்துறையினருக்கு எங்களைச் சோமாலியர் என்று சொன்னோம். நல்ல காலம் அவர்கள் எம்மைக் ‘குர்–ஆன்’ ஓதும்படிக் கேட்கவில்லை.

100 சொற்களுக்கும் குறைவான ஆங்கில வார்த்தைகளை வைத்துக்கொண்டு இவர்களிடம் விசாரணை நடத்திய அதிகாரிகள் இடையிடையே வந்து இவர்களிடம் ‘சவா’ ‘சவா’

என்று *(Are you Okay)* விசாரித்தனர். அது ஃப்றெஞ் மொழி என்பதே இவர்களுக்குத் தெரியாது. ஏதோ அவர்கள் அரபில் கேட்பதாக நினைத்து இவர்களும் தமக்குத் தெரிந்த அரபில் 'இன்ஷா அல்லா'...'இன்ஷா அல்லா' (இறைவனின் விருப்பப்படி) என்று பதிலளித்தனர். அவர்கள் இத்தனை பணம் செலவுசெய்து வருவித்த கடவுச் சீட்டுகளையும் குர்திஷ்தான் குழுமத்திடமிருந்து வாங்காமல் வந்ததுவும் நல்லதுதான், அக்கடவுச் சீட்டுகள் மட்டும் அவர்கள் கையில் இருந்திருந்தால் நேரே ஸ்ரீலங்கன் தூதுவராலயத்தில் இவர்கள் ஒப்படைக்கப்பட்டிருப்பார்கள்... சோமாலியாவில் நிலையான குடியியல் அரசோ, அதற்கான தூதுவராலயங்களோ துருக்கியில் எதுவுமில்லை. ஆனாலும் ஸ்தான்புல்லில் 2 மாதங்கள் சிறைவைக்கப்பட்டனர்.

இவர்கள் சிறையிலிருந்த காலத்தில் துருக்கியிலிருந்து *Bodrum* எனுமிடத்திலிருந்து கருங்கடல் மூலம் கிரேக்கத்தின் *Kos* எனும் தீவை நோக்கி *200* வரையிலான சிரிய அகதிகளைத் தாங்கிவந்த இரண்டு அடுக்கிலான அகதித்தோணி *(Ferry)* ஒன்று நடுவழியில் மூழ்கி ஐம்பது அறுபது பேர் மரணித்தும் மூன்றே வயதான *Alan Kurdi* என்கிற சிசுவின் சடலம் கரையிலும் ஒதுங்கிய செய்தி *(04.Sep.2015)* சமூக ஊடகங்களில் படங்களுடன் வெளியிடப்பட்டு அது சர்வதேசங்களையும் உலுக்கிவிட, துருக்கியின் காவற்துறை சுதாஸையும் பரிசித்து கமல்ராஜ் எனும் அம்மூன்று இளைஞர்களையும் 'நமக்கு ஏன் அகதிகளுடன் வீண் சோலி' என்று விடுவித்தது.

விடுபட்ட மூவரும் மீண்டும் தேடி ஒரு மலிவு ரகப் பயணியர் விடுதியைக் கண்டுபிடித்துத் தூங்கினார்கள். பிரான்ஸிலிருந்து பரிசித்தின் அண்ணன் மூலமும் ஜேர்மனியிலிருந்த சுதாஸின் வருணன் என்கிற ஒன்றுவிட்ட சகோதரன் மூலமும் *500$* பணம் அவர்கள் தங்கியிருந்த விடுதியினூடாக எடுப்பித்து அடுத்தடுத்த நாட்களைச் சமாளித்தனர். கமல்ராஜிடம் மட்டும் இன்னும் டொலர்கள் இருந்தன. அவன் எவ்வளவு தொகை வைத்திருந்தான் என்பதில் கடைசி வரையில் எவரும் அறியாமல் இரகசியம் காத்தான். சிற்றுந்தின் மூலம் இவர்களை இட்டுவந்த முகவரை மீண்டும் போன்மூலம் தொடர்புகொள்ளவும் வார்த்தைக்கொரு 'அல்லா' வைத்துக் கதைத்த அவர் தலைக்கு *100$* தருவதானால் கிரேக்கத்தில் சேர்த்துவிடுவதாகச் சத்தியம் செய்தார்.

'பயணப் பொதிகள்[1], முதுகுப் பைகள் எதுவுமில்லாமல் தயாராக இருங்கள்' என்று சொல்லிச் சென்றவர் இரண்டாம் நாள்

---

1. சூட்கேஸுகள்

இரவு வந்தார். அவர் கொண்டு வந்த சிற்றுந்தில் மேலும் இருபது பேர் வரையில் வெவ்வேறு நாடுகளைச் சேர்ந்த இளைஞர்கள் சிரிய, சோமாலிய, மங்கோலிய முகங்களுடன் இருந்தனர். சிற்றுந்தின் உள்ளக விளக்குகளை அணைத்துவிட்டு ஒரு மணிநேரம் ஓடியபின் ஒரு கடற்கரையில் போய் நின்றது அச்சிற்றுந்து. கடலிலிருந்து வீசிய காற்றின் குளிர் இவர்களால் தாங்க முடியவில்லை. கடற்கரையில் தயாராக இருந்த இரண்டொருவர் அவர்கள் அனைவரையும் அழைத்துப்போய் இடுப்பளவு நீர்மட்டத்தில் நின்ற இரண்டு காற்றடித்து ஊதச் செய்யும் வகையான வள்ளங்களில் (Inflatable tube boats) ஏற்றினர். ஆகக்கூடியது ஆறுபேரே அமரக்கூடிய வள்ளங்களில் ஒன்றில் 12 பேரும் மற்றையதில் 13 பேரையும் அமரச்செய்தார்கள். ஒரு வள்ளத்துக்கு அதைச் செலுத்தத்தெரிந்த ஒரு ஓட்டுநன் இருந்தான். அவன் அதைக் கிளப்பிப்போன இலாவகத்தை வைத்தே இவர்கள் அதை ஊகித்துக்கொண்டார்கள். முகவர் சுதாஸும் நண்பர்களும் இருந்த வள்ளத்தை அதன் பயணிகளையே ஓட்டவும் முந்தையதைப் பின்தொடரவும் சொன்னார் முகவர். சிரிய நாட்டவனாக இருக்கலாம் மீசையே கறுக்காத ஒரு விடலைப் பையன் 'தான் ஓட்டுகிறேன்' என்று முன்வந்தான். அவன் மோட்டரை ஒருவாறு முடுக்கியதும் வள்ளம் வளைந்து வளைந்து சென்றது. ஆரம்பத்தில் வள்ளத்தை அவனுக்கு நேராகச் செலுத்தவே முடியவில்லை, வளைத்துவளைத்தே ஓட்டினான், பின்னர் ஒருவாறு சமாளித்துக்கொண்டு முன்னால் போன வள்ளத்தைப் பின்தொடர்ந்தான்.

அதொரு நொவெம்பர் மாதம். பயங்கரக் குளிராக இருந்தது, கடற்காற்றும் பலமாக இருந்தது. கடல் அமைதியாக இல்லாமல் வள்ளத்தோடு சேர்த்துப் பயணிகளையும் தூக்கித்தூக்கிப் போடவும் அவர்கள் கிலிகொள்ளத்தொடங்கினர். வள்ளம் தொடர்ந்து போய்க்கொண்டே இருந்தது. தூரத்திலிருந்து இரண்டு மூன்று இடங்களிலிருந்து வெளிச்சங்கள் தெரியத் தொடங்கவும் போயிறங்க வேண்டிய இடம் அண்மித்துவிட்டதாக நினைத்தார்கள். ஆனால் முதற்போன வள்ளம் முடிவில்லாது போய்க்கொண்டே இருக்கவும் இவர்களது வள்ளமும் அவர்களைத் தொடர்ந்துகொண்டே இருந்தது. வெளிச்சங்களை அண்மிக்க அண்மிக்கக் கடலில் பயங்கரமான அலைகள் எழும்பி அடிக்கத் தொடங்கின. வள்ளத்தில் அடித்த அலைகள் வள்ளத்தினுள் நீரை வாரி இறைத்தன. இப்போது பயத்தோடு சேர்ந்து குளிரிலும் பயணிகளுக்கு உதறல்எடுக்கத் தொடங்கியது. இவர்களுக்கு முன்னே சென்றுகொண்டிருந்த வள்ளத்தை இப்போது காண வில்லை. அவர்களுக்கும் பின்னே வருபவர்களையும் காபந்து பண்ணிக் கூட்டிச்செல்லவேண்டுமென்கிற கவனம் அக்கறை

இருந்ததாகத் தெரியவில்லை. பயண முகவனும் அந்த வள்ளத்தில் இருக்கிறானா அல்லது அனைவரையும் அம்போவென விட்டுவிட்டுத் தன்பாட்டுக்குச் சென்றுவிட்டானா என்று பயணிகள் எவருக்கும் தெரியவில்லை.

இவர்களது வள்ளத்தை ஒருவாறு ஓட்டப் பயின்றவனுக்கு இப்போது எந்தத் திசையில் எதை நோக்கி ஓட்டுவதென்று தெரியவில்லை. தடுமாறிக்கொண்டிருந்தான். இரண்டு அலைகள் ஒன்றன்பின்ஒன்றாக வந்து வள்ளத்தை அரைப்பனை உயரத்துக்குத் தூக்கிப் போட்டன. இருந்தும் நல்வாய்ப்பாக வள்ளம் நீரினுள் அமுங்கவில்லை. தப்பித்துக்கொண்டார்கள். இப்போது முன்னரைவிடவும் பிரகாசமான வெளிச்சம் வேறொரு இடத்திலிருந்து தெரிந்தது. அதை நோக்கிச் செலுத்தினான் இளவல். இப்போதும் பெரிய அலையொன்று வள்ளத்தை நோக்கிய திசையில் வந்தது. அலைகள் அடிக்கடி வருவதால் நாம் கரையை அண்மித்திருக்க வேண்டுமென சுதாஸும் பரிசித்தும் நினைக்கலாயினர். நோக்கி வந்த அலையின் பிரமாண்டத்தைக் கண்ட அனுபவமற்ற ஓட்டுநன் அலையின் திசையில் சென்றிருந்தால் ஒருவேளை அது வள்ளத்தைத் தூக்கிப் போட்டுவிட்டுக் கடந்திருக்கும். இவனோ திடுப்பென வள்ளத்தைக் அலைக்குக் குறுக்காகத் திருப்பினான். வள்ளத்தின் பக்கவாட்டில் அடித்த பேரலை எழும்பிக் கீழ் விழுகையில் வள்ளம் முழுவதையும் நீர் நிறைக்கவும் நொடியில் அவர்களைச் சுமந்து வந்த வள்ளம் தாண்டது. பயணிகள் அனைவரும் கடலில் மிதந்து தத்தளிக்கத் தொடங்கினர். மிதக்கும் ஜக்கெட்டின் உதவியால் மிதந்தவர்கள், லேசாக நீந்தத் தலைப்பட்டனர். இம் மரணாவலத்தைவிடவும் ஒரேயடியாகக் கரும்புலியாய்ப் போய் மடிந்திருக்கலாமெனச் சுதாஸ் இப்போது நினைத்தான். பரிசித்து கடற்தொழில் அனுபவமுள்ள மீனவன், நீந்தத் தெரிந்தவன். சுதாஸுக்கு நீச்சல் அனுபவங்கள் கிடையாது. ஜக்கெட்டின் உதவியால் தவளைபோல் மிதந்துகொண்டிருந்தான். கையைக் காலை லேசாகவேணும் அசைக்காமலிருந்தால் தசைகள் கெட்டியாகி வலிக்கத் தொடங்கின. அதனால் லேசாக அசைத்துஅசைத்து முடிந்தவரையில் நீந்த முயன்றுகொண் டிருந்தான். பிறகு வந்த அலைகள் வெளிச்சமிருந்த திசையில் அவனைத் தள்ளிச் செல்வது போலிருந்தது. இவனைப்போல் மிதந்துகொண்டிருப்பவர்கள் எவரும் எவருக்கும் உதவி செய்யும் நிலையில் இல்லை, அவரவர் தம்முயிர் காக்கப் பரிதவிக்கையில் ஒருவரிலிருந்து ஒருவர் பிரிந்துகொண்டிருந்தனர்.

சுதாஸ் அருகில் நீந்தியவர்களின் முகங்களைக் கூர்ந்து பார்த்தான், அவர்களில் எவனும் பரிசித்து இல்லை. குரலெடுத்துப்

“பரிசித்து ... டேய்” என்று கத்தினான். யாரும் எதிர்க்குரல் கொடுக்கவில்லை. வானத்தின் கருமை குறைந்து சற்றே சாம்பலும் மென்நீலமும் செந்நிறமும் தோன்றவும் நெளிந்து கொண்டிருக்கும் அலைகள் மினுங்கத்தொடங்கின. பெரிய வெளிச்சம் வந்த இடத்தில் பல சின்னச்சின்ன வெளிச்சங்கள் ஒரேயிடத்தில் தோன்றத் தொடங்கின. சுதாஸ் முதலில் அது ஒரு கப்பலாக இருக்கலாமென நினைத்தான். கடலில் ஏதோ தாவரத்தின் இலைகளும் மிதப்பது தெரிந்தன. சிறுவெளிச்சங் களை நெருங்கநெருங்க அது கப்பல் இல்லை தரைதான் எனப் புலப்பட்டது. தொடர்ந்து நீந்தி ஒருவாறு கரையை அடைந்தான். கைகால்களை உதறியபடி உடம்பைக் கொஞ்சம் சூடாக்கலாமேயென்று கால்போன திசையில் நடந்தான். விருந்தகத்தைப்போல ஒரு கட்டிடம் தெரிந்தது. அதன் முன்னால் போடப்பட்டிருந்த மேசைகளில் ஒரு ஜாக்கெட்டின் செம்மஞ்சள் தெரியவும் ஓடிப்போய்ப் பார்த்தான். அம்மேசை களில் ஒன்றில் பரிசித்து உதறி நடுங்கியபடி படுத்திருந்தான். இருவரும் ஆனந்த மிகுதியால் ஒருவரை ஒருவர் கட்டி அணைத்துக்கொண்டனர். சிரியன் அகதிகளிலும் நாலைந்துபேர் கரையேறி நடுங்கிக்கொண்டிருந்தனர். அவர்களுள் வள்ளத்தைச் செலுத்தி வந்த இளவலை மட்டும் காணவில்லை. இவர்களுக்கு முன்னே பாய்ந்து வந்த வள்ளத்திலிருந்தவர்கள், ஆபத்தின்றிக் கரைசேர்ந்து விட்டார்களா அல்லது அவர்களது வள்ளத்தையும் அலைகள் தாக்கினவா, அவர்களுக்கு என்ன நடந்ததென்றும் தெரியவில்லை.

இனி எத்திசையில் செல்வதென்று தடுமாறிக்கொண் டிருக்கையில் ஒரு சிறிய ரக வாகனம் அவ்விருந்தகம் இருந்த வீதியால் மெதுவாக வந்தது. இவர்களைக் கண்டதும் வாகனம் அவர்கள் அருகில் வந்து நின்றது. இவர்கள் தாங்கள் வந்த வள்ளம் கவிழ்ந்ததையும் தாங்கள் நீந்திக் கரையேறி நிற்பதைச் சொல்லவும் அவர்கள் எடுப்புத் தொலைப்பேசியில் காவல்துறைக்குத் தகவல் சொன்னார்கள். ஒரு மணிநேரம் கழித்து கருநீலநிறப் பேருந்தில் காவல்துறையினர் வந்து சேரவும் பொழுதும் மெல்லமெல்ல வெளுக்க ஆரம்பித்தது. *(நொவெம்பர் 2.)* இவர்கள் குளிர்தாங்காமல் அணிந்திருந்த லைஃப் ஜாக்கெட்டோடு சேர்த்து ஈரமான பெனியன்கள், ஷேர்ட்டுக்கள், மேலாடைகள் அனைத்தையும் கழற்றி வீசினார்கள். அவர்கள் சூரியன் விரைந்தெழுந்து தம்மீது காயாதாவென ஏங்கினர். குளிர் வருத்துவது தணிய அல்லது பழகிப்போகவும் மெல்லத் தாகமும் பசியும் வருத்த ஆரம்பித்தன. தங்களது வள்ளத்தில் கூடவந்தவர்களில் எவராவது நீந்த முடியாமல்

செத்துப்போயிருப்பார்களோ என்று நினைக்கையில் வருத்தம் மேலிட்டது.

இவர்கள் வந்தடைந்த இடம் கிரேக்கத்துக்குச் சொந்தமான *Aegina* எனும் ஒரு தீவு. கோடைக்காலத்தில் மட்டும் உல்லாசப் பயணிகள் உலாசித்துப்போகும் கிரேக்கத்தின் பல தீவுகளில் அதுவும் ஒன்று. அங்கே குளிர்காலத்தில் மக்கள் நடமாட்டம் எதுவும் இருக்காது. விபத்தைப் பற்றிய தகவல் சொன்ன பின்னரும் கிரேக்கத்தின் எந்தப் படையினரும் பாய்ந்து வந்து கடலில் தேடுதல் நிகழ்த்தவில்லை.

அதுக்காக வந்தவர்களைப்போல வந்த காவல்துறை அங்கு உயிர்தப்பி நின்றிருந்த ஒவ்வொருவருக்கும் விலங்கு மாட்டினார்கள். அவர்களுக்கு "அடே... உயிர் தப்பிப் பிழைத்து வந்திருக்கோம்டா... எதுக்கடா எங்களுக்கு விலங்கை மாட்டுகிறீர்கள். மனிதாபிமானமற்ற விலங்குகளா ..." என்று கத்தவேண்டும் போலிருந்தது. அவர்களுக்குத் தெரிந்த ஒரு மொழியிலுந்தான் அவர்களுக்கு அவ்வாறு ஒரு வசனத்தைக் கோர்க்க முடியவில்லை. "யாரடா உங்களை வரச்சொன்னா... எதுக்கடா வந்தீங்க" என்று அவர்களும் பதிலுக்குக் கத்தலாம் என்றும் மனங்கள் எதிர்த்தர்க்கம் செய்ததுடன் விட்டுவிட்டன.

எல்லோருக்கும் விலங்கிட்டபின் ஒவ்வொருவரும் வரிசையாகப் பேருந்தினுள் ஏற்றப்பட்டனர். அந்தப் பேருந்தே ஒரு சிறைச்சாலையைப்போல் கொட்டுக்களாகப் பகுக்கப்பட்டிருந்தது. கைதிகளாக விலங்கிடப்பட்டவர்களை எதிரெதிராக இருந்த ஒவ்வொரு கொட்டுக்குள்ளும் செம்மறிகள்போல அடைத்துக்கொண்டுபோய் இன்னொரு கடற்படைக்குச் சொந்தமான சிறிய கப்பலொன்றில் ஏற்றினார்கள். அப்பயணம் ஆறு அல்லது ஏழு மணியிருக்கலாம், அக்கப்பல் கரையை வந்தடைந்ததும் மீண்டும் தயாராகவிருந்த ஒரு பேருந்தில் ஏற்றினார்கள். அதுவும் கொட்டுக்களாகப் பகுக்கப்பட்டிருந்தது. அப்பேருந்து அவர்களை *Kastoria*வில் உள்ளதொரு பெரிய சிறைச்சாலையில் கொண்டுவந்திறக்கியது. எல்லாரையும் விசாரித்தபின் காலையுணவு கொடுத்துப் பெரிய கொட்டுக்களில் அடைத்தார்கள். அச்சிறையில் பரிசித்தும், சுதாஸும் 6 மாதங்கள் தடுத்து வைக்கப்பட்டனர். மிகவும் மட்டமான உணவு, மாலையில் ஒரு காப்பி கிடைக்கும். 50 பேருக்கு ஒரு பொதுவான கழிப்பறை. அதிகாலை 3 மணிக்கே எழுந்தால்தான் பத்தாவது நபராகக் கழிப்பறைக்குள் நுழைய முடியும். எல்லா அசௌகரியங்களுடனும் 6 மாதங்களைக் கழித்தபின் வேறொரு நகரத்துக்கு அழைத்துப்போய் அங்குள்ள சிறை

யொன்றில் வைத்து ஒவ்வொருவரையும் தனித்தனியே மீண்டும் விசாரித்தார்கள். விசாரணைகள் முடிந்தபின் ஒரு பத்திரத்தில் 6 மாத விஸா தந்து அவர்களை "எங்கேயாவது போய்த் தப்பித்துக் கொள்ளுங்கள், மீண்டும் எம்மிடம் இங்கே அகப்பட்டீர்களாயின் ஆண்டுக்கணக்கில் உள்ளுக்கு இருக்கவேண்டியிருக்கும் ஜாக்கிரதை" என்று எச்சரித்து விடுதலை செய்தார்கள்.

அங்கிருந்து ஒரு பேருந்தில் 4 மணிநேரம் பயணித்து *Voula*வை அடைந்தனர். அங்கு சற்று ஓய்வெடுத்துக்கொண்டு மீண்டுமொரு பேருந்துப் பயணத்தில் *Khalk* ஊடாக ஏதென்ஸை அடைந்தனர்.

ஏதென்ஸில் பரிசித்தையும் சுதாஸையும் விட்டுத் தனியாகக் கமல்ராஜ் கழன்றுபோய் யார்மூலமோ ஒரு ஃப்ரான்ஸ் நாட்டு விஸாவுள்ள கடவுச்சீட்டு ஒன்றை எடுப்பித்துக்கொண்டு தலையை மாற்றியோ மாற்றாமலோ ஃப்ரான்ஸுக்குப் பறந்து விட்டான்.

தனித்துப்போன சுதாஸும் பரிசித்தும் மீண்டும் ஒரு எளிய ரக விடுதியில் தங்கினர். அங்கிருந்து டெலிகார்ட்டுகள் வாங்கி ஃப்ரான்ஸிலுள்ள நண்பர்களுக்குத் தம் நிலமையைச் சொல்லிப் போன் பண்ணியபோது ஏதென்ஸிலிருந்து ஆட்களை ஏனைய ஐரோப்பிய நாடுகளுக்கு அனுப்பி வைக்கும் ஒரு சிங்களப்பெண் முகவரின் போன் இலக்கத்தை அவர்களுக்குத் தந்தனர். அந்த இலக்கத்துக்குத் தொடர்புகொண்டபோது அப்பெண்ணே பேசினாள்.

"தோழர்களே... இலங்கைத் தோழர்கள் நீங்கள் இப்படி வந்து நடுவழியில் அல்லாடுகிறீர்களே என்பதை நினைக்க எனக்கும் மனசுக்குக் கஷ்டமாயிருக்கு. ஆனால் இப்போ நிலமைகள் எல்லாம் முன்னை மாதிரி இல்லை. எல்லாம் செம ரைற்... புத்தகங்களில் மாற்றங்கள் செய்வதையெல்லாம் இப்போ இலகுவாகக் கண்டுபிடிக்கிறார்கள், ஆனால் நம்பகமான சில ஆட்களைக்கொண்டுதான் காரில் இரகசியத் தடங்களில் உங்களைப் பரீஸுக்கோ சுவிஸுக்கோ கூட்டிச்செல்ல வைக்கலாம்... ஆனால் அந்த வழிக்குத் தலைக்கு *2000$* செலவாகும்" என்றாள். இவர்கள் "நாங்கள் ஏற்கெனவே அலைஞ்சுலைஞ்சுவாறம், இத்தனைப் பணம் இன்னும் செலவழிக்கிற நிலமையிலும் நாங்கள் இல்லை" எனவும் இவர்கள்மேல் அனுதாபித்து "நான் உங்களுக்கு வேணுமின்னா ஒரு ஃபேவர் மட்டும் செய்யலாம்... சரி தோழர்கள் இப்போ எங்கே தங்கியிருக்கிறீர்கள்."

இவர்கள் தங்களின் ஹொட்டல் விலாசத்தைச் சொல்லவும்

"இரண்டு மணிநேரம் கழித்து ஹொட்டலுக்கு வெளியே நில்லுங்கள், நான் வந்து உங்களைப் பார்த்து எல்லாம் நேர்ல சொல்றேன்" என்றுவிட்டுப் போனை அணைத்தாள்.

தந்த வாக்குறுதிப்படியே இரண்டு மணிநேரத்தில் வந்தாள். வந்ததும் " நான்தான் நிலானி" எனும் அறிமுகத்துடன் இருவருக்கும் கைலாகு தந்தாள். முப்பது அகவைகளைக் கடந்திருக்கக்கூடிய கௌரவமான அவளது உடையும், தோற்றமும், உடல்மொழியும், தோழர் தோழர் என்று அவர்களை விளித்துப்பேசியதும் அவள் மேல் இவர்களுக்கும் ஒரு நம்பிக்கையை ஏற்படுத்தின.

"நீங்கள் இரண்டுபேரும் விரும்பினால் புறப்படும்வரையில் என் வீட்டிலேயே தங்கலாம், தேவையான பணத்தைத் தாமதமில்லாமல் எங்கிருந்தாவது எடுப்பியுங்கள், என்னால என்ன பண்ணமுடியுமோ அதைத் தோழர்களுக்கு நான் நல்லபடியாய்ச் செய்துதாறன்" எனவும் அவர்களுக்கும் அது நல்ல பேரமாகப் படவும், இருவரும் புறப்பட்டுப்போய் அவளுடன் தங்கலாயினர். ஒரு வாரம் வரையில் ஏதென்ஸில் நிலானியுடன் தங்கியிருந்த நேரத்தில் சந்தித்த வேறு தமிழர்கள் சிலரும் அவள் முன்னரும் ஏதோ ஒரு தடத்தில் ஆட்களை அனுப்பி அவர்கள் வெற்றிகரமாகப் போய்ச் சேர்ந்திருக்கிறார்களென நம்பிக்கைச் சான்றிதழ் நல்கினர்.

பெண் என்றால் அவள் எத்தனை மோசமானவளாக இருந்தாலும், அவளிடம் ஒரு தாய்மைக் குணமும் இருக்கும். தான் அழைத்துப்போகும் தோழர் பசங்கள் காய்ந்து போயிருக்கிறார்கள் என்பதை உணர்ந்துகொண்டு வழியில் இருவருக்கும் தானியங்கியில் கோப்பி அடித்துக்கொடுத்தாள்.

நகரின் ஒதுக்குப்புறமான ஒரு இடத்தில் இரண்டு படுக்கையறைகள்கொண்ட எளிமையானதொரு வீட்டுக்கு இவர்களை நிலானி அழைத்துப்போனாள். அவ்வீட்டின் கதவில் நிலானி, கிரிஷாந், அனுரா என்று மூன்று பெயர்கள் இருந்தன.

வீட்டுக்கு வந்ததும் நிலானி நொடியில் உடையை மாற்றிக்கொண்டு "நீங்கள் குளிப்பதானால் குளிக்கலாம்" என்று குளியலறையைக் காட்டிவிட்டுச் சமையலறைக்குள் நுழைந்தவள் சாடின் (ரின்) மீனில் பிஞ்சுமிளகாய் வெங்காயம் தூக்கலாகச் சேர்த்தொரு குழம்பும், மிளகுக்குருணல் கலந்தொரு காரச் சம்பலும், சோறும் ஒரு மணிநேரத்தில் சமைத்துக்கொடுத்தாள்.

இத்தனை சீக்கிரம் சோற்றின் தரிசனத்தை ஏதென்ஸில் எதிர்பாராதிருந்த தோழர்களுக்குக் கண்களில் நீர் வரப் பார்த்தது.

இரவானதும் தோழர்களில் ஒருவரை அங்கிருந்த மென்னிருக்கையிலும் மற்றவரை விருந்தினருக்கான ஒரு மடக்குக் கட்டிலையும் விரித்துத் தூங்கச் சொன்னாள்.

பரிசித்தும், சுதாஸும் தாங்கள் பாரிஸிலிருந்தும், ஜெர்மனியிலிருந்துந்தான் பணம் நண்பர்களிடமிருந்து வருவிக்க வேண்டும் என்று தெரிவித்தபோது "நல்லதாய்ப் போச்சு உங்களைக் கடத்திப்போகும் இழுவைப் படகு முகவனும் ஃப்ரான்ஸிலிருந்துதான் வருவான். நீங்கள் அவனிடமே பணத்தைக் கொடுத்தாலும் சரிதான்" என்றாள். இவர்களுக்கும் அவளை நம்புவதைத் தவிர வேறு வழியிருக்கவில்லை.

பாரீஸில் நிலானி தெரிவித்த முகவனிடம் பணம் கைமாறப் பட்டது. ஒரு மாதமாகியும் அவர்களை அழைத்துப்போக யாரும் வருவதாயில்லை.

ஒரு இரவு கோழியிறைச்சியும் பாலடை சேர்த்த மிளகுச் சுண்டக் குழம்புடனுமான பாஸ்ட்டா இரவுச் சாப்பாட்டின்போது நிலானி சீரகத்தில் வடிக்கப்படும் *Samboocaவை* எல்லோருக்கும் பரிமாறினாள். அதைக் குடிப்பதில் ஒரு முறை இருக்கிறது. *Samboocaவை* சிறிய கிளாஸில் ஊற்றி நிரப்பிவிட்டு அதனுள் மூன்று / நான்கு வறுத்த கோப்பி விதைகளைப் போட்டுவிட்டு மிதக்கும் அவ்விதைகளைச் சுவாலை ஒன்றினால் பற்றவைத்தாள். சுவாலை நீலமாய் வளர்ந்து ஒளிர்வதை நிறுத்தவும் எல்லோரும் தூக்கிச் 'சியேர்ஸ்...' சொல்லிக்கொண்டு சுவைத்தார்கள். அன்று மிகையாகக் குடித்துவிட்ட நிலானி தனக்கு ரம்புக்கண கிராமத்தில் பேரிளம் பருவத்திலேற்பட்ட சில காதல் அனுபவங்களை இவர்களுடன் மீட்டு அசை போடலானாள். தசைக்கான வேட்கையோடு மட்டும் வந்த காதல்கள், சம்பத்துகளே இல்லாத பராரியான தன்னோடு தொடரமுடியாதென இடையில் விட்டுச்சென்ற காதல்கள் என்று சொல்ல ஆரம்பித்தாள்.

"அப்போது நாட்டில் சுமாரான வாழ்க்கையை நடத்த வேண்டின் குறைந்தது ஒரு வீடும், மாதாந்த வருமானமும், உடுதுணியும், கொஞ்சமாவது நகைகளும், சேமிப்பும் தேவைப் பட்டன. இப்போது எல்லாமும் உண்டு; மனிதர்களைத்தான் காணவில்லை" என்று அவள் சொல்லிமுடிக்கையில் எருதின் கண்களைப்போல் ஈரலிப்பில் பளபளத்த அவளது கண்களை மேல் சொருகியபடி தன் பால்ய காலத்தில் சற்றுநேரம் திளைத்திருந்தாள். பின் திடீரென 'வாழ்க்கை கொடூரமானது,

அதுதான் என்னையும் சவூதிவரையில் விரட்டிற்று... நானும் ஷேக் ஒருத்தனின் வளமனையில் இரண்டு வருடங்கள் செமையாக மட்டையடித்தவள்தான்' என்று தன் வாழ்க்கையின் கடினமான பகுதிகளையும் மேம்போக்காகச் சொன்னாள், பொதுவாக ஷேக்குகள் தம் வளமனைகளைப் பராமரிப்புச் செய்யவென வைத்திருக்கும் இளம்பெண்களை இரவுகளில் படுத்தும் அக்கப்பாடுகளை அறிந்தவர்களாதலால் அவள் சொல்லச் சொல்லப் பரிசித்தும் சுதாஸும் ஒருவரைஒருவர் ஆயாசத்துடனும், பரிதாபத்துடனும் பார்த்துக்கொண்டனர். இதுபோன்ற நெகிழ்ச்சியான சந்தர்ப்பங்களில் இவர்கள் இலங்கையின் இனப்பிரச்சினை பற்றிப் பொதுவாகப் பேசிக்கொண்டாலும் எந்தச் சந்தர்ப்பத்திலும் சுதாஸின் இயக்க வரலாற்றை மட்டும் நிலானிக்குத் தெரியப்படுத்தவேயில்லை. ஒருவேளை அவள் பயந்து 'நீங்கள் இனிமேல் வேறிடத்தில் தங்குங்கள்' என்றுசொல்லி இவர்களுக்குத் தன் ஜாகையை அடைத்தும் விடலாம்.

நிலானியின் சிறிய வீட்டில் வேறும் இரண்டு இளைஞர்கள் வாழ்ந்தனர். அவர்களில் கிரிஷாந் மீன்பிடி றோலரில் உதவியாளாகப் பணிசெய்துகொண்டிருந்தான், வார விடுமுறை களில் மட்டும் வீட்டுக்கு வருவான். அனுரா மரக்கறிகளும் பழங்களும் இறக்குமதிசெய்து சில்லறை வியாபாரக் கடைகளுக்கு விநியோகம் செய்வதாகச் சொன்னான். அனுராவும் தினமும் வரமாட்டான், வாரத்தில் இரண்டு மூன்று நாட்கள்தான் அங்கே வருவான், வரும்போது தேவைக்கும் மிஞ்சிய அளவில் மரக்கறிகளும், பழங்களும் கொண்டுவந்து சேர்ப்பான். கொடுதலை விருந்தாளிகள்போலத் தங்கிய இருவருக்கும் அவளின் மஞ்சத்திலும் அவ்வப்போ இடமிருந்தது. அவர்கள் எல்லோரும் தமக்குள் உரசல்கள் முறுகல்களின்றி நட்பாகவே இருந்தார்கள், கடைசிவரையிலும் அவர்களில் யார் அவளது புருஷன் என்றோ அல்லது எவருமே புருஷன் அல்லவென்றோ இத்தோழர்களால் கணிக்க முடியவில்லை.

ஒருநாள் எவருடனோ சிங்களத்தில் போன் பேசிக்கொண் டிருந்த நிலானி "எனக்கொரு குறையுமில்லை ... இருவரும் போட்டிப்போட்டுக்கொண்டு என்னை ஒரு இளவரசி மாதிரி கவனித்துக்கொள்கிறார்கள் ... நீயும் *Twin Motor* போட்டு ஓடிப் பார்த்தால்தான் அதன் *Comfort* தெரியும் போடீ" என்றவள் சுதாஸைக் கண்டதும் விஷயத்தைக் கொழும்புவுக்குப் பார்சல் அனுப்புவது பற்றியதாக மாற்றிக் கதைக்க ஆரம்பித்தாள். நிலானி எதுக்கு ஏதென்ஸில் தொங்கிக்கொண்டிருக்கிறாள் என்பதைத் தோழர்களாலும் ஊகிக்க முடியாமலிருந்தாலும், ஏதோவொரு விதத்தில் அவளும் வாழ்வியலின் அகதிதான்

என்பது மட்டும் புரிந்தது. இருந்தும் தினமும் விகசித்த முகத்துடன் 'பயப்பிடாதேயுங்கோ ... தைரியமாயிருங்கோ, எப்படியும் *Schleppers* வந்து உங்களைக் கூட்டிப் போவாங்கள்' என்று இவர்களைத் தேற்றிக்கொண்டிருந்தாள்.

நாளாகவாகத் தோழர்களுக்கு நிலானி வைக்கும் மீன்டின் குழம்பு சவுத்துப்போய் நாக்குகள் மரக்க ஆரம்பித்தன. நிலானியும் தோழர்களிடம் 'நீங்கள் உங்கள் இஷ்டத்துக்கு வேறேதாவது வாங்கி வந்து சமைப்பதனாலும் சமைத்துக்கொள்ளலாம்... எனக்கு ஆட்சேபணை இல்லை' என்று சொல்லிவிட்டிருந்தாள். ஆனால் தோழர்களின் வல்லுவங்கள் *(Purses)* வித்தியாசமாக வாங்கிச் சமைக்கவோ சாப்பிடவோ முடியாதபடி கனதியற்றிருந்தன. நிலானியிடம் சாப்பாட்டுக்குத் தங்கியிருப்பது அவர்களின் சுயமரியாதைக்கு உவப்பல்லவாயினும் அவர்களுக்கு மாற்று மார்க்கமுமிருக்கவில்லை.

ஏதென்ஸிலேயே அகதியாக விண்ணப்பித்தால் ஐ.நா வழங்கும் சமூக உதவிப் பணம் கொஞ்சம் கிடைக்குமென்றாள் நிலானி. அவ்வாறான வேளைகளில் நிஜமாக இவர்களுக்காக அனுதாபப்படுகிறவளைப் போலவுமிருந்தாள். முற்றாகச் சந்தேகப்படவும் முடியவில்லை. அவள் ஏமாற்றுப் பேர்வழியல்ல நல்லவள், *Schleppers* தான் ஏதோ பிரச்சினை பண்ணுறாங்கள் என்றும் சமாதானமாகினார்கள்.

நிலானியின் *Schleppers* யாரும் வருவதாகவில்லை. ஒதுங்கவொரு கூரையும் போசனமுந்தந்து ஆதரிப்பவளைத் தோழர்களாலுந்தான் எப்படிக் கடிய முடியும்? மூன்றாவது மாதமும் ஏதென்ஸில் கழிந்து அவர்களது மொத்தப் பொறுமையும் ஆவியாகிவிட்டிருக்க மாற்றுவழிகள்பற்றிச் சிந்திக்கலாயினர்.

ஏதென்ஸில் அவ்வப்போ கப்பலில் வேலை, இல்லாத போது சிறியளவில் ஹஷீஷ், கஞ்சாவன்ன வணிகங்களோடு குப்பை கொட்டிக்கொண்டிருந்த மாந்தே, ரஹூஃப் என்கிற அல்லக்கைகளின் பரிச்சயமும் இப்போது தோழர்களுக்கு ஏற்படலாயிற்று. அவங்களெல்லாம் மினி மாஃபியாக்கள்; அவர்களோடு அதிகம் பழகவேண்டாமென நிலானியும் எச்சரித்தாள். இருந்தும் அவர்களில் எவரோ ஏற்பாடு செய்து கொடுத்தபடி மசடோனியாவுக்குக் கால்நடையாகப் போகவிருந்த சிறுகுழு ஒன்றுடன் சேர்ந்து இவர்களும் புறப்பட்டார்கள். 3 நாட்கள் நடந்தபின் மசடோனியாவின் எல்லைக் காவல் துறையினரிடம் வகையாகப் பிடிபடவும் அவர்கள் திரும்பவும் இவர்களை வண்டியிலேற்றிக் கிரேக்கத்தின் எல்லையில் கொண்டுவந்து இறக்கிவிட்டார்கள். அங்கே காத்திருந்தும்,

சுற்றித்திரிந்தும் சிலநாட்களைக் கழித்தபின் இன்னொரு குழுவுடன் சேர்ந்து மீண்டும் வேறுவழியினூடாக மசடோனியாவினுள் நுழைந்தனர். நடக்கையில் அடிக்கடி சுதாஸ் சிரித்துக்கொண்டு வருவதைக் கவனித்த பரிசித்து "இப்போ எதுக்கு இளிக்கிறாய்" என்று கேட்டான். "இல்லப்பா... மஹா சக்கரவர்த்தி அலெக் ஷாண்டரின் நாட்டினூடாக நடக்கின்றோமாம், அவனது பல்லாயிரம் குதிரைகளில் இரண்டு இருந்தால் நம் பயணத்துக்கு எத்தனை சௌகரியமாக இருக்கும் என நினைத்தேன், சிரிப்பு அதுவாய் வந்தது" என்றான். மேலும் 10 நாட்கள் மெல்லமெல்லக் கால்நடையாகவே மெசடோனியாவின் 300km தூரத்தையும் நடந்துநடந்து சேர்பியாவை அடைந்தனர்.

இவர்கள் தேர்ந்துகொண்ட தரைவழிப் பாதையினூடாக ஜெர்மனியின் எல்லையைத் தொட 2300km நீண்ட சேர்பியாவை யும் கடக்க வேண்டும். அதையும் தாண்டிவிட்டால் ஹங்கேரியில் இன்னும் 200km தூரமும் இருந்தன.

சேர்பியா பொருளாதாரத்தில் வறட்சியான நாடு. உலக வங்கியின் வறுமை நிரலில் 70ஆவது இடத்திலிருப்பது. இவர்கள் கடந்துவந்த வழிகளில் இவர்களுக்குத் தேவையான பொருட்களை வாங்கக்கூடிய கடைகளோ, சிற்றுண்டிச் சாலைகளோ அதிகம் இருக்கவில்லை. வழியில் தோட்டங்களில் கிடைத்த காய்கறிகளில் முடிந்தவற்றைப் பச்சையாக உண்டும் ஊருணிகள், வாய்க்கால்களில் இருந்த வெள்ளத்தைக் குடித்தும் உயிர் பிழைத்தனர். இவர்களைப் போலவே சேர்பியாவைக் குறுக்கறுத்து, விஸாவோ, கடவுச்சீட்டுக்களோ இல்லாத சிரிய அகதிகளும், சில சிந்திய / றோமா நாடோடிகளும் ஆஸ்திரியா, ஹங்கேரி ஆகிய நாடுகளை நோக்கிக் கால்நடையாகச் செல்வதுண்டு. இந்நாடோடிகளுக்குப் புவிப்பந்தில் சொந்தமாக ஒரு நாடும் இல்லையாதால் அவர்களை ஐரோப்பிய நாடுகள் எதுவும் விரட்டப்படாது என்று ஐ.நா. சபையில் தனிச்சட்டமே உண்டு. அகதிகளைக் கைது செய்தால் அவர்கள் அங்கே தஞ்சம்கோருவார்கள், தஞ்சம்கோரும் அனைவரையும் வைத்துத் தாபரிக்கும் பொருண்மிய நிலையில் சேர்பியாவோ இல்லை, தாபரித்தாலும் ஐ.நா.வின் அகதிகள் ஆணையம், ஐரோப்பியன் யூனியன் எதிர்பார்க்கும் தரத்துக்கு உண்டி உறையுள் கொடுத்துப் போஷிக்க வேண்டும். பரதேசிகளையும், நாடோடிகளையும், ஏதிலிகளையும் காவல்துறையாலோ இராணுவத்தாலோ குறுக்கீடுகள் செய்யாமல் அவர்களைத் தம்பாட்டுக்கு நாட்டைக் கடந்துசெல்ல விட்டுவிடுவதே சேர்பியாவுக்குச் சிலாக்கியம்.

நடக்கத் தொடங்கிவிட்ட தோழர்களுக்கு ஆரம்பத்தில் ஒரு நாளைக்கு 20 கி.மீட்டருக்கும்மேல் நடக்க முடியவில்லை.

மூட்டுக்களில் வலியும் பாதங்களில் எரிவும் ஏற்பட்டன. சேர்பியாவில் வீதிகளின் அழுத்தமும் எல்லா இடங்களிலும் ஒரேமாதிரி இருக்கவில்லை. போருக்கு முன்னரான நம் தேசத்தின் வீதிகளை நினைவூட்டின பலபாட்டைகள். நெடுந்தூரம் போகும் வாகனங்களின் ஓய்விடங்களில் அமரக்கூடிய விதத்தில் வாங்குகளும், கழிப்பறை வசதிகளும், சிலவிடங்களில் சிற்றுண்டிக் கடைகளும் இருந்தன. அவ்வாறான ஒரு இடத்தில் ஓய்வாக அமர்ந்திருக்கும்போது இவர்களுக்குப் புல்லுக்குள் 18 செ.மீட்டர் நீளத்தில் ஒரு சமையலறைக் கத்தி இருப்பது தென்பட்டது. இவர்களுக்கும் முன்னர்வந்து அவ்விடத்தில் சமையல் செய்த யாரோ அதை மறந்துவிட்டுப் போயிருக்கலாம். எதற்கும் இருக்கட்டுமென்று சுதாஸ் அதைத் தன் முதுகுப் பையினுள் வைத்துக்கொண்டான்.

நடைப்பயணம் தொடர்ந்தது. அடுத்த ஐந்தாறு கிலோ மீட்டர் கடந்திருப்பார்கள். ஒரு வயலில் விளைந்த சீனிக்கிழங்கு களை அறுவடை செய்துகொண்டிருந்தார்கள். அவர்களிடம் 2 கிழங்குகளைப் பெற்றுக்கொண்டு மேல் நடக்கவும் ஒரு பண்ணைக்கொட்டாரம் வந்தது. அக்கொட்டாரத்தில் கோடைக்காலத்தில் மாடுகளைக் கட்டுவார்கள். அதற்குள் இப்போது மாடுகள் எதுவும் இல்லாமலும் நல்ல சுத்தமாகவும் இருந்தது. இவர்களிடம் வட்டவடிவிலான பிஸ்கெட் டின் ஒன்றிருந்தது. சீனிக்கிழங்கின் தோலைச்சீவி அதைத் துண்டுகளாக நறுக்கி அந்த டின்னினுள் போட்டு அவித்தார்கள். வள்ளிக்கிழங்கைப்போலக் கரணைகளோடிருந்த அக்கிழங்கின் அவியலோடு அன்றைய இரவுச் சாப்பாடு நிறைவுகண்டது. பெரு நகரங்களை இணைக்கும் சேர்பியாவின் வீதிகள் எதிலும் வீதிவிளக்குகளும் இருக்கவில்லையாதலால் அம்மாட்டுக் கொட்டாரத்தில் ஒருவாறு இரவைக் கழித்துவிட்டு அதிகாலையிலே எழுந்து பொழுது புலரமுதலே நடக்கத் தொடங்கினார்கள்.

சேர்பியாவுக்குள் நடக்க ஆரம்பித்ததும் வழிவழியே அங்கங்கே சில பியேர்ஸ், ஆப்பிள், அப்பிறிகொஷ், செறி, பிளௌமன் போன்ற பழத்தோட்டங்கள் தென்பட்டன. அவற்றைப் பறிக்காதே எனச் சொல்லவோ, இவர்களை விரட்டிவிடவோ யாரையும் காணவில்லை. பறித்து உண்டவைபோக அவர் களால் காவக்கூடிய அளவுக்குக் கனிகளைத் தம் முதுகுப் பைகளில் நிரப்பிக்கொண்டு நடந்தார்கள். அன்று மாலை சீக்கிரம் வந்துவிட்டது. மரங்களுக்கப்பால் சூரியன் சரிந்து மறையத் தொடங்கினான். வானமும் முகில்கள் இல்லாமல் கருமைப்பட்டுமிருந்தது. ஒருசிறு மழை இறங்கினாலும் இறங்க லாம். இரவைக் கழிக்கக் கண்ணுக்கெட்டிய தூரத்தில் ஏதாவது

தாவர விருட்சத்தைத் தேடித் தொடர்ந்து நடக்கையில் ஒரு சூரியகாந்தி இலைகளைப்போலப் பெரிய இலைகளாலான செடிகளைக்கொண்ட சிறிய ஆனால் அடர்த்தியான காடு ஒன்று வந்தது. ஊரில் சாரணர் பயிற்சி முகாம்களில் செய்ததைப் போன்று கையில் எடுத்துவந்த துணியாலான பையைக் கத்தியினுதவியோடு கீலங்கீலமாகக் கிழித்து அச்செடிகளின் அங்குரப் பகுதியை ஒரு கூடாரமாக வளைத்துக்கட்டிவிட்டுத் தரையில் தமது படுக்கைத் துணியை விரித்துத் தூங்கி இரவைக் கழித்து உயிர் தரித்தனர். நாரைகளை விளித்துத் தூது அனுப்பலாம், ஆனால் யாருக்கு என்ன தூது என்பதும் புரியவில்லை. குளிர்கையில் இன்னும் நாலு பாக்கெற்று சிகரெட்டுக்களை எடுத்து வந்திருக்கலாம் என்று சுதாஸ் நினைத்தான். பொழுது விடியவிடிய அப்பிரதேசத்தின் குளிரும் அதிகரிக்கத் தொடங்கியது. நடந்து ஓய்ந்த காற்தசைகள் கல்லாகக் கெட்டித்தன. சூடெழும்ப ஒருவர் காலை ஒருவர் தேய்த்துவிட்டுக்கொண்டனர். மேலும் தூங்க முடியவில்லை. எழுந்து நடப்பதைத் தவிர வேறு வழியில்லை. எழுந்து நடக்கையில் வழியில் ஒரு கண்மாயும் அதன் அடியில் 'கிளுக்' 'கிளுக்' கென்று தண்ணீர் ஓடிக்கொண்டிருப்பதைக் கண்டதும் அதிலேயே பற்களைத் துலக்கி முகங்களைக் கழுவிக்கொண்டு நடக்கலாயினர். ஐந்தாறு கி.மீட்டர் கடந்திருப்பார்கள்.

இவர்களின் பின்னாலிருந்து ஒரு சிற்றுந்து வந்தது. இவர்கள் சும்மாவொரு நப்பாசையில் கையைக் காட்டி அதை மறித்துப் பார்த்தனர். வண்டி அவர்களையும் 100 மீட்டர் அப்பால் தாண்டித் தொலைவாகப் போய் நின்றது. ஒருவேளை எல்லைக் காவற்படையினர்தான் குடிசார் உடையில் வருகிறார்களோ என்கிற பயம் லேசாக வரவும் சந்தேகத்துடன் இவர்கள் நிறுத்தப்பட்டிருந்த அவ்வண்டியைத் தம்பாட்டுக்குக் கடந்துபோனார்கள். கடைப்பார்வையை அதற்குள் வீசியபோது அவ்வுந்தின் கூண்டினுள் 25 வயது மதிக்கக்கூடிய ஒரு இளைஞனும், மாலை வயதாகிவிட்ட இன்னொருவரும் இருந்து இவர்களைக் காட்டித் தமக்குள் ஏதோ தர்க்கித்துக்கொண்டிருக்கவும், மெல்ல அவர்களை நெருங்கி "*Bonjour* (வணக்கம்). நாங்கள் ஹங்கேரியின் திசையில் போய்க்கொண்டிருக்கிறோம். உங்களால் முடிந்தளவு தூரம் எங்களையும் இட்டுச்செல்ல முடியுமா" என்று விநயமாகக் கேட்டார்கள். இவர்களின் தோற்றத்தைப் பார்த்துவிட்டு இருவரும் ஒரு முடிவுக்கு வந்தவர்களாக அவர்களை வண்டியினுள் ஏற்றிக்கொண்டனர். 8 மணிநேர ஓட்டத்தின் பின் *Novi Sad* எனும் இடத்தில் தாம் இனி வேறுதிசையில் போவதாகச் சொல்லி அவர்களை இறக்கிவிட்டுச் சென்றனர்.

சிற்றுந்துக்காரரின் சகாயத்தில் நீண்ட சேர்பியாவின் பாதித் தூரத்தைக் கடந்தாயிற்று. பகல்பொழுது கழிந்துவிட மீண்டும் மாலை வந்தது. முதுகுப் பையிலிருந்த பழங்களை இயலுமான வரை சாப்பிட்டுவிட்டு எம்மைக் கடந்து சென்றுகொண்டிருந்த ஒவ்வொரு வாகனத்தையும் அபயம் அருள்வார்களென்ற நம்பிக்கையுடன் திரும்பித்திரும்பிப் பார்த்தபடி மெல்ல நடந்து கொண்டிருந்தவர்களை எவனாவது நிறுத்தவோ, 'யாரடா நீங்கள்,' 'எங்கடா போகிறீர்கள்' என்று அக்கறைப்படவோ இல்லை.

இருபுறமும் குளிர்வலயக் காடுகளிருந்த சாலையில் மரங்கள் அடர்த்திக் குறைந்த வெட்டையொன்று வந்தது. அதன் கிழக்குப் பக்க எல்லைபோல் உயரமான செடிகள் வரிசையாக வளர்ந்திருந்த இடத்தையொட்டி யாரோ போட்டுவிட்ட பந்தலைப் போலவும் நம்மவூர் வைக்கோல் சூடுபோலவும் ஒரு குவியல் தெரிந்தது. நெருங்கிப்போய்ப் பார்த்தார்கள். தொங்கிக்கொண்டிருந்த கொடிகளை விலக்கித் தலையை நுழைத்து இருட்டுள் விட்டால் உள்ளே என்ன இருக்கென்றே தெரியவில்லை.

சுதாஸ் துணிச்சலாக ஒரு காலை உள்ளே வைத்துப் புகுர முயலுகையில் பரிசித்து "உள்ள பாம்பு பூரான் கிடந்து கொத்தினாலும்... விசர்வேலை பாக்காதை. வெளிய வா..." என்று அலறவும் அதற்குள்ளிருந்து ஏழெட்டு முயல்கள் வெளியே பாய்ந்து ஓடின.

"...ம் ம் ம் நாங்கள் அதுகளின் இடத்தை அபகரித்தால், அதுகளும் பாவம் இராவைக்கு அந்தரிச்சுப்போடும்..." என்றுவிட்டுத் தொடர்ந்து நடந்தனர். சாலையிலிருந்த அறிவிப்புப் பலகையொன்று இன்னும் 1500 மீட்டர் தொலைவில் வாகனங்களுக்கான தரிப்பிடமொன்று வருவதாக அறிவித்தது.

அவ்விடத்தின் தரிப்பிடத்தில் கியோஸ்க் வகையிலான கடைகளோ, அருந்தகமோ எதுவும் இருக்கவில்லை. நெடுந்தூரம் பயணிக்கும் பாரவூர்திகள் தங்கி ஓய்வெடுத்துச் செல்லும் அவ்விடத்திலிருந்த ஆசனங்களில் இவர்கள் ஓய்வாக அமர்ந்திருந்தபோது தனது பாரவுந்தை ஒரு சிற்றுந்தைப் போல ஒடித்து மடக்கி லாவகமாகத் திருப்பி அதற்கான தரிப்பிடத்தில் நிறுத்திவிட்டு ஒரு உதை பந்தாட்டாக்காரரைப் போலக் கட்டைக்களிசானும், டீ–ஷேர்ட்டும் அணிந்திருந்த சாரதி தன் இருக்கையிலிருந்து கதவைத் திறந்துகொண்டு கீழே குதித்தாள். குதித்தவள் ஐந்து நிமிஷங்கள் நின்றநிலையில் நிலை மெதுவோட்டம் செய்தாள். பின் சாவகாசமாக "*Bonjour*" சொல்லியபடி இவர்கள் அருகிலிருந்த வாங்கில் வந்தமர்ந்து

சிகரெட் ஒன்றை எடுத்து அதை அனுபவித்துப் புகைத்தவள், ஏதோ நினைத்துக்கொண்டவள்போல அப்பாக்கெற்றை இவர்களுக்கும் நீட்டி 'வேண்டுமா' என்று அபிநயித்தாள். சுதாஸ் மகிழ்ச்சியுடன் ஒன்றை வாங்கிப் புகைத்தான். புகை நெஞ்சுக்குள் இறங்கியதும் அவனது மூளை விவேகத்துடன் இயங்கத் தொடங்கவும் அப்பாரவுந்தின் இலக்கத் தகட்டினை ஆராய்ந்தான். அது ஹங்கேரியில் பதிவுசெய்ததாயிருக்கவும் முகத்தில் ஒரு புன்னகை சேர்த்துக்கொண்டு அவளிடம் "*Madam……… Can you speak English?*" என்று கேட்டான்.

"*Very little*" என்று சாரதி புன்னகைக்கவும்

"*Madam… we go to Almania,* (ஜெர்மனி) *Could you please take us with you?*"

சற்று நேரம் யோசித்தவள் "*Okay… Guys, I am not going to Almania… but I can take you as far as I can*" என்றுவிட்டுப் பாரவுந்தின் கூண்டினுள் இவர்களை ஏற்றிக் கூட்டிவந்தாள். அடிக்கடி போய்வரும் வாகனமாதலால் ஹங்கேரியின் நுழைவு எல்லையில் சோதனைகளோ, வேறெந்தக் கக்கிசங்களோ இருக்கவில்லை. 10 மணிநேரவோட்டத்தில் ஓய்வுக்காக நிறுத்திய இடங்களில் எல்லாம் கோப்பியும் சிற்றுண்டியும் அவர்களுக்கு வாங்கிக்கொடுத்தாள். "இப்படிச் சரளமாக ஆங்கிலம் பேசுகிறீர்களே …"என்று அவர்கள் வியந்தபோது தான் 3 X அரையாண்டுகள் *Warsaw*வில் ஆங்கிலம் படித்ததாகச் சொன்னாள். கடைசியாக ஹங்கேரியின் *Budapest*ஐ அண்மிக்கவும் பாரவுந்துகள் சந்திக்கும் பிரதான ஓய்விடமொன்றில் நிறுத்திவிட்டு இவர்களுக்குக் கோப்பியும் முந்திரி வத்தல் சேர்த்த பண்ணும் வாங்கித் தந்தாள். இவர்கள் அவளது பேருதவிக்குப் பகரமாக 100 $ பணத்தை எடுத்து நீட்டவும் வாங்க மறுத்தாள். "இனி *Almania* போகும் பேருந்துகள் எதிலாவது முயன்று பாருங்கள், ஜெர்மனிக்கு இன்னும் 600கிலோ மீட்டருக்குள்ளாகத்தான் இருக்கும். நல்வாய்ப்புக்கள் மேலும் அமையட்டும்" என்று வாழ்த்தி விடைபெற்றாள். என்ன நாங்களா இவ்வளவு தூரத்தைப் பயணிக்கிறோம்? நடப்பதெல்லாம் ஏதோ கனவில் நிகழ்வதைப் போலிருந்தன அவர்களுக்கு.

அவ்விடத்தில் நின்று ஜெர்மனி செல்லும் பாரவுந்தின் சாரதிகள் பலரிடமும் தம்மையும் கூட்டிச்செல்லும்படி கேட்டுப் பார்த்தனர். எவரும் சம்மதிக்கவில்லை. சிலர் பேசவே விரும்பவில்லை. போலந்துக்காரன்போலத் தோன்றிய ஒருவன் மட்டும் "இடர்கழி மிகுந்த சமாச்சாரம் இது … ஆளுக்கு 500€இயூரோ தருவீர்களாயின் அதுபற்றிச் சிந்திக்கலாம்" என்றான்

கறாராக அவர்கள் கண்களை நோக்காமலே. அவ்விடத்திலும் அரைநாள் கழிந்தது.

Budapest இன் புறநகரத்தில் நின்று இனி ஒரு பிரயோசனமும் இல்லை. நகரத்துட் சென்றாலாவது மேற்கொண்டு என்ன செய்வதென்று யாரையும் தொடர்புகொண்டு ஆலோசனைகள் கேட்கலாம். இருவரினதும் *Sneaker* சப்பாத்துகளும் பாதங்கள் தேய்ந்ததோடு மேற்பாதம் மடியுமிடத்தில் மடிந்துமடிந்து வெடித்துச் சிரிக்கத் தொடங்கியிருந்தன. இனி ஒரு உள்ளாடை வாங்குவதானாலும் அது ஜெர்மனியில்தான் என இருவரும் உள்ளூர மானசீகமாகப் பிரதிக்னை எடுத்திருந்தவர்கள் நகரத்தை நோக்கி நடக்கலாயினர். எங்கள் ஊர்களிலாயின் நாம் மிதியுந்தில் செல்லும்போது ஒருவர் வீதியில் தனியாக நடந்து போய்க்கொண்டிருந்தால் நிறுத்தி அவரை விசாரிப்போம், முடிந்தால் சிறிது தூரத்துக்காவது அவரையும் ஏற்றி மிதித்துக்கொண்டு செல்வோமல்லவா? இங்கே சாலையில் நிமிடத்துக்கு 100 வண்டிகள் 'ஸ்க்' 'ஸ்க்' என்று அவர்களை விலத்திக்கொண்டு தம்பாட்டுக்கு முன்னேறிச் சென்றுகொண்டிருந்தன. இருந்தும் எவனுக்காவது எவன் நடக்கிறான், எவன் விந்திறான், எவன் தவழுகிறான் என்கிற கவலைகள் இல்லை. *Budapest*இல் மலிவான வாடகையில் இரண்டு நாட்கள் *Caritas* அமைப்பின் விடுதியொன்றில் தங்கமுடிந்தது. அங்கிருந்தும் வெளியேறி ஒருவாரம் பல இடங்களிலும் தங்கியொரு விருந்தினர் விடுதியொன்றில் அறைக்காகப் பதிந்துவிட்டுக் காத்திருந்தபோது காவல்துறையினர் வந்து ஏதோ கிறிமினல் குற்றவாளிகளைப் போல அவர்களின் கையிலும் கழுத்திலும் கம்பி வளையங்களை மாட்டிக் கூட்டிச்சென்றனர்.

*Budapest*இல் தமிழ் மொழிபெயர்ப்பாளர் எவரும் கிடையாததில் ஒரு அரபு மொழிபெயர்ப்பாளருடன் ஆங்கிலத்திலும் அரபியிலும் சமாளித்தனர். 'நீங்கள் அரசிடம் அரசியல் தஞ்சத்துக்கு விண்ணப்பிக்கலாம் அல்லது அடுத்த விமானத்தில் ஸ்ரீலங்காவுக்கு அனுப்பப்படுவீர்கள்' என்று அவர்களைப் பயங்காட்டினான் மொழிபெயர்ப்புக்கு வந்திருந்த அரபுக்காரன். அங்கே அரசியல் தஞ்சம் விண்ணபித்த பின்னும் காரணம் சொல்லாமல் 5 மாதங்கள் திறந்தவெளிச்சிறையில் வைக்கப்பட்டனர். அதொரு வித்தியாசமான சிறைச்சாலை. அங்கிருக்கும் கைதிகளுக்கு வெளியில் சென்றுவர அனுமதி இருந்தது. ஆனால் இவர்களுக்கு எங்கேபோய், யாரைச் சந்திப்பது என்பது மட்டும் தெரியவில்லை. இவர்களால் துருக்கியிலிருந்தும், கிறீஸிலிருந்தும் தொடர்புகொள்ள வாய்ப்பிருந்ததைப் போல அங்கிருந்து ஃப்ரான்ஸில், ஜெர்மனியில் இருக்கும் உறவுகள்

நட்புக்கள் எவரையும் தொடர்புகொள்ளவோ அவர்களுக்கு 'உங்களுக்கு அருகாகத்தான் ஒரு நாட்டில் சிறையிலிருக்கிறோம்' என்று தெரிவிக்கவோ முடியவில்லை.

இவர்களைப்போல் அச்சிறையில் இருந்தவர்களில் ஒரு பங்களாதேஷ்காரரின் ஏற்பாட்டில் ஒரு இரவில் தலைக்கு 100€ இயூரோ கொடுத்துச் சிற்றுந்தொன்றில் 45 பேரை அடைத்து இரவிரவாக வயல்காடுகளுக்கு டிராக்டர்/அறுவடை வண்டிகள் போய்வருவதற்காக அமைக்கப்பட்டிருந்த கரடுமுரடான பாதைகளில் ஐந்தாறு மணித்தியாலங்கள் ஓடி ஜெர்மனிக்குள் கொண்டுவந்து இறக்கிவிடப்பட்டனர். (15.07.2016)

அதிவேக விரைவுச் சாலையிலிருந்து (Autobahn) மாநகரச் சாலை (Bundesbahn) கிளைக்கும் ஒரு இடத்தில் ஜனசஞ்சாரமற்ற தொரு காட்டுப் பிரதேசத்தில் இவர்களை இறக்கிவிட்ட சிற்றுந்து கணமும் தாமதிக்காமல் திரும்பிப் பறந்தது.

ஜெர்மனிக்குள் காலடி எடுத்துவைத்ததும் போர்மேகங் களும், பொலீஸ் துரத்தல்களும் இல்லாத ஒரு தேசத்தில் அவர்களால் பாதங்களைப் பரப்பிவைத்து நின்று நிம்மதியாக மூச்சை ஆழமாக இழுத்துவிட முடிந்தது. ஒரு வகையிலான சுதந்திரக்காற்று அது!

இவர்களுக்கு இது எந்த இடம், இனி எங்கே எந்நகரத்தின் திசையில் செல்லவேண்டும் என்பதெல்லாம் தெரியவில்லை. நடைமேடை இல்லாத விரைவுச் சாலையோரமாக நடக்கப் படாது என்கிற விபரமே தெரியாமல் நடக்கத் தொடங்கினர். அவ்வீதியில் சென்ற வாகனம் ஏதோ இவர்களின் பாதயாத்திரை பற்றிக் காவல்துறைக்கு அறிவித்திருக்க வேண்டும். அரைமணி நேரத்துக்குள்ளாக இரண்டு பேருந்துகளில் காவல்துறையினர் வந்து அனைவரையும் அள்ளிச் சென்றனர். இவர்களை ஒரு காவல்நிலையத்தில் ஒவ்வொருவரையும் தனித்தனிப் படம் பிடித்து, விரல் அடையாளங்களையும் பதிவுசெய்தபின், ஒவ்வொரு வருக்கும் 2 வார வதிவிட அனுமதி வழங்கி அனைவரையும் பேருந்துகளிலேற்றி Schwalbach என்னுமிடத்திலுள்ள அகதிகள் முகாமில் கொண்டுபோய்ச் சேர்த்தனர். அது ஜெர்மன் அரசின் Karlsruheவிலுள்ள சமூகநீதி & மனித உரிமைகளுக்கான தீர்ப்பாயத்தால் நேரடியாகக் கண்காணிக்கப்படும் அகதிகள் முகாம். ஆதலால் கவனிப்புகள் பிரமாதமாக இருந்தன. மதியம் 11:00 மணியளவில் அனைவருக்கும் பாணும் (ரொட்டி) தேநீரும் வெண்ணெய்/பாற்கட்டிகளும், ஜாமும் பழங்களும் தாராளமாக வழங்கப்பட்டன. உடனே அனைவருக்கும் உணவு அட்டையும் வழங்கப்பட்டது. அதில் இவர்கள் தமக்கான உணவுகளைத்

தாமே தேர்வுசெய்ய வகை செய்யப்பட்டிருந்தது. மீண்டும் ஒரு மணிநேரத்தில் அனைவரையும் நீண்ட உணவுக்கூடத்தினுள் அழைத்துப்போய் மதிய உணவாக குலாஷ் சூப்பும், அவித்த பச்சைப் பட்டாணியும், காய்கறிகளும், முட்டைகளும், கெட்டித்தயிரும் வழங்கப்பட்டன.

20 வரையிலான இலங்கையருட்பட உலக வரைபடத்தி லுள்ள அனைத்து தேசத்திலிருந்தும் அங்கே 300 வரையிலான அகதிகள் குடும்பங்களாகவும் , தனியனாகவும் இருந்தனர். 'ஓ ... ஏதிலிகள் நாம் மட்டுமல்ல இன்னும் இருக்கிறார்கள் எம் மக்கள் குழுமத்துக்குப் பலம் சேர்க்க' என்றொரு தெம்பும் மனதில் பிறந்தது. எல்லோருக்கும் வசதியான அறைகளும் கட்டில்களும் அன்றே வழங்கப்பட்டன. அறையில்போய் அமர்ந்ததும் இருவரும் சாவகாசமாக ஊருக்கு இலிகிதங்கள் எழுதி அஞ்சல் செய்தனர்.

Schwalbach அகதிகள் முகாமும் ஒரு வகையிலான திறந்தவெளி முகாம்தான். அவர்களிடம் அனுமதி பெற்றுக்கொண்டு உள்ளிருப்பவர்கள் வெளியிலும், வெளியிலிருப்பவர்கள் வந்து உள்ளே இருப்பவர்களையும் பார்த்துச்செல்லவும் அனுமதிக்கப்படுவர். அகதிகளின் கைச்செலவுக்கு அவர்களுக்குப் பிரதிவாரமும் 25€ இயூரோ தரப்பட்டது.

Karlsruhe இலிருந்து நாலைந்து அதிகாரிகள் தினமும் வந்து புதுவரவாளர்களாகிய அவர்களை மொழிபெயர்ப்பாளரின் உதவியுடன் விசாரித்தனர். பரிசித்திடமும் சுதாஸிடமும் விசாரித்துப் புறப்பட்டதிலிருந்து இற்றைவரையுள்ள முழுக்கதையையுமாக அவர்கள் சொன்னவற்றைப் பக்கம்பக்க மாக எழுதிக்கொண்டு போனார்கள்.

தோழர்களின் *Schwalbach* முகாம் வாழ்க்கை மூன்று மாதங்களே தொடர்ந்தன.

அங்கிருந்தும் இவர்களோடு 15/20 பேரைச் சேர்த்து *Karlsruhe* விலுள்ள வேறொரு முகாமுக்குச் செல்லும்படி ஒரு மாத தற்காலிக விஸாவும் தொடரிக்கான பயணச்சீட்டுந்தந்து அனுப்பினார்கள். அம்முகாமில் ஸ்ரீலங்காக்காரர்களைத் தாவர போஷணிகளென நினைத்து அவர்களை மட்டும் பொதுச்சமையலறையில் தம்பாட்டுக்குச் சமைத்துக்கொள்ள அனுமதித்தனர். அவர்களை மாலையில் கிரிகெட் விளையாட மன்னாரைச் சேர்ந்த பாஸ்டர் ஒருவர் வந்து வெளியே கூட்டிச் செல்வார்.

அங்கு வாழ்ந்த காலத்தில் அறைகளைத் துப்புரவாக்குதல், படுக்கைகளுக்குப் புது/சலவை விரிப்புக்கள் விரித்தல்,

இடர்க்காப்புச் சேவை, பார்வையாளர்கள் வருவதைக் கண்காணித்தல், உணவு விநியோகவிடத்தில் உண்டாகும் அடிதடி களைச் சமரசம் பண்ணுதல் போன்ற சோஷியல் வேலைகளைச் செய்தனர். அதற்காகத் தனியாகச் சம்பளம் தந்தார்கள். அதையே சேமித்து அவர்களுக்குக் கிறீஸுக்கும், குர்திஸ்தானுக்கும் பணம் அனுப்பிய உறவுகளின் கடன்களை அடைத்தனர். நிலானிக்கும் போன்பேசி அவளின் சுகம் விசாரித்தார்கள். அவளிடம் கொடுத்த இயூரோ பற்றி எதுவும்பேசி மனதைப் புண்படுத்த விரும்ப வில்லை. அம்முகாமிலும் 6 மாத வாழ்க்கை கழிந்தது. அங்கிருந்த போது நண்பர்கள் மூலம் வேறு ஜெர்மன் தமிழர்களின் தொடர்புகளும் ஊடாட்டமும் நட்பும் அதிகரித்தன.

மாதங்கள் செல்ல முகாமிலிருக்கும்போதே 2017–2019 சுதாஸுக்கு ஒரு ஜெர்மன் உணவகத்திலும், பரிசித்துக்குச் செய்திப் பத்திரிகை விநியோகிக்கும் வேலையும் கிடைத்துவிட இருவருமாக *Rosenheim* எனுமிடத்தில் குறைவான வாடகையில் ஒரு வீட்டை வாடகைக்கு எடுத்துக் குடியேறி அதில் வதியலாயினர்.

❍

மலேஷிய முனைவர். ஸ்ரீ லக்ஷ்மி, எம் பத்மநாப ஐயருடன் சேர்ந்து தொகுத்த 'திரைகடல் தந்த திரவியங்கள்' (2022) எனும் கதைகளின் தொகுப்பில் இக்கதை 'ஒரு பாய்மரத்துப் பறவை' என்ற தலைப்பில் இடம்பெற்றிருந்தது.

2

ஒரு பாய்மரப் பறவை - 2

அதுவொரு விடுமுறைநாள். குளித்துவிட்டு வந்த பரிசித்து கழுத்து, அக்கிளுக்கெல்லாம் ஓடிகொலோன் தடவிக்கொண்டு எங்கேயோ சங்கையாகப் புறப்பட்டுக்கொண்டிருந்தான். சுதாஸ் 'வெளியே போகிறவனை எங்கே போகிறாய் என்று விசாரிக்கப்படாது' அவனாக ஏதாவது சொல்லிக்கிறானாவென மௌனம் காத்தான்.

காப்பிவடிக்கருவியில் தயாராகிவிட்ட காப்பியை இரண்டு கோப்பைகளில் ஊற்றிப் பரிசித்துக்கானதை அலங்கரிப்பு மேசையின் மேலும் தனது கோப்பையைத் தன் கணினி மேசையிலும் வைத்துவிட்டு உடைகொளுவியில் தொங்கிய ஜக்கெட்டினுள்ளிருந்து சிகரெட்டுப் பாக்கெற்றை எடுக்கையில் பரிசித்து,

"*Freiburg*இல ஜெகசோதி என்றொரு பிரமுகர் இருக்கிறார் மச்சான்... கொஞ்சம் செல்வாக்குள்ள *Guy* போலயிருக்கு... அவர்தான் இங்கே தமிழ்ச் சங்கத்துக்கும் தவிசாளராம். ஒருநாள் தற்செயலாய்க் கண்டு கதைச்சதில தன்னுடைய பிஸினெஸ் காட்டுந்தந்து ஸ்டாப்லர் *(Forklift machine)* லைசென்ஸ் எடுத்தீரென்றால் கோடவுண் ஒன்றில *2000€* இயூரோவுக்குக் குறையாத சம்பளத்தில வேலைக்குச் சேர்த்துவிடுறன் என்றவர். அதுதான் அவரை வீட்டிலபோய்ப் பார்த்து நட்பைப் புதுப்பித்து வைக்கலாமென்று போறன்... நீயும் கூடவாறதென்றால் வா. பம்பலாய்ப் போயிட்டுவருவம்" என்றான்.

சரி... ஒரு தமிழர் வீட்டுக்குப் போனால் வேலைதான் கிடைக்காவிட்டாலும், குறைந்தது காரம் மணங்குணமாயொரு சாப்பாடாவது கிடைக்கலாமென்கிற நப்பாசையில் கையுறையாக அவருக்கொரு *Hennessy Cognac*உம், வீட்டில் அரிவையர், தெரிவையர் இருப்பின் அவர்களுக்கு ஒரு ஷாம்பெய்ன் போத்தலும், தோடை[1], ஆப்பிள், பனீச்சை என்று பழங்களோடு, சில சொக்களேட் சலாகைகளையும் வாங்கிவைத்தொரு பையை நிறைத்துக்கொண்டு இருவரும் உற்சாகமாகப் புறப்பட்டனர்.

இரண்டு டிராம் வண்டிகள் எடுத்து உரிய தரிப்பில்போய் இறங்கினார்கள். அதொரு இலையுதிர்க்காலம். அவர்கள் இருந்த குறுக்குவீதியின் நடைமேடையில் கொட்டியிருந்த பழுத்தல் இலைகள் இன்னும் அப்புறப்படுத்தப்படாமல் இருந்தன.

அவர்களது வளமனையை அடைந்து அழைப்புமணியை அழுத்தியதும் இறுக்கமான ஜீன்ஸினுள் நுழைந்திருந்த பார்ப்பவரைத் திடுக்கிடுத்தக்கூடிய ஒரு அழகான யுவதிவந்து கதவைத் திறக்கவும் இருவருக்கும் அதிர்ச்சி. இவர்களது மண்ணிறத்தோலைப் பார்த்தவுடன் "*Guten Tag* (வணக்கம்) உங்களுக்கு யாரைப் பார்க்க வேண்டும்" என்றாள் தெளிதமிழில்.

"மிஸ்டர். ஜெகசோதியைப் பார்க்கணும்"

பின் 'மொமென்ட் ப்ளீஸ்' என்றுவிட்டுக் கதவைப் பாதி சாத்திவிட்டு உள்ளே போனாள். இரண்டு நிமிடத்தில் ஐம்பது அகவைகளைத் தாண்டிக்கொண்டிருந்த ஜெகசோதி வெளியே வந்து அவர்களை உள்ளே அழைத்துப்போனார். பிஜாமா கிற்றிலிருந்த அவர் உடல்வாகைப் பார்க்க ஒழுங்காக ஜிம்முக்குச் சென்று வருபவரைப் போலிருந்தது. செவ்வகமாயிருந்த அவர்களின் வதியுமறையில் மென்னிருக்கையில் ஜெகசோதியோடு பரிசித்து அமர்ந்து ஜெர்மனியில் நம்தமிழர்கள் எதிர்நோக்கும் பிரச்சினைகள், வேலைவாய்ப்புகள், திருப்பியனுப்பப்படுதல்கள் பற்றி எல்லாம் கதைக்கத் தொடங்கினர். எந்த விஷயமாயினும் அவர் கூறுவதுதான் இறுதியான முடிவாயிருக்க விரும்புபவர் போலிருந்தன அவரது உரையாடல்கள். வேலைவாய்ப்புத் தேடிவந்தவிடத்தில் நமக்கேன் வீண்வம்பென்று அவரது கருத்துக்கள் அனைத்தையும் ஆமோதித்துத் தலையசைத்துக் கொண்டிருந்தான் பரிசித்து. அவர்கள் இருவருக்கும் குளிர்பானங் களை வழங்கிவிட்டு மேலும் இரண்டு குளிர்பானங்களைக் குசினிக்கான இடைகழியில் இருந்த மேசையில் வைத்தாள் யுவதி. அது 'சுதாஸை அம்மேசையில் வந்து அமர்' என்று அழைப்பதான சமிக்ஞையாகப் புரிந்துகொண்டு எழுந்து அதில்போய் அமர்ந்தான். ஆரம்பத்தில் அவ்யுவதியின் கண்களை நேரே

1. சாத்துக்குடி.

பார்த்துப்பேச அவனுக்குக்கூச்சமாயிருந்தது. சுதாஸுக்கு ஜெர்மன் தெரிந்த அளவில்தான் அவளுக்குத் தமிழும் தெரிந்திருந்தது.

அவள் "எனது பெயர் *Bianca*" எனவும் அவன் நாக்கு அண்ணத்தில் ஒட்டுப்பட்டவனைப்போல அமைதி காக்கவும் "உனக்கும் ஓர் பெயர் இருக்கணுமே" என்று அவள் கடிக்கவும் அவன் மிகுந்த கூச்சத்துடன் "என் பெயர் சுதாஸ்" என்றான். பின் அடுத்ததாகப் படிக்கிறாயா, எங்கிருக்கிறாய், என்ன செய்துகொண்டிருக்கிறாய் என்று எளிமையான கேள்விகளைக் கேட்டு அவனைச் சகஜ நிலைக்குக் கொண்டுவந்தாள். ஜெர்மனியரின் வெள்ளைக்கும் எம்மவரின் மண்ணிறத்துக்கும் இடைப்பட்ட யுவதியின் பால்சொக்கோ நிறமும், சிரிக்கும் அவள் கண்களும் சுதாஸை ஈர்த்துவிடப் பயலும் அன்றே அவள்பால் மனதைத் தொலைத்துவிட்டுப் பின் அவளையே சுற்றிச்சுற்றி வர ஆரம்பித்தான்.

குசினிக்கான இடைகழிமுகத்தில் அமர்ந்திருந்தும் தமிழ்ச் சமையலின் கந்தம் எதுவும் கிளம்பாதது அன்றைக்குச் சாப்பாடு எதுவும் அங்கே கிடைக்கப் போவதில்லை என்பதை நண்பர் களுக்கு உணர்த்திற்று. பிறகுதான் அவர்களுக்குத் திருமதி ஜெகசோதி தமிழச்சியுமல்ல, அவளுக்குத் தமிழ்ச் சமையலும் வராது என்பது தெரியவந்தது. யுவதி பியங்காதான் ஜெகசோதி யின் ஒரே மகளாம், அவளின் பாட்டிக்கும் பூர்வீகம் கிரேக்கமாம். திருமதி ஜெகசோதியும் அன்று அங்கேதான் இருந்தாள். இருந்தும் சும்மா சம்பிரதாயத்துக்குக்கூட வெளியில் வந்து வீட்டுக்குவந்தவர்களிடம் ஒரு 'ஹலோ' சொல்லவோ, முகலோபனம் செய்யவோவில்லை.

'அடிக்கடி இனிச் சந்திப்போம்' என்று சொல்லி அங்கிருந்து கிளம்பும்போது பியங்காவின் கைத்தொலைப்பேசி இலக்கத்தை யும் மறக்காமல் வாங்கி வைத்துக்கொண்டான் சுதாஸ். பின்னர் பியங்காவின் விழிமீன்கள் சதா அவன் மனக்குளத்தில் துள்ளிக்கொண்டிருக்கவும் அவள் நினைப்புடன்தான் சுதாஸின் பொழுதுகள் என்றாகின. சிரிக்கும் கண்களோடு பியங்காவின் செல்ல நினைப்புகள் வந்து கிள்ளும்போதெல்லாம் அவளைப் போனில் அழைத்துப் பேசினான். பேச்சில் பொச்சம் தீரவில்லை யென்றால் *Freiburg* இற்குத் தொடரி எடுத்துவிடுவான். பிரதி மாதமும் கணிசமான தொகை அவனுக்குத் தொடரிக்கே செலவாயிற்று. பிறகென்ன வேகமாக அவர்களிடையேயான சந்திப்புகள் வீட்டிலும் பல வேறிடங்களிலும் அமையவும் காதல் கடுகி வளர்ந்து கனிந்தது.

ஒருநாள் ஜெகசோதி கோட்டும் சூட்டுமாக வெளிக்கிட்டுக் கொண்டு பரிசித்தையும் ஒரு உள்ளூர் சரக்குப் போக்குவரத்துக்

கம்பனிக்குக் கூட்டிக்கொண்டுபோய் அவர்களது *Lager* இல் ஒரு வேலை வாங்கிக்கொடுத்தார். அதனால் சில இடங்களில் அவருக்குச் செல்வாக்கு இருக்கென்ற விடயம் உறுதியாகவும் இவர்களுக்கு அவர் ஒரு மாமனிதராகவே தெரிய ஆரம்பித்தார்.

சுதாஸ் – பியங்காவுக்கிடையே பிணைப்பு அதிகரிக்கவும் ஜெகசோதி ஒரு தமிழ்ப்பெடியன் தன் குடும்பத்துக்கு மாப்பிள்ளையாக வருகிறானேயென்கிற களிப்பிலாயிருக்கலாம் வாளாவிருந்தார். தன் சுபாவத்தில் யாருடனாயினும் அளந்தளந்தே வார்த்தைகளைப் பேசும் ஜெகசோதி, ஒரு மாலைப்பொழுதில் இரண்டு கிளாஸ்கள் வைனுக்குப் பின் "என் சொத்துகள் இந்த வீடு, கார், சேமிப்புகள், எல்லாம் என்னுடைய பேரக் குழந்தைகளுக்குத்தானே" என்றொரு பிரகடனத்தையும் அறிவித்தார்.

பியங்காவைத் திருமணம் செய்தால் சொத்துகள் கிடைக்கு மென்கிற விஷயந்தான் ஒருபுறமிருந்தாலும் குறைந்தபட்சம் ஊசலாடிக்கொண்டிருக்கும் எனது விஸாப் பிரச்சினைக்காவது ஒரு தீர்வு வந்துவிடுமேயெனச் சுதாஸும் உள்ளூரவொரு நம்பிக்கையை வளர்த்ததோடு, மாமன்காரன் பெயரக் குழந்தைகளைப் பற்றியும் தன்னுடன் பேசிவிட்டதால் தமது காதலுக்கு அவரின் அங்கீகாரம் கிடைத்துவிட்டதாகவே அவன் மனது வியாக்கியானித்தது. சுதாஸின் வீட்டுக்கு வந்து போய்க்கொண்டிருந்த பியங்கா மெல்லமெல்ல இரவுகளையும் அங்கேயே கழிக்க ஆரம்பித்தாள். விளைவு அவளுக்கு மசக்கை கண்டது.

திருமதி ஜெகசோதி மைலா வாரத்தில் பாதி நாட்கள் தங்களது சொந்த வீட்டில் தன் சகோதரியுடனேயே தங்குவாள். அவர்கள் (ஜெகசோதி வாழும்) வீட்டுக்கு வருவது குறைவு. வரும் நாட்களில் *Gulash Soup* போ *Eintorf* போ[2] சமைத்துக் கொடுப்பாள். அதையே வாரம் முழுவதும் குளிர்ப்பதனப் பெட்டிக்குள் வைத்துக் குடித்துக்குடித்து ஜெகசோதி உயிர் தரிப்பார். எதற்காக அவர் வீட்டில் தங்குவதில்லை என்று சுதாஸ் பியங்காவைக் கேட்டதுக்கு 'அவர் அப்படித்தான்' என்பதற்கும் மேல் அவளிடமிருந்தும் பதில் கிடைக்கவில்லை. சில நாட்களில் ஜெகசோதியும் வீட்டைவிட்டு வெளியேறிவிடுவார். பகல் முழுவதும் வீடு வெறிச்சோடிப் போயிருக்கும். தன் குடும்பத்துக்குத் தெரியாமல் ஜெகசோதி ஏதும் கச்சடங்கள் (வியாபாரம்) செய்கிறாராக்கும் எனச் சுதாஸுக்கும் எளிமையாகத்தான் சிந்திக்க முடிந்தது. பரிசித்துத்தான் ஒருநாள் விஷயத்தையே போட்டுடைத்தான். "விதவையோ விட்டிட்டிருப்பவரோ

---

2. காய்கறிகளும், இறைச்சி, கிழங்குகள் சேர்ந்த கெட்டியான ஒருவகைக் கூழ்

சரியாகத் தெரியாது, இன்னுமொரு தமிழ்ப் பெண்ணோடும் ஜெகசோதித் திருமனசு திருக்குடும்பம் நடத்திக்கொண் டிருக்கிறாராம். இப்போதைக்கு உனக்கும் தெரிஞ்ச மாதிரிக் காட்டிக்கொள்ளாதை" என்றான்.

வாரத்தில் 20 மணிநேரம் *PENNY* எனும் பல்பொருளங்காடியில் பணி செய்துகொண்டிருந்த பியங்காவுக்கு அடிக்கடியுண்டான மசக்கையால் அங்கு தொடர்ந்து வேலை செய்யவும் முடிய வில்லை. தானாகவே பணியிலிருந்து விடுவித்துக்கொண்டாள்.

மாசமாயிருக்கிற வேளையில் பியங்கா அவர்களது வீட்டிலிருப்பதுதான் பாதுகாப்பானதென இயல்பாகச் சுதாஸ் எண்ணினான். பியங்காவுக்கோ தாய் இருக்காத வீட்டில் மீண்டும் தனிமையில் போய்வாழ விருப்பமில்லாதிருந்தது.

சுதாஸுக்கும் பியங்காவுக்குமுள்ள நெருக்கமான உறவையிட்டு மைலாவும் தன் விருப்பையோ வெறுப்பையோ காட்டாது அமசடக்கமாக இருந்தாள். பியங்காபோய் அடிக்கடி சுதாஸின் வீட்டில் தங்குவதையிட்டுக்கூட அவள் அலட்டிக்கவோ ஆட்சேபிக்கவோ இல்லை. ஏதாவது விதத்தில் அவள் தன் அதிருப்தியைக் காட்டிக்கொண்டாலாவது பரவாயில்லை. அவளது மெளனம் ஒரு பரிச்சயமில்லாத விலங்கின் மெளனத்தைப்போலப் பீதியளிப்பதாக இருந்தது. ஜெகசோதி குடும்பத்தின் பழக்கவழக்கங்கள், வாழ்முறை தோரணைகள் என்னதான் ஜெர்மன்காரரைப் போலவே மாறிவிட்டிருந்தாலும் தங்களது காதல் ஒருவேளை உள்ளூர அத்தம்பதிக்குப் பிடிக்கவில்லையோவெனவும் சுதாஸ் எண்ணலானான். பெற்றோரின் மெளனம் பற்றிப் பியங்காவிடம் ஏதாவது கேட்டால் அசட்டுத்தனமாக "எனது விருப்பத்துக்கு மாறாக அவர்கள் ஏன் இருக்கப் போகிறார்கள்" என்பாள். அவ்வளவுதான்.

பிறிதொரு நாள் "மமா ஒன்றுஞ்சொல்லாது, பப்பாவும் அப்பிடித்தான் எதுவுஞ்சொல்லாது. அப்பிடித்தான் ஏதாவது சொன்னாலும் நீ கண்டுக்காதை. நாம் ஒன்றும் குழந்தைகளல்ல எல்லாம் மேஜராகிட்டோமே" என்றாள்.

சுதாஸுக்கு அவன் செய்து வந்த பணியிடத்தில் ஒரு குறைவுமில்லாமல் இருந்தது. ஆனாலும் அவனது விஸா மட்டும் இன்னும் குளறுபடியானதாகவே நீடித்தது. அவனது அகதி வழக்கைக் கவனித்து வந்த சட்டத் தரணி மட்டும் பிரதி மாதமும் 200€ இயூரோத் தாள்களை வாங்கிவாங்கி மேசை இலாச்சிக்குள் போடுவதிலேயே குறியாயிருந்தானேயன்றி அவனது அகதிக் கோரிக்கை வழக்கில் ஒரு முன்னேற்றத்தையும் அவனால் பெற்றுத்தர முடியவில்லை.

காத்திருத்தல் வகையிலான விஸாக்களை வைத்திருந்தவர்களில் சிலரை ஜெர்மனி அவ்வப்போது நாடு திருப்பிக் கொண்டிருந்ததால் இவனுக்கும் அவ்வாறான செய்திகள் வரும்போது கிலியில் மனது திக்திக்கென்று அடித்துக்கொள்ளும்.

ஜெகசோதியின் வீடிருந்த வளவுக்குள் சேர்த்தாற்போல் நாலைந்து கார்கள் நிறுத்தக்கூடிய வண்ணம் கராஜ்களோ அல்லது இன்னொரு வீடோ கட்டக்கூடிய அளவு காணிநிலம் இன்னும் வெறுமையாக இருந்தது. அதற்குள் குறுக்காக வலையொன்றைக் கட்டி முன்பு ஜெகசோதி மகளுடன் டென்னிஸ் விளையாடுவார்.

அந்நினைப்பிலிருந்த பியங்கா திடீரென ஒருநாள் "சுதாஸ் வா... நாங்கள் டென்னிஸ் விளையாடுவோம்" என்று அவனை அழைத்தாள். "இல்லை இல்லை... இப்போது அப்படி எல்லாம் ஓடியாடி விளையாடக்கூடாதம்மா" என்று தன்மையாகவே சொல்லிப் பார்த்தான் சுதாஸ். அவளோ "இல்லை வா... விளையாடுவோ"மென்று அடம்பிடித்துக்கொண்டிருந்தாள். அப்போது மைலாவும் அங்கேயே நின்றிருக்கவும் சுதாஸ் அவளிடம்போய் முறையிட்டான். மைலா சொல்லிப்பார்த்தும் அவள் கேட்பதாக இல்லை. களஞ்சிய அறைக்குட்போய்க் கூடைப் பந்தொன்றை எடுத்துவந்து அதை வைத்து உதைபந்தாடத் தொடங்கினாள் பியங்கா. இவர்களுக்கான படுக்கையறை அவர்கள் வீட்டின் மாடியிலிருந்தது. இவள் படுக்கையறைக்குச் செல்லும் ஒவ்வொரு தடவையும் அதில் சூதானமற்று மாடிப் படிகளில் குதித்துக்குதித்து ஏறியும் இறங்கியும் கொண்டிருந்தாள்.

குழந்தைநலப் பெண் மருத்துவரிடம் கூட்டிச் சென்று அவளைப் பரிசோதித்ததில் அவர் "இதுவரை குழந்தை கருவில் பத்திரமாக இருக்கிறது. ஆனால் இனிமேல் கவனமாகக் கருவைப் பேண வேண்டியது அவளின் கடமை"யென்று கூறி அவளை எச்சரித்து அனுப்பினார்.

வீட்டுக்கு வந்தபிறகு 'பெண் மருத்துவர் கூறியதெல்லாம் வேறு யாருக்கோ, தனக்கல்ல' என்பது மாதிரி மீண்டும் குதிக்கத் தொடங்கினாள். அவளது மனவளத்தில் ஏதோ மெல்லிய பிசகு இருப்பதைச் சுதாஸ் உணரலானான்.

○

பியங்காவின் கர்ப்பம் நாலாவது மாதமாகும்போது ஒருநாள்

"இனிமேல் என்னால ஆறுமணி மட்டும் காத்திருக்கேலாது...ஒன்றரைக்கெல்லாம் நீரும் வீட்டுக்கு வந்திட வேண்டும்," என்றாள்.

“ஏன் குஞ்சு”

“இனிமேல் அப்பிடித்தான் ”

“நீ பென்னி மார்க்கெட்டில் செய்தது மாதிரி ரெஸ்ரோறன்டிலையெல்லாம் பார்ட் ரைம் வேலை செய்ய முடியாதம்மா ... ஒரேயடியாய் வீட்டை அனுப்பிடுவான். பிறகு இரண்டு பேரும் ஜொப் – சென்டர் வாங்குகளைத்தான் போயிருந்து தேய்க்க வேணும்”

“அதெல்லாம் எனக்குத் தெரியாது. நீர் ஒன்றரைக்கு வீட்டுக்கு வந்திட வேணும்”

‘திடீரென்று இவளுக்கு என்னாயிற்று’ என்கிற யோசனை யோடு அன்று தூங்கப்போனான்.

அடுத்த நாள் உணவகத்தில் சுதாஸ் நிறையப் பழங்கள், இலை வகைகளைநறுக்கி வரும் ஆக்ஞைப்பிரகாரம் கோப்பைகளை அடுக்கி வைத்துச் சலாட்டுகளைப் போட ஆரம்பிக்கையில் பியங்கா போன் பண்ணினாள். போனைக் கையில் எடுக்கவும் தொடர்பு அறுந்து போயிற்று. திரும்பவும் இவனாகவே அவளுக்குத் தொடர்பை ஏற்படுத்தினான்.

“எனக்குப் போன் எடுத்தியா செல்லம்... என்ன பிரச்சினை”

“நேற்று முழுக்க உமக்கு என்ன சொல்லிவிட்டனான்”

“நீ சொல்லிட்டாய் என்பதற்காக அதெல்லாம் நடை முறையில சாத்தியப்படாது கண்ணா, மாசமாய் இருக்கிற நீர் இப்படி வேலைத்தலத்துக்குப் போன் எடுத்தால் நான் என்னவோ ஏதோவென்று பயந்திடுவனல்லோ. இனிமேல் தயவுசெய்து இங்கே அனாவசியமாய்ப் போன் பண்ணாதையும்”

“நான் இப்பிடியே செத்தாலும் உமக்குப் பரவாயில்லை... நான் போன் மட்டும் பண்ணப்படாது என்ன”

“சரி நான் நாளைக்கு வாறன் ஒன்றரைக்கு, இன்டைக்குப் பொறுமையாய் இரு என்ன”

அடுத்த நாள் ஒரு மணிக்கே போன் எடுத்தாள். சுதாஸ் எடுத்துப் பேசவில்லை. பார்த்தால் ஒன்றரைக்கு டாக்ஸி யொன்றைப் பிடித்துக்கொண்டு உணவகத்துக்கே வந்திறங்கினாள். “நான் சுதாஸை உடனடியாகப் பார்க்க வேண்டும்” என்று சொல்லவும் ஒரு பரிசாரகி அவளைச் சமையலறைக்குள்ளேயே அழைத்து வந்தாள்.

அவனைக் கண்டதும் உரத்தக் குரலெடுத்து ஜெர்மனில் கத்தலானாள்.

“திருட்டு ராஸ்கல்… ஒன்றரைக்கல்லே வீட்டுக்கு வாறன் என்ற நீ, இஞ்சை இப்ப என்ன செய்துகொண்டிருக்கிறாய், உடன கிளம்பி என்னோட வந்திடு அல்லது நடக்கிறதே வேற.”

இத்தாலியன் முதலாளி சுதாஸைத் தனியே தள்ளிப்போய்க் கேட்டான்.

“உங்களுக்குள்ள என்ன பிரச்சினை சுதாஸ்…”

“அவளுக்குக் கொஞ்சம் டிபிறெஸன் ப்ரொப்ளம் இருக்கு செஃப், அதுதான் இப்பிடிக் கத்திறாள்.”

“உங்களுக்குள்ள என்னதான் பிரச்சினையாயிருந்தாலும் உன் பொண்டாட்டி இப்படி வேலைத் தலத்துக்கு வந்து கூவிறதையெல்லாம் நான் இனி அனுமதிக்க முடியாது… றெஸ்ரோறன்ட் என்பதே சனம் கொஞ்சநேரம் நிம்மதியான அமைதியான ஒரு சூழலில வந்தமர்ந்து சாப்பிட்டுட்டுப் போக வாறவொரு இடம். இங்கேயும் யாராவது கத்திக்கொண்டிருந்தால் அந்த விருந்தினர் என்ன நினைப்பார்கள் இந்த இடத்தைப் பற்றி… சொல்லு பார்ப்பம்.”

“அவள் கர்ப்பமாக இருக்கிறாள் செஃப், அதானால கொஞ்சம் மன அழுத்தம்போல, தனிய இருக்கப் பயப்பிடுறாள்.”

“அதெல்லாம் உங்களது உள்ளகப் பிரச்சினை கண்டியோ, இப்பிடி வேலையைப் பாதியில விட்டிட்டு நீ புறப்பட முடியாது, ஒன்று நீ வேலையை விடவேணும் அல்லது பொண்டாட்டியை விடவேணும் எதை விடுகிறதென்பதை யோசித்து ஒரு முடிவை எடு. சரி இன்றைக்கு நீ வீட்டை போறதென்றால் நீ போகலாம். இதுமாதிரியே தினமும் இடையில விட்டிட்டு நீ ஓடுறதென்றால் உனது இடத்தில் நான் இரண்டு ஆட்களை இங்கே நியமிக்க வேண்டியிருக்கும். அதெல்லாம் சரிப்பட்டு வராது. சீக்கிரம் முடிவெடுத்திட்டு அதை எனக்குச் சொல்லு” என்றான் முதலாளி.

அவள் கொஞ்சம் தணிந்ததும் இருவருமாகக் கோப்பி குடித்துவிட்டு டிராமில் வீட்டுக்குக் கிளம்பினார்கள். இரவு முழுவதும் கண்விழித்துப் பியங்காவுக்குத் தான் எவ்வளவு கஷ்டப்பட்டு ஜெர்மனியை வந்தடைந்திருக்கிறேன் என்பதையும், ஒழுங்கான வேலைவெட்டி இல்லாமல் இருந்த தனக்கு இந்த *Duldung Visa*வோடு அருமையாகக் கிடைத்திருக்கும் அவ்வேலையையும், ஒழுங்காய் மாதாமாதம் 1500€ இயூரோவைத் தூக்கித் தருகிற முதலாளியையும் உதறிவிட்டால் தன் குடும்பம் எத்தனை பின்னடைவுகளையும், தான் எவ்வளவு கஷ்டங்களை யும் மேலும் எதிர்நோக்க வேண்டியிருக்கும் என்பதையும் விளக்க முயற்சித்தான்.

இரவு பூராவும் அவளது கன்னங்களையும் முதுகையும் தடவித்தடவிக் கால்களையும் நீவிவிட்டுக்கொண்டு

"நான் ஜெர்மனிக்குள் நுழைந்த கதையே பல துன்பியல் முன்நிகழ்வுகளோடான ஒரு நாடகம் போலிருக்கும். அதை முழுக்கச் சொல்லி உன்னையும் கலவரப்படுத்தாமல் இருக்கத்தான் நான் உமக்கு எல்லாவற்றையும் முன்னர் சொல்லவில்லை" என்று தொடங்கிக் கட்டாரிலிருந்து *Karlsruhe* வரையிலான தனது சிலுவைப் பாதை முழுவதையும் சொல்லி முடித்தான்.

முதிர்க்கன்னியாகிக்கொண்டிருக்கும் தங்கைக்கு இந்த ஆண்டே திருமணம் செய்துவைக்க வேண்டியதன் அவசியம்.

ஊரில பட்ட கடன் ஐம்பது இலட்சத்துக்கு வந்து நிக்குதென்று அம்மா எழுதும் கடிதங்கள்.

விதவையாயிருக்கிற அண்ணிக்கும் அவ குழந்தைகள் படிக்கவும் அவன் பணம் அனுப்ப வேண்டியதன் அவசியம் எல்லாம் சொல்லி "என்னுடைய பக்கத்திலிருந்தும் இதை யெல்லாம் தயவுசெய்து கொஞ்சம் யோசிடா செல்லம்" என்று முடித்தான். அவன் கதையை முடிக்குமட்டும் பியங்காவோ அவனை ஒரு அந்நியனைப் போலப் பார்த்துக்கொண்டிருந்தாள். அவனது பக்க நியாயம் எதையும் உணர்ந்துகொண்டதுக்கான சமிக்ஞை எதுவும் அவளிடமிருந்து வரவில்லை.

○

அடுத்த நாள் "சரி இரண்டு மணிக்கு வர முயற்சிக்கிறேன்" என்று சொல்லிவிட்டு வேலைக்குப் போனான். பியங்கா ஒன்று நாற்பத்தைந்துக்கே போன் பண்ணத் தொடங்கினாள். 'என்ன புறப்பட்டிட்டியா சீக்கிரம் புறப்படுபுறப்படு' என்று அலுப்படிக்கத் தொடங்கினாள். "இஞ்சபாரு கண்ணா . . . இன்றைக்குச் சரியான வியாபாரம், இப்ப வேலையை விட்டிட்டு வந்தேன் என்றால் கிச்சின்ல சாமான்கள் குவிந்து அப்படியே எல்லாம் தாறுமாறாயிடும் என்ன"

"அதெல்லாம் உன்னுடைய பிரச்சினை மான்" என்றுவிட்டுப் போனைத் துண்டித்தாள்.

அவள் இன்றைக்கும் வந்து கூத்தடிக்கலாம் என்பதால் தலைமைப் பரிசாரகரிடம் பியங்கா வந்தால் உள்ளே விட்டுவிட வேண்டாம் என்று சொல்லிவைத்தான்.

சொல்லிவைத்தாற்போல் மீண்டும் டாக்ஸியொன்றை வைத்துக்கொண்டு இரண்டேகாலுக்கு வந்திறங்கினாள்.

பரிசாரகர்கள் அவளை உள்ளே நுழைய அனுமதிக்க வில்லை. 'என்னை உள்ளே அனுமதிக்காவிட்டால் பொலீஸில்

முறையிடுவேன்' என்று மிரட்டியும் பார்த்தாள். அவர்கள் மசியவில்லை. 'எங்கே வேணுமென்றாலும் போய் முறையிடு நாங்கள் உன்னை உள்ளே விடுவதாயில்லை' என்று திருப்பி அனுப்பியிருக்கிறார்கள்.

அன்றும் வழமைபோல ஆறு மணியளவில் வீடு திரும்பினான் சுதாஸ். வீட்டில் ஜெகசோதியையோ மைலாவையோ காணவில்லை. அங்கே ஒரு முள்ளிவாய்க்கால் அதகளம் அரங்கேறிருப்பது தெரிந்தது. அநேகமான நாட்களில் அவன் வீடுதிரும்பும் வேளைகளில் பியங்கா தொலைக்காட்சியில் ஏதாவது பார்த்துக்கொண்டிருப்பாள். அந்த 100 செ.மீ எல்.சி.டி தொலைக்காட்சி நொறுங்கிப்போயிருக்கக் கலைகொண்டு பத்திரகாளியாட்டம் ஆடிக் களைத்துப்போன பியங்கா மென்னிருக்கையில் தூங்கியிருந்தாள். டிறெஸிங் டேபிள் கண்ணாடியும் நொறுங்கி அதிலிருந்த அழகுசாதனப் பொருட்கள் எல்லாம் வதியுமறையின் தரையில் சிதறியிருந்தன.

விதிர்விதிர்த்துப்போன சுதாஸுக்கு அடுத்துத் தான் என்ன செய்வதென்று தெரியவில்லை. 'இதை யாருக்கும் தான் சொல்லலாமா கூடாதா, சொல்லித்தான் ஆகப்போவதென்ன' 'இது உன் தனிப்பட்ட குடும்ப விவகாரம்' என்று சொல்லப் போகிறார்கள். தோட்டத்துக்குப்போய் வாங்கிலமர்ந்து நாலைந்து சிகரெட்டுக்களை அடுத்துப் புகைத்தெறிந்தான். குறைந்தது பரிசித்துடனாவது நடந்தவை பற்றிப் பேசினால் தேவலாம் போலிருக்கவும் போனைப் பாக்கெட்டிலிருந்து எடுத்தவன் அதை மடித்து வைத்துவிட்டு அப்படியே வீதிக்கு வந்து டிராம் ஏறி வீட்டுக்குப் போனான்.

நேரங்கெட்ட நேரத்தில் வரும் சுதாஸைப் பார்க்கவும் பரிசித்துக்கு ஏதோ பிரச்சினையுடன் வருகிறான் என்பது புரிந்தது. குளியலறைக்குள் நேராகப் போய்க் குளித்துவிட்டு வந்தவன் பரிசித்து கொடுத்த கோப்பியைக் குடித்துவிட்டு அவன்வீட்டில் அன்று நடந்தவைகளை மேலோட்டமாகச் சொன்னான்.

"சுதந்திரமாய்த் திரிந்த எனக்குப் புலிக் கூண்டுக்க உள்ளட்டுப் பூட்டிக்கொண்ட மாதிரியிருக்கடா... நீ ஏன்டா ஆரம்பத்திலேயே சொல்லி என்னை அடங்க வைக்கேல்லை பரதேசி "

"அருமையான சந்தர்ப்பம்டா... இதைவிட வேறு சான்ஸ் உனக்குக் கிடைக்கவே கிடைக்காது. பிசாஸை அங்கேயே கழட்டிட்டு அப்பிடியே திரும்பிப் பாராமல் ஓடி வந்திடு"

"அப்பிடியெல்லாம் விட்டிட்டு ஓடிவரேலாடா..."

“ஏன் … சிங்கி இன்னும் உன்ர கோசானைப் பிடிச்சிருக் கிறாளோ”

“அவள் மாசமாயிருக்காள்டா… என்னுடைய சிசுவொன்று அவளிட்டை இருக்கு. ஒன்று கிடக்க ஒன்று நடந்திச்சென்றால் அதுவே எனக்கு ஆயுளுக்கும் தண்டனையாய்ப் போய்விடும்டா.”

“நீதான் அந்த விவரங்களில சிங்கனாச்சே … இப்படிக் கோசானை உள்ளவிட்டுக்கொண்டு ஆப்பை உருவுவாயென்று நான் நினைக்கலைடா. பியங்கா ஃபிகர் செமையாய், அம்சமாயிருக்கிறாள் … அவளை லவ் பண்ணாதையென்று நான் சொன்னால் புகைச்சல்ல மனைஞ்சு போய்ச் சொல்றதாய் நீ எடுத்துவிடுவியோவென்றுதான் உனக்கு நான் எதுவும் நெகடிவாய் சொல்லப் பயந்து இருந்திட்டன். புலனாய்வுப் பிரிவில இருந்து இராணுவத்தின் கால்தடங்களை வேவுபார்த்த நீ, இப்படி ஒரு சிறுக்கியின் ஒற்றைத் தடுக்கில கவுந்துபோய்க் கிடக்கிறியே…”

❍

மைலாவுக்குத்தான் மந்த புத்தி புரியுதில்லை. வீட்டில் அவள் பண்ணியிருக்கும் அதகளங்களைப் பார்த்த பிறகாவது ஜெகசோதிக்கும் பியங்காவின் நிலமை புரிந்திருக்க வேண்டும். இம்முறை அவரிடமே முறையிட்டான் சுதாஸ்.

“ஒரு அப்பொயின்ட்மென்ட் வைத்திட்டு டாக்டர். ஹேர்ட்ஸைப் போய்ப் பார்ப்போம்” என்றுவிட்டு அவரும் விட்டுவிட்டார்.

“யார் டாக்டர். ஹேர்ட்ஸ்.”

“அவர் ஒரு சைக்கியார்டிஸ்ட்”

“அவரிடம் முன்னமும் இவளைக் காட்டியிருக்கிறீர்களோ”

“அவள் வயசுக்கு வந்த நேரம் காய்ச்சலோட சேர்ந்தொரு மாதிரி வலிப்பு வந்தது . . . அப்போ கூட்டிப்போய்க் காட்டின்னாங்கள்”

“வலிப்புக்கு ஏன் சைக்கியாட்டிஸ்ட்”

“அவர் சைக்கியாட்டிஸ்ட் மட்டுமல்ல ஜெனெரல் வைத்தியத்திலும் ஒரு எக்ஸ்பேர்ட்”

“பியங்காவுக்கு இப்படி ஒரு மனவளக் குறை இருக்கென்று நீங்கள் ஏன் ஒருத்தரும் எனக்கு முதல்லயே சொல்லித் தொலைக்கேல்லை…” என்று ஆத்திரத்தில் கத்தினான்.

அதற்கும் திரு. நரசிம்மராவ் மாதிரி வாயைக் கெட்டியாகப் பூட்டிவைத்துக்கொண்டிருந்தார் ஜெகசோதி.

அதற்கு மேலும் அக்கடற்பாறையுடன் விவாதித்து அங்கே ஒரு காட்சியை அரங்கேற்ற சுதாஸ் விரும்பவில்லை. விட்டுவிட்டான். ஆனால் பெம்மான் டாக்டருக்குப் போன் பண்ணுவதாகவோ, சந்திப் பிணக்கம் ஏதும் வைப்பதாகவோ இல்லை.

ஒரு இரவு அபூர்வமாக மைலா பியங்காவுக்குப் பிடித்தமான 'துனா' மீன் நூடில்ஸ் சமைத்துக் கொடுத்தாள். இரசித்துச் சாப்பிட்ட பின் படுக்கைக்கு வந்தவள் "எங்களுடைய டி.வியைக் காணேல்லை... எனக்கொரு டி.வி வேணும்" என்றாள்.

"அதுதான் நீ அடிச்சுடைச்சுப் போட்டியே . . . பிறகு எங்கிருந்து வரும் டி.வி"

"இல்லை நான் அதை உடைக்கேல்லை" என்று சாதித்தாள்.

அவளுக்குப் பிடித்த 'மரகுயா' ஜூஸை ஒரு கிளாஸில் வார்த்துக்கொணர்ந்து குடிம்மாவென்று சுதாஸ் கொடுக்கவும் அதை வாங்கி அப்படியே சுவரில் வீசிஎறிந்தாள். அவள் எப்போது ரௌத்திரம் கொள்வாள் எப்போது சாந்தமாக இருப்பாளென்று எவராலும் கணிக்க முடியவில்லை. வரவர அவளின் போக்குவாக்கும், நடத்தைகளும் சுதாஸுக்குப் பெரும் மனவழுத்தத்தைத் தரும் சுமைகளாயின. பியங்காவுக்கு நெருக்கமான தோழிகள் எவரையாவது இவளிடம் பேச வைத்து, சிறுக்கி அடிமனதில் என்னதான் நினைக்கிறாள் என்று அறிந்தாலாவது கொஞ்சம் முன்னேற்றம் வரச் செய்ய முடியாதாவென நினைத்தான்.

அவளின் நெருக்கமான சிநேகிதிகள் யாரென்று பெற்றோரென்ற பிரகிருதிகளுக்கும் தெரியவில்லை.

அவளோடு பேசி ஏதாவது தெரிந்து கொள்ளலாமாவென்று முயற்சித்துப் பார்த்தான்.

"ஹனி . . . உனக்கு ஸ்கூல்ல நிறைய ஃப்றென்ட்ஸ் இருந்தாங்களா."

"இருந்தாங்களே ஏன் ..."

"நீ அவங்களைப் பற்றி எனக்கின்னும் ஒன்றுஞ் சொல்லலையே..."

"நீ எப்பப் பார்த்தாலும் என்னைப் பிசைவதிலேயே குறியாயிருந்தாயல்லாமல் . . . அவர்களைப் பற்றியெல்லாம், இப்பதானே கேட்கிறாய்"

“இல்லடாப்பா உன்னுடைய சிநேகிதிகள் என்று நீ யாரோடயும் தொடர்பில இருக்கிற மாதிரித் தெரியேல்லையே அதனால கேட்டன்”

“ஏன் அவளவையும் யாரும் என்னை மாதிரி அணைஞ்சால் பிடிச்சு அளையலாமென்று பார்க்கிறியோ.”

“வை ஆர் யூ ஹேர்ட்டிங் மீ லைக் தட்”

“யூ டு ஹேர்ட் மீ இனஃப்”

“உன்னை ஹேர்ட் பண்றதுக்காக நான் எதையும் கேட்கலைடா, அதுக்குமேல உன்னை ஹேர்ட் பண்ணும்ங்கற இன்டென்ஷனே எனக்கு இல்லம்மா.

“ம்... ம்... நீதானே எம் புருஷன்... என்னை எல்லாம் நீ கேட்பாயில்ல”

“உன்னுடைய அம்மா அப்பா எதையும் சொல்றாங்க ளில்லையே... அவங்களை மீறிப்போய் நாம எம்பாட்டுக்குத் திருமணம் செய்திட்டா அது நல்லாவா இருக்கும். ஏன் இப்படிக் கதைக்கிறாய்... உன்னுடைய ஃப்றெண்ட்ஸுக்கும் நாம கல்யாணம் பண்றதுக்கும் என்னடா சம்பந்தம்”

“கேட்பாய்... கேட்பாய்... இப்ப உனக்கு உறுதியாய்ச் சொல்றன் உன்னை ஒருபோதும் நான் கல்யாணம் பண்ணவே மாட்டன்.”

“அப்போ நம்ம குழந்தைக்கு ஒரு அப்பா வேணாமா.”

“அது ஒழுங்கா நான் சொல்றதைப் புரிஞ்சு ப்றைக்டிஸ் பண்ணக்கூடிவங்களுக்கு நான் சொல்றது”

“அப்போ எனக்கில்லையா... அதுதான் உன்னைய ஹேர்ட் பண்ற இன்டென்ஷனே எனக்கு இல்லைன்னேனே...”

“அதுதான் அதை நீ எப்படியோ என் மூஞ்சியைப் பார்த்துச் சொல்லிட்டியே”

“அப்போ நான் மறி பண்ணவே இல்லையே ஃ... ப்றீயாய் இருந்தனே...”

அவள் வார்த்தைகள் சுவாதீனமற்றுச் சம்பந்தமோ, தொடர்போ இல்லாமல் வரத்தொடங்கின. மனவழுத்தத்தின் அதீத நிலையில் ஞாபக சக்தி மந்தமாகும். அதை *Amnesia* என்பார்கள். உறவுகளையே மறந்துபோகும், நிலமை மோசமாகை யில் இரண்டு செயல்களை இணைத்துச் செயல்படும் சக்தி இல்லாதுபோகும். செய்கைகளில் தர்க்கம் இருக்காது. அந்நிலையை மனவள மருத்துவத்தில் *Schizophrenia* என்பார்கள்.

வயதானவர்களுக்குச் சிலவேளைகளில் வருவது. அதிலிருந்து மீளுவது அரிது. ஒருவேளை அந்நிலையைத்தான் பியங்காவும் எட்டிவிட்டாளோ?

அவளிடம் இனிப் பேசிப் பிரயோசனம் இருக்கப் போவதில்லை.

அவளுக்கும் தான் நினைப்பதை, தன் நிலையைத் தெளிவாகக் கோர்வையாகச் சொல்லத் தெரியவில்லை.

சமையல்கட்டில் அவள் பீங்கான் கோப்பைகளை உடைப்பதைப் பார்த்த மைலா ஒருநாள் யாருக்கோ சொல்வது போல "அவளுக்கேதோ டிப்பிறெஸன் இருக்குப்போல இருக்கு" என்றாள். பியங்கா வீட்டில் இல்லாத சமயம் ஒருநாள் அவளின் அலமாரியைக் குடைந்தபோது பச்சை நிற மெடிகல் ஃபைல் ஒன்று அகப்பட்டது. அதில் பிறப்பிலிருந்து அவளுக்கேற்பட்ட சுகவீனங்களும், கொடுக்கப்பட்ட மருத்துவச் சிகிச்சைகள் பற்றிய விபரங்களும் இருந்தன. அதிலிருக்கும் ஒவ்வொரு பக்கமாகத் தட்டியபோது டாக்டர் ஹேர்ட்ஸ் என்கிற மனநலமருத்துவரின் அறிக்கையுமொன்று அதிலிருந்தது. மருத்துவமொழியில் எழுதப்பட்டிருந்த அக்குறிப்பிலிருந்து இவனால் எதையும் புரிந்துகொள்ள முடியவில்லை. குழப்பமாயிருந்தது.

அந்தக் கோப்பில் டாக்டர்.ஹேர்ட்ஸின் அறிக்கையை மட்டும் கழற்றி எடுத்துக்கொண்டு ஜூகென்டாம்ட் எனப்படும் சமூக நலத்துறையின் பெண்கள், சிறார்களின் நலன்களைக் கவனிக்கும் சிறகத்துக்குப்போய் பெண் அலுவலர் *Frau. Lieb* என்பவரிடம் முறையிட்டான். அவளுக்கு மனவழுத்தக் குறைபாடு இருந்து வைத்தியம் செய்யப்பட்டிருக்கு, வீறமைவாக ஒன்றுமில்லை என்று விளங்கப்படுத்தியவர், அடுத்தநாள் ஒரு மனவள மருத்துவருடன் வீட்டுக்கே வந்தார். வந்தவர்கள் பியங்காவை முதற்கட்டமாக உடல் வெப்பம், இரத்தமுத்தம், நாடித் துடிப்பு, குருதிச் சர்க்கரை அளவு போன்ற சோதனைகளுக்குட்படுத்திவிட்டு அழைத்துப்போய் குழந்தை நலம், பெண்கள் மருத்துவமனை ஒன்றில் சேர்த்தனர், அங்கே அவளது உடல் பூரண சோதனைக்குட்படுத்தப்பட்டு ஒரு குழந்தை எப்படி வயிற்றுக்குள் வளர்கிறது என்பதைக் காணொளிமூலம் அவளுக்குக் காட்டி, அக்குழந்தை பிறக்குமட்டும் தாயானவள் எப்படி அதைக் காபந்து பண்ண வேண்டும் என்றும் புரியவைத்து அவளை அம் மருத்துவமனையிலேயே ஒருவாரம் வரையில் வைத்துப் பராமரித்தனர்.

வீடு திரும்பிய பின்னால் படிகளில் திடுதிடுப்பெனப் பாய்வதும் குதிப்பதும் கொஞ்சம் குறைந்தது. ஆனாலும் இரண்டு

வாரத்துக்கொருமுறை மருத்துவமனைக்குச் சோதனைக்குச் செல்ல முரண்டு பிடித்தாள். “நாங்கள் பொலீஸை அனுப்பி உன்னைப் பிடித்துவர வேண்டியிருக்கும்” என்று வைத்தியர்கள் மிரட்டிய பின்னால் மன்னையைத் தூக்கிக்கொண்டும், மூக்கைச் சிந்திக்கொண்டும் வந்தாள்.

தமிழ்த் தாய்மார்களென்றால் கர்ப்பமாக இருக்கும் மகளை எப்படி வாஞ்சையோடு பராமரிப்பார்கள். மைலாவுக்குப் பியங்காமேல் எந்த வாஞ்சையோ அக்கறைகளோ இல்லை. ‘பிள்ளையை வாங்கத் தெரிந்தவளுக்கு அதைப் பராமரித்துப் பெற்றுக்கொள்ளவும் தெரிந்திருக்கத்தானே வேணும்’ என்கிற தோரணையில் இருந்தாள்.

தாயாருக்குப் பயந்து பியங்கா கர்ப்பமான பிறகுதான் அவளுடனான தன் உறவைப் பற்றியே சொல்லியிருக்கிறான். அவருக்குச் சுதாஸின் நிலமையைப் புரிந்துகொண்டு அவனது தாம்பத்தியத்தை ஏற்றுக்கொள்ளவும் முடிந்தது,

ஒருநாள் சுதாஸ் “மாசமாயிருக்கும் பெண்ணுக்கு என்ன கொடுக்க வேணுமென்று தாயிடம் போனில் கேட்கவும் அவரோ “பருத்தியிலை, ஆவரசிலை, அவித்துக் குளிக்கச்சொல்லு சுகப் பிரசவமாகும். இரவில பாலிலை குங்குமப்பூ போட்டுக் குடிக்கச் சொல்லு. பிள்ளை நல்ல சிவப்பாய்ப் பிறக்கும். குழந்தை பிறந்தாப்போல கறுத்தப் பூக்கொடி அவித்துக் குளிக்க வார்க்க வேணும். குடிக்கிற பால் நல்லா செரிமானமாகவும், நெஞ்சில சளி பிடிக்காமலும் இருக்கத் தினமும் வசம்பைத் தேனில தோய்ச்சு நாக்கில தடவ வேணும்” என்றார்.

மைலா வீட்டுக்கு வந்திருந்த ஒருநாளில் அவர் சமையலறைக்குள் சமையல் செய்துகொண்டிருக்கும்போது அவருக்கு வலிந்துபோய்ச் சில ஒத்தாசைகள் செய்துவிட்டு எல்லோருமாக மேசையிலமர்ந்து சாப்பிடும்போது சுதாஸ் “நீங்கள் இருவரும் சேர்ந்திருக்கையில் எமக்குப் பொதுவானதொரு விருப்பத்தைப் பகிர்ந்துகொள்கிறேன்” என்றுவிட்டு ‘யாராவது இடையிட்டு என்னவென்று கேட்பார்கள்’ என நினைத்து நிறுத்தினான். எவரும் ஏதும் பேசாதிருக்கவே ஏமாற்றத்தைக் காட்டிக்கொள்ளாது தொடர்ந்தான். “எங்களுக்குப் பேபி கிடைக்கமுதலே நம்ம திருமணத்தைப் பதிவுசெய்துகொள்ள விரும்புகின்றோம். அவளும் அதைப் பற்றி நிறைய யோசிக்கிறாள் போல இருக்கு...”

இரண்டு நிமிஷ இடைவெளிவிட்டு கடற்பாறை ஜெகசோதி மட்டும் தொண்டையைச் செருமினார். ஏதோ சொல்லப் போகிறார் என்று இவன் எதிர்பார்க்க அவர் கிளாஸிலிருந்த

சிவப்பு வைனில் மேலுமொரு மிடறைச் சரித்துக் குடித்துவிட்டுச் சின்னதாயொரு ஏவறை விட்டபடி எழும்பிப் போனார்.

பியங்காவோ அன்றைய சம்பாஷணையின் பின்னர் திருமணம் என்ற சொல்லையே உச்சரிக்கவில்லை, மைலாவின் உடல்மொழியிலோ மூஞ்சியிலோ இவன் சொன்னவை எதுவும் கிரகிக்கப்பட்டதுக்கான சமிக்ஞைகளுந் தெரியவில்லை. எழுந்து சாப்பிட்ட பீங்கான் தட்டுகளின் எஞ்சங்களைக் குப்பைக்குள் தட்டிவிட்டு அவற்றைக் கழுவும் இயந்திரத்துட் சேர்க்கப் போனார்.

பியங்காவின் பேச்சுக்கள், நடந்துகொள்ளும் விதங்கள், உளவியல் எதுவும் சுதாஸுக்குத் துண்டறப் புரியவில்லை. ஜெர்மன்காரப் பெண் எல்லா விஷயங்களிலும் முனைப்பாக இருப்பாள் என்று கற்பனைத்தது ஏமாற்றம் தந்தது.

அவளுக்குத் திருமணத்துக்கோ திருமணப் பதிவுக்கோ எந்த அவசரமோ தேவையுமுமில்லை. அது தனக்குச் சம்பந்த மில்லாத விடயம் என்பதுபோல இருந்தாள்.

‘சுதாஸுக்கு வேலயில்லாவிட்டாலும் பரவாயில்லை’

‘தனக்குத்தான் வேலையில்லாவிட்டாலும் பரவாயில்லை’

‘அம்மா வீட்டுக்கு வந்தாலும் சரி. வராவிட்டாலும் நஷ்டமில்லை’

‘அப்பா எங்கேபோய் எப்போ வீடு திரும்பினாலும் காரியமில்லை.’

ஏன் இப்படி அக்குடும்பத்தில் எல்லோருமே மத்தர்களாய், விட்டேத்திகளாய் இருக்கிறார்கள்.

ஜெர்மன்காரி மைலா அப்படி நுண்ணுர்வுகளற்ற பிரகிருதியாயிருந்தால் பரவாயில்லை, சகித்துக்கலாம். ஒரு தமிழரும் எப்படி இம்மத்தர்களுடன் இசைந்துபோகிறார்? அதிசயமான சைக்கோ குடும்பமொன்றுள் அவசரமாய் மாட்டுப்பட்டது இப்போது மெல்லப் புரிகையில் நாட்டுக்கே திரும்பிவிடலாம் போலிருக்கிறது.

○

வேனிற்காலமோ, கோடையாகவோ இருந்தால் திடீரென “எனக்குத் தண்ணீருக்குள் கால்களைப் புதைத்துக்கொண்டிருக்க வேணும்போல் இருக்கு அல்லது மணலுக்குள் கால் புதைய நடக்கவேணும்போல் இருக்கு வெளிக்கிடு ” என்பாள். *Dreisam* ஆற்றங்கரைக்கு (*Rhine* மகாநதியின் கிளையொன்று) அழைத்துப் போவான்.

சாதாரண வேளையாயிருந்தாலென்ன, மாசமாயிருந்தாலென்ன . . . பியங்காவுக்கு எப்போதும் எங்கேயாவது சுற்றிக்கொண்டேயிருக்கவேண்டும். அதுவும் காலநிலை வெளியேபோக உவப்பானதாயிருந்தால் வெளியே போயே ஆகவேண்டுமென்று அடம்பிடிப்பாள். தாவரவியற்சோலைகள், பூங்காக்கள் அலுத்துப்போனால் ஏதாவது பெரிய மோலுக்குப் போவோம் என்பாள். முடிந்தவரைக்கும் அவள் கேட்கும் வியாபார நிலையங்களுக்கெல்லாம் கூட்டிப் போவான். ஏதாவது ஒரு உணவகத்துக்குப் போவதைப்போலவோ ஐஸ்கிறீம் பார்லருக்குள் நுழைவதைப்போலவோ அல்ல மோல் விஜயங்கள். மோல்களில் நுழைந்தால் கண்டதை எல்லாம் எடுப்பாள். புதிதாக ஒரு உடுப்பைப் பார்த்தாளாயின் அதே வர்ணத்தில் அதே மாதிரி அவளிடம் உடுப்பு இருக்கிறதென்பது மறந்துவிடும். அவசரப்பட்டு மேலும்மேலும் ஆடைகளை வாங்கிக் குவிப்பாள். உடைகள், பாதணிகள், அணிகலன்கள் மாத்திரமல்ல புதிதாக ஒரு அரிப்பானைப் பார்த்தாலும் அதில் உயர்ரக இலச்சினை இருந்தால் உடனே தூக்கிவிடுவாள். சுதாஸிடம் அதற்கான பணமிருக்கோ இல்லையோவென்பதெல்லாம் அவளது அக்கறைக்குட்பட்டதல்ல. அவனிடம் பர்ஸும் கடனட்டையும் இருந்தால் சரிதான்... "இல்லேம்மா இன்றைக்கு அதைவிட்டுவிடு, அடுத்த மாதம் பார்ப்போம்" என்றால் "நீ வேறு யாருக்கோ கொடுப்பதற்குச் சேமிக்கிறாய், முட்டாள்த் தமிழன் நீ, எப்படி எனக்கு வாங்கித் தருவாய் கஞ்சல்க் கம்மனாட்டி" என்று மோலுக்குள் வைத்தே ஜெர்மனில் திட்டுவாள். சனங்கள் இவர்களை வேடிக்கை பார்க்கும். வேலையையும் இழந்திருந்த அவன் அவளது செலவுகளுக்கு ஈடு கொடுக்க முடியாமல் திண்டாடலானான். நுண்புரிதல்கள் குறைந்த, விடயங்களைப் பகுத்துப் பார்க்கத் தெரியாத பியங்கா மேலான ஈர்ப்பு மெல்லமெல்ல உலர்ந்து இடைவெளியொன்று உருவாகத் தொடங்கியது.

○

நாளும் பிக்கல்பிடுங்கல்களுடன் உழன்று ஒவ்வொரு மாதமுமாய் நகர்ந்து ஒருவிதமாகப் பியங்காவுக்குப் பிரசவமும் ஆயிற்று. நல்ல ஆரோக்கியமான குழந்தை. அவனுக்கு ஆதன் என்று பெயர் வைத்தார்கள். ஜெகசோதி ஒரேயொரு நாள் வந்து பார்த்துக் குழந்தையைப் படமும் பிடித்துப் போனார். மைலா மருத்துவமனைப் பக்கமே வரவில்லை. பியங்காவுக்கும் அது ஒரு விஷயமேயில்லை. பரவாயில்லை. இப்படியான இக்கட்டிலில் இருப்பவர்களுக்கு உதவி செய்யச் சில தன்னார்வலர்கள் இங்கு இருக்கிறார்கள். *Bettina* என்றொரு அம்மணி தான் வைத்துத்

தாபரிக்கும் வெறும் மூன்று நான்கு குழந்தைகளுடன் ஆதனையும் வைத்துப் பராமரிக்க முன்வந்தார். அவர்களுக்குப் பாலுணவு, டயப்பர்கள், உடுப்புக்களுக்கான பொருண்மிய உதவிகளை ஜூகென்டாம்ட் கவனிக்கும். மூன்று மாதங்கள் கழிந்தன. குழந்தை ஆதனைப் பராமரிக்க வேண்டியதால் சுதாஸுக்குத் தன் உணவகப் பணியைத் தொடர முடியவில்லை.

ஜூகென்டாம்டின் பணிப்பின்பேரில் சுதாஸுக்கு எப்படி ஆதனுக்குப் பாலூட்டுவது, குளிப்பாட்டுவது, டயப்பர்கட்டுவது, உடைகள் மாற்றுவதென்றெல்லாம் பயிற்சியளிக்கப்பட்டது. அவர்களுக்குச் சுதாஸ் தன் குழந்தையை இனிப் பராமரிப்பான் என்ற நம்பிக்கை வந்தவுடன் அவனுடன் ஆதனை எடுத்துச்செல்ல அனுமதிக்கவும் அவன் தன்வீட்டுக்கே எடுத்துச் சென்றான். ஒவ்வொரு நாளும் ஒரு சமூக சேவகி/செவிலி வந்து ஆதனின் ஆரோக்கியத்தைக் கண்காணித்துச் செல்வார்.

பியங்காவின் மனவள நலிவையிட்டு அவளிடம் குழந்தையை எடுத்துச்செல்வதையோ, அவளிடம் விட்டுவிடுவதையோ ஜூகென்டாம்ட் அனுமதிக்கவில்லை.

எதற்குக் குழந்தையைப் பியங்காவிடம் விடப்படாது என்பதில் கடுமையாக இருக்கிறீர்கள் என்று அந்த ஜூகென்டாம்டின் பெண் அலுவலர் *Frau. Lieb*ஐ சுதாஸ் வற்புறுத்திக் கேட்டபோதுதான் “அதுக்கான காரணம் உமக்கு அவ்வளவு உவப்பாக இருக்காதென்று தெரிந்தாலும் அதைத் தெரிவிப்பதற்குரிய நேரம் வந்தபடியால் சொல்லுகிறேன். ‘மூன்று ஆண்டுகளுக்கு முன்னர் பியங்கா மாணவியாக இருந்தபோதும் உம்மைப்போலவே ஒரு ஸ்ரீலங்கா இளைஞனுடன் நட்பாகப் பழகியதில் அவள் பெற்ற இன்னொரு ஆண் குழந்தையொன்று எங்களுடைய காப்பகத்தில் பராமரிக்கப்பட்டுக்கொண்டிருக்கு. தனக்கொரு குழந்தை இருப்பதான பிரக்ஞையோ, குழந்தைகளைக் கவனிக்கக்கூடிய மனவளமோ அவளிடம் இல்லை. தன் முதற்குழந்தை பற்றிய நினைவுகள் அவளிடம் இருந்திருந்திருந்தால் ஒருவேளை இரண்டாவது கர்ப்பத்தை அவள் தடுத்திருப்பாள். உடலுறவாலதான் கர்ப்பமுண்டாகிறது என்பதே அவளுக்குத் தெரியுமோ தெரியாது. இப்போ ஆதனும் தன் குழந்தை என்கிற எண்ணமோ மனப்பதிவோ அவளுக்கு இருக்க வாய்ப்பில்லை” என்று முடிக்கவும் சுதாஸுக்குப் பாதங்களுக்குக் கீழே தரை அதிர்வதைப் போலிருந்தது, தலை சுற்றவாரம்பித்தது. சுதாகரித்துக் கொண்டான்.

பியங்கா போனில்கூட ‘குழந்தை எப்படி இருக்கிறான் என்றோ அவனைக் கொண்டுவாவேன் நான் பார்க்க வேணும்’ என்றோ கேட்காமல் இருப்பதன் காரணம் மெல்லப் புரிந்தது.

ஜூகென்டாம்ட்டுக்குத் தெரியாமல் சுதாஸாக எப்போ தாவது தன்னார்வத்தில் ஆதனைப் பியங்காவிடம் எடுத்துச் சென்றால் வாங்கிவைத்துக் கொஞ்சநேரம் கொஞ்சுவாள். அவ்வளவுதான். இவ்வாறாக மூன்று நான்கு தடவைகள் ஆதனைத் தாயிடம் எடுத்துச்சென்றுமிருக்கிறான்.

மெல்ல ஆதனது பிறந்தநாளும் வந்தது. நிறையவே வண்ணமான உடுப்புக்கள் வாங்கி வைத்திருந்தாள் பியங்கா. சினிமாக்களில் வருவதைப்போன்று குழந்தையின் அணுக்கத்தால் இனி மெல்லமெல்லச் சாதாரண நிலமைக்குத் திரும்பி விடுவாளோவெனச் சுதாஸும் மற்றவர்களும் நம்பினர். அன்றிரவே அது பொய்யென்றாகியது.

சுதாஸின் நெஞ்சின்மீதே தூங்கிப் பழக்கப்பட்டுப்போன ஆதன் பியங்காவின் அணைப்பில் தூங்க மறுத்தான். அவளின் நெருக்கத்தை வெறுத்தான். அவள் எத்தனைதான் அணைத்தாலும் உருண்டு வந்து அப்பாவுடனே படுத்தான்.

“நான் பெத்தது என்னோடயே படுக்க மாட்டேங்குது, டேய் நாதாரிகளா… இது என்னுடைய வீடு. உங்களுக்கு இங்கே ஒரு அலுவலும் இல்லை. பேர்த்டே எல்லாம் முடிஞ்சுது. எழும்பிப் போங்கடா இரண்டு கழிசடைகளும்” என்று சாமத்தில் பேய்க்கூச்சல் போட்டபடி ஆதனையும் தூக்கி மற்றக் கட்டிலில் வீசவும் அவன் பயந்து அலறினான். அச்சம்பவத்தின் பிறகு பியங்காவுடன் ஆதனை விடுவதென்பது சுதாஸுக்கும் ஒரு கொடுங்கனவானது.

இவன் குர்திஷ்தானிலிருந்து நாடு கடந்து வருவதற்காக நண்பர்கள் பலரிடமும் வாங்கிய தொகைகளை இன்னும் சரியாகத் திருப்பியாகவில்லை. தாயாரோ திருமணமாகவிருக்கும் தங்கையின் திருமணத்தை நினைவூட்டியபடி இருக்கிறார். எப்போதாவது அவரது மூட்டுவலி/ஆர்திறிட்டீஸ் எப்படியிருக் கிறது என்று உசாவப் போன் எடுத்தாலும் இதுதான் அவரது முதன்மைக் கோரிக்கையாக இருக்கிறது.

இன்றும் அம்மாவின் கடிதம் வந்திருந்தது. நீண்ட காலத்துக்குப் பிறகு குறுணிக்குறுணியாக எழுதும் அவர் எழுத்தைப் பார்த்ததும் சுதாஸுக்குக் கண்கள் நிறைந்துவிட்டன. டெலிபோனில் சொன்னால் பெடியன் மறந்துபோய்விடுகிறான். கடிதத்தில் எழுதிவிட்டால் அவன் கண்ணில்படுகிற நேரங்களி லாவது நினைப்புக்குவரும் என்று நினைத்தாரோ என்னவோ? அவனது அம்மா கடிதம் எழுதியிருந்தார்.

அதன் சாரம் இதுதான்: மகன் நீ துவக்கு இருக்கென்ற ஏண்டாப்பில் எங்கள் கிராம் சேவகரோட மிண்டிவிட்டுப்

போய்விட்டாய். அந்தாளோ இந்தக் குடும்பத்துக்கு ஒரு குறையுமில்லை. ஒரு பெடியன் மாவீரன்தான். ஆனால் மற்றவன் ஐந்தாறு வருஷமாய் வெளிநாட்டிலை இருந்து உழைக்கிறான் என்று எங்கள் பிரதேசச் செயலாளருக்குப் போட்டுக்கொடுத்து வரவிருந்த சமுர்த்தி உதவிகளையும் நிறுத்திவிட்டிருக்கிறான். எங்களை ஒரேயடியாய் மறந்துவிடாதே. உன்னால முடிந்தளவு பணம் விரைந்து அனுப்பிவிடு மகன்.

சுதாஸ் பியங்காவை வளைய வருகையிலும், காதலித்தபோதும் ஜெகசோதி தம்பதி மௌனம் காத்தது இவனைத் தம் மனவளக் குறையுடைய மகளிடம் மாட்டிவிடத்தான் என்பது இப்போது புரிகிறது. இவனுக்கு நிரந்தர வதிவுரிமையுள்ள விசா எப்போ கிடைக்குமோ தெரியவில்லை. ஆதனின் தாய்க்கு ஜெர்மன் பிரஜாவுரிமை இருப்பதால் இவனது விசாவை ஒரேயடியாக நிராகரித்துவிடவும் வாய்ப்பில்லைதான். ஆயினும் அவனுக்கு எந்த விசாவும் கிடைப்பதாயில்லை. சுதாஸுக்கும் தன் மனவழுத்தங்களையெல்லாம் சொல்லி மனம் ஆறப் பரிசித்தையும், வருணன் என்கிற இஸ்தான்புல்லுக்கு அவர்கள் மேலும் பயணத்தைத் தொடர 500$ டாலர்கள் அனுப்பிவைத்த Karlsruhe விலிருக்கும் அவனது ஒன்றுவிட்ட சகோதரனையும்விட்டால் வேறு ஆட்கள் இல்லை. சுதாஸ் ஒருநாள் தான் பணிபுரிந்த உணவகத்துக்குச் சென்றான். அவனைக் கண்டதும் முதலாளி “உன்னால் இனி எப்போது பணியில் சேரமுடியுமோ அப்போது தயக்கமில்லாமல் என்னிடம் வந்துவிடு” என்று சொன்னது, அவனுக்குக் கொஞ்சம் மனஆறுதல்.

ஆதன் அம்மாவுக்குமான அன்பைச் சேர்த்து அப்பாவிடம் பொழிகின்றான். அவன் தமிழும் ஜெர்மனும் கலந்து பேசும் மழலைகள் அவனின் உயிரைக் குளிர்விக்கின்றன. விளையாட்டிடத்திலோ தொடரிகளுக்குள்ளோ புதிதாகப் பார்க்கும் எவரையும் பால்பேதமின்றி ‘அம்மா’ என்கிறான். சில சந்தர்ப்பங்களில் புதிதாகவும் சொல்லாக்கங்களும் செய்ய ஆரம்பித்துள்ளான். பூஞ்சோலையொன்றின் குறுக்கே பாயும் ஒரு வாய்க்கால் கரையோரம் ஆதனைக் கூட்டிச்சென்றபோது அங்கே நீந்திக்கொண்டிருந்த அன்னங்களைக் கண்டதும் சந்தோஷத்தில் கிறீச்சிட்டு ‘குயூகோ’ ‘குயூகோ’ என்று அவற்றை அழைத்தான். இப்படித் தமிழ் ஜெர்மன் எம்மொழிக்குள்ளும் அடங்காத ஒரு அகராதியை ஆக்கிக்கொண்டிருக்கிறான். ஆதனை மழலையர் ஆதரவு நிலையமொன்றில் ஒப்படைத்துவிட்டு அவனைப் பிரிந்தும் சுதாஸால் வாழ முடியாது.

காதலுக்கு ராகினி, வீரத்துக்குச் சமர்க்களங்கள், தியாகத்துக்குத் தேசத்துக்காய் அர்ப்பணித்த களவாழ்க்கை

யென்று வாழ்க்கை ஒளியும் நம்பிக்கையுமாய்த் தெரிந்தவொரு காலம் அவனுக்கு இருந்தது. 'ஆதன் இப்போது எனக்குத் தரும் சந்தோஷத்தைப்போலத்தானே இருபத்தைந்து முப்பது ஆண்டு களுக்கு முன்னர் இந்த இராணுவத்தினர் தம் பெற்றோருக்குக் கொடுத்திருப்பார்கள்' என்றெல்லாம் நினைப்பதனால் இப்போது அவனது இரவுகள் அமைதியற்றிருக்கின்றன. அவனது *Rounds* பட்டுச் செத்துப்போன இராணுவத்தினரும் கனவுகளில் முகில்களுக்கு இடையிலும் மேலாலும் குழந்தைகளாகி எட்டிப் பார்க்கிறார்கள். தேவதைகளுடன் சேர்ந்துவரும் மாற்றியக்கப்பெடியளும் சிலர் சிரிக்கிறார்கள். சிலர் முறைக்கிறார்கள், சிலரது முகங்கள் இறுகிப்போயிருக்கின்றன, சில குழந்தைகள் 'சுடாதே சுடாதே'யென அலறுகின்றன. 'அம்மா ஒருகுடம் தண்ணீர் மொண்டுவரக்கேட்டபோது முடியாதென மறுத்த நான் எவனோ ஒருவனின் ஆக்ஞையில் இத்தனை இராணுவத்தினனைச் சுட்டுக்கொன்றேனே' எனும் நினைப்புக்களால் ஒவ்வோரிரவும் தூக்கம் தொலைந்து போகுது. தமிழ்ப்புலி என்பதற்காக அவர்களும், சிங்கள இராணுவத்தினன் என்பதற்காக நாங்களும் ஒருவர் உயிரை மற்றவர் குடித்ததும் சிறுபிள்ளைத்தனந்தான்!

இப்போது ஆதனது உடனடித் தேவை அவன்மேல் அன்பு செலுத்தி அவனைத் தாபரிக்கக்கூடிய இதயமுடைய ஒரு அம்மா மட்டுந்தான். அம்மா வாய்த்துவிட்டால் சுதாஸும் வீடு, வேலை, குடும்பமென்று ஒரு இயல்பான வாழ்க்கைச் சகடத்தோடு சுழலத் தொடங்கிவிடுவான். அபரிமிதமான பச்சாதாப உணர்வுகள், சிந்தனைகள் வந்துவந்து அவனைக் குழப்பாமலாவதிருக்கும். இனி ஆதனுக்கான அம்மாவைத்தேடி அவன் இன்னும் எத்தனை காதங்கள் பயணிக்க வேண்டுமோ...? அதைத் தன் திரைகளைத் தொலைத்துவிட்டு அலமலங்கியிருக்கும் ஒரு பாய்மரப் பறவை எப்படி அறியும்?

30.04.2021, பேர்லின்

❍

இக்கதை 2021ஆம் ஆண்டு பேசும் புதியசக்தி சஞ்சிகை, எழுத்தாளர் 'ராஜகுரு' நினைவாக நடத்திய சிறுகதைப் போட்டியில் முதலாவதாகத் தேர்வு செய்யப்பட்டது.

3

தேவதைகளின் நல்கை

அவள் குடித்திருக்கிறாள் என்பதை வண்டிக்குள் ஏறிக்கொண்ட கணத்திலேயே உணர்ந்துகொண்டேன். அவளிலிருந்து Baccardia + Caramelலின் கூட்டுக் கந்தம் விட்டுவிட்டுக் கமழ்ந்தது. குடிக்காதவர்களை மட்டுந்தான் ஏற்றிக்கொள்வது என்கிற கோட்பாட்டை டாக்ஸிக்காரர்கள் வைத்துக் கொண்டால் எம்தொழில்முறையில் அது வேலைக்காகாது. அதுவும் வார விடுமுறை/ விடுமுறை தினங்களில் வரும் வாடிக்கையாளர் களில் செவ்விகிதத்தினர் குடித்துவிட்டே தம் பயணங்களைத் தொடர்வர். குடித்ததனாலேயே டாக்ஸியை நாடுபவர்களுமுண்டாம். சில உற்பாதங்களைச் சகித்தே தீரவேண்டும்.

அதொரு கோடைக்காலம், அவளுக்கு முப்பது வயதிருக்கும். நல்ல மொழுமொழுவென்று தசைப்பிடிப்பான தேகம். அதை ஒப்புவிக்கும் கட்டையான களிசானும், மிகையாகச் சித்திரத் தையல்வேலைகள்செய்த நீளமான வெள்ளை மேற்சட்டையும் அணிந்திருந்தாள். தலையிலிருந்து குரங்குவாலன் பயற்றங்காய்கள்போலச் சிறுகுண்டுமணிகள் சேர்த்துப் பின்னிய பின்னல்கள் பல ஒவ்வொன்றும் ஒவ்வொரு வர்ணத்தில் தொங்கின. தேகம் முழுவதும் ஹனா வரைந்ததைப்போலப் பல வர்ணங்களில் Tattoos குத்தியிருந்ததுடன் ராஜஸ்தானத்து நாடோடிப் பெண்களைப்போல நிறைய வெள்ளி நகைகளும் சூடியிருந்தாள். பத்து விரல்களிலும் விரல்கள்நிறையக்

கம்பியுருவிலான மோதிரங்களைக் கொளுவியிருந்தாள். ஹிட்லர் ஜூதருடன் சேர்த்து சிந்தி – ரோம நாடோடிகள் நிறையப் பேரை அழித்துவிட்டிருந்தாலும் இங்கே அவர்களின் சந்ததியினர் இன்னும் பலர் வாழ்கிறார்கள். அவள் பேசுவதற்குப் பிரியப்பட்டவள்போலத் தெரிந்தாள். முதல் உபச்சாரமாக “வொட்கா குப்பியிருக்கு … ஒன்று அடிக்கிறியா” வென்றாள் வெகு இயல்பாய். ஆனால் சம்பிரதாய அரட்டையிற்கூடத் தெளிவான ஜெர்மன் பேசினாள். ஆக இவள் நாடோடியாக இருக்க வாய்ப்பில்லை.

“அம்மணி … வாகன ஓட்டுனர்கள் பணியின்போது *Zero - milli*யில் (ஒரு திவலைக்கூட அருந்தாமல்) இருக்க வேண்டும் என்பது உனக்குத் தெரியாதா” என்றேன்.

“சரி உன்னை யார்தான் சோதிக்கப் போறா … இஷ்டமில்லேன்னா நான் வற்புறுத்தல”

இரண்டு நிமிடங்கள் மௌனமாகக் கழிந்திருக்கும். தன் தோட்பையுக்குள் கையைவிட்டுக்கொண்டே,

“உனக்கு ஆட்சேபணை இல்லையென்றால் நான் ஒரு மிடறை விழுங்கவா…” என்றாள். ஏதோ அதற்குமுதல் மணந்தே பாராதவள்போல.

“தாராளமாக விழுங்கு … அது உன் திரவம், நீ விழுங்கப் போறே…, ஆனால் அளவுக்கதிகமாக ஏற்றிக்கொண்டேயானால் *Kumpel Nest*டில் (கிளப்) உன்னை உள்ளே அனுமதிக்கமாட்டார்கள் தெரியுமல்லவா …” என்று லேசாக எச்சரித்தேன்.

“நான் இன்றைக்கு அத்தனை சந்தோஷமாக இருக்கிறேன் மெஸுயு … செக்கியூறிட்டி எவனையாவது கட்டி ‘உம்மா’ கொடுத்தாலொழிய யாரும் கண்டுபிடிக்க மாட்டான்” என்றவள் எனக்குக் கண்ணடிப்பது கண்ணாடியில் தெரிந்தது. மின்னல் வேகத்தில் பச்சைமுட்டை குடிப்பதைப்போல் ஒரு சிறு குப்பியைத் திறந்து வாய்க்குள் கொட்டினாள்.

“இயல்பிலேயே நான் எப்போதும் சந்தோஷமாக இருக்கிற பொண்ணுதான் … ஆனால் இன்றைக்கு எனக்கு டான்ஸ் ஆடவேணும்போல இருந்திச்சு … அதுதான் புறப்பட்டேன்”

“அம்மணி இன்றைக்கு இத்தனை குஷியாக இருப்பதற்கு என்ன காரணம்… நானும் தெரிஞ்சுக்கலாமா…”

“நிறையவே இருக்கு மெஸுயு … அதில ஒண்ணு … நான் இப்போ விடுமுறையில இருக்கேன் … இரண்டு … நான் வாற

வியாழக்கிழமை மலாக்காவுக்கு விடுமுறையைக் கழிக்கப் போறேன்"

"தனியாவா... நண்பர்கள் கூடவா..."

"இப்போ எனக்கு நண்பர்கள் எவருமில்லை. ஃப்றீயா ஜொலியா இருக்கேன்"

"ஏன் நீயுங்கூட வாறியா..?"

"அம்மாடியோவ்...எனக்கொரு அழகான மனைவி இருக்கா"

"அப்ப என்னை அழகில்லே என்கிறே... சரி" என்றவள் அவ்விஷயத்தை மேலே தொடவில்லை.

"மூணாவதா... இன்னிக்கு நகைகள் வித்தவகையில எனக்கு நிறையப் பணம் கிடைச்சுது"

"என்ன உன் நகைகளை விற்றாயா..."

ஜெர்மனியருடன் உரையாடும்போது மற்றவரைப் பிடித்துப்போனால் அடுத்த நிமிஷமே அவர்கள் ஒருமையில் உரையாடத் தொடங்கிவிடுவது இயல்பான விஷயம்.

"ஆமாமா... எமக்கு நாங ்க பார்க்கிற தொழிலால அப்பப்போ நிறைய நகைகள் வந்து சேர்ந்திடும்"

'தொழிலால நகை கிடைக்கும்... தொழில்' என்ன என்பது என் சிறு மூளைக்குப் பிடிபடவே இல்லை. ஊகங்கள் எல்லாம் ஓரளவுக்குமேல் செல்ல மறுத்தன...

"என் தொழில் கொஞ்சம் விநோதமானதுதான், ஆனாலும் சட்டரீதியாக அனுமதிக்கப்பட்டது, சந்தேகப்படாதே" என்றாள்.

ஒருவேளை 'பொருட்பெண்' என்பாளோ, இருந்தாலும் அவர்களுக்கு எவன்தான் கிரயத்தை நகையாகக் கொடுப்பான். நான் குழம்பித் தவித்தேன்.

"நகைகள் கிடைக்கக்கூடிய சட்டரீதியான தொழிலும் ஒன்று உலகத்தில இருக்கென்பது இன்றுவரை எனக்குத் தெரியாது மாம்..." அவளிடம் நான் சரணாகதியடையவும்...

"Ich bin eine Bestatterin"[1] என்றாள்.

"இல்லை... இல்லை... நீ என்னைச் சும்மாதானும் கலாய்க்கிறாய்... நானும் 30 வருடங்களுக்கு மேலாய் இந்த ஜெர்மனியில்தான் வாழ்கிறேன். ஆண்கள் செய்யும் எல்லாத்

---

1. நான் ஒரு வெட்டியாள்

தொழில்களுக்கும் போட்டிப்போடும் பெண்களைப் பார்த்திருக்கி றேன். ஆனால் ஒருமுறையாவது ஒரு வெட்டியாளைக் கண்டதில்லை. பார்த்த அனைவருமே வெட்டியான்கள்தான்," (அதாவது ஆண்கள்தான்) என்றேன்.

"நாங்கள் ஆண்களைப்போலச் சீருடை அணிவதில்லை, அதனால உனக்கு வேறுபாடு தெரிந்திராது... இன்னுமொன்று நாங்கள் எந்த இறுதிச் சடங்கிலும் பங்கெடுப்பதுமில்லை"

'என்ன இறுதிச் சடங்குகளில் பங்கெடுக்காத வெட்டியாளா...' என்னை அவள் மேலும் குழப்பினாள்.

"அப்போ வெட்டியாளா என்னதான் செய்வீர்களாம்"

"பார்லர்களில் வைத்து இறுதிச் சடங்குகளுக்கு உடல்களை மணப்பெண்கள் / மாப்பிள்ளைகள் போல அலங்கரித்துத் தயார்ப்படுத்துவது யார்..? நாமதானே... எம் அலங்காரங் களுக்குப் பிறகுதான் அவர்கள் தேவாலயங்களுக்கோ, கல்லறைகளுக்கோ, தகனபீடங்களுக்கோ புறப்படுவார்கள். இறந்தவர் பெண்ணாயின் அவர்கள் மரிக்கையில் அணிந்திருக்கக் கூடிய நகைகள் அனைத்தும் எங்களுக்குத்தான். அவற்றைப் பற்றிக் குடும்பத்தினரோ, உறவினரோ மறந்து போயிருப்பார்கள். அல்லாவிடினும் எமது கொம்பனியுட்பட எவரும் அதற்கு உரிமை கோருவதில்லை. சிலர் தங்கள் இணையர் இருந்தாலும் இறந்தாலும் தம் கல்யாண மோதிரங்களைக் கழற்றுவதில்லை. சிலரது தோடுகள், கொண்டையூசிகள், புறோச்சுகள் வெள்ளியா யிருந்தாலும் அவற்றில் வைரமன்ன ஜாதிக்கற்கள் பதித்திருக்கும். மழை / குளிர்காலத்தில் எண்ணிக்கையில் அதிகமாக மரிக்கும் கிழவிகள்தான் எமக்குச் சௌபாக்கிய தேவதைகள். இறப்பது இளம்பெண்கள் என்றால் இப்பதான் இளசுகள் கண்டகண்ட இடங்களில் எல்லாம் வளையங்களை மாட்டுகிறார்களே..." என்றவள் நிறுத்தி என்னை மேற்கண்ணால் பார்த்து அர்த்தபுஷ்டி யுடன் சிரித்துவிட்டு. "அவையெல்லாம் நமக்குத்தான்" என்றாள்.

"இரண்டொரு மாதங்களில் சேகரமாகும் நகைகளை ஒன்றுசேர்த்து வைத்துத் தங்கம் / வெள்ளி வியாபாரிகளிடம் மொத்தமாக விற்போம். அது வெட்டியாள்களுக்கேயான வரியற்றதொரு உபரி வருமானம்"

எனக்கு இறுதி அலங்கரிப்புக்கான பணியாளர்களின் தேவையொன்று இருப்பதையும் புதிதாகத் தெரிந்துகொண்ட வேளையில், கூடவே வேறொரு தமிழரின் இறுதிச் சடங்கு நிகழ்வும் நினைவுக்கு வந்தது.

இறந்தவரின் பிரியசகி ஊரறிந்தவொரு கஞ்சல் பிசினாறி. அவள் குடிகாரப் பதிக்கு வந்த மாரடைப்பில் திடீரென ஒருநாளில் குடிப்பதையும், மூச்சையும் ஒன்றாக விட்டுவிட்டான். இறுதிநாளில் சுற்றம் கண்ணீர் வராமல் அழுது அந்திமச் சடங்குகள் முடித்து உடல் மண்டபத்தில் மின்தகனத்துக்குத் தயாராக இருந்த வேளை, பிரியசகியோ தன் ஒரே மகனை அழைத்து அவன் காதுக்குள் இரகசியமாகக் கேட்டாள்: "300 இயூரோவுக்கு வாங்கின சூட்டல்லே மகன்... அநியாயமாய் எரிக்கப்போறாங்கள்... அதை மெல்லக் கழற்றியெடுப்பமே..."

வாயில் விரலை வைத்து 'உஷ்ஷ்க்...' என்று அவன்விட்ட ஆவியில் மௌனியாகினாள் சகி. எரிகிற வீட்டில பிடுங்கிறது லாபம், எரிக்கப்படப்போகிற பிணத்திலகூட உடுப்பை உருவிக்கொண்டால் லாபம் என்றெண்ணுகின்ற சகியோட வாழ நேர்ந்தவன் குடிக்காமல் என்ன பண்ணுவான்? இத்தனை பலதரப்பட்ட குணங்களுடைய மானுடர்களையும் கலவையாகத் தாங்கிக்கொண்டு தேமேயென்று உழல்கிற குவலயம் பற்றி என் தலைக்குள் ஓடிய *Kopf - Kino*வில்[2] நான் சஞ்சரித்திருக்க வேண்டும்.

"*Du bist aufgeregt Alte*[3]" நீ பயந்திட்டாய்... பழசு என்று என்னைச் சமகால நிகழ்வுக்கு இழுத்தாள் வெட்டியாள்.

"வேலை உன்னதாம்... அதை நீயே பண்ணுவியாம்... அதில பயப்பட எனக்கு என்ன இருக்கு.."

நினைவுகளின் நீச்சலோடு அவள் போக விரும்பிய கிளப்பும் வரவும், நான் வண்டியை அதன் வாசலில் நிறுத்தினேன். "இல்லையில்லை... இதுவல்ல அந்த டிஸ்கோ" என்றாள். "இல்லை *Kumpel Nest* கிளப் இதுதான். வேண்டுமென்றால் இறங்கி வாசலில் நிற்கிற இளைஞர் கூட்டத்தில் யாரையும் கேட்டுப்பாரேன்" என்றேன். அவள் வண்டியை விட்டிறங்காமலே கைப்பைக்குள்ளிருந்த அலைப்பேசியை எடுத்து அதில் இலக்கங்களை ஒத்திப் பேசிய பின்னால் "பொறுத்தாற்றுக மெஸூயு... அது *Club Sisyphos* ஸாம்" என்றாள்.

"இது என் கடமை முடிகிற நேரந்தான்... ஆனாலும் பரவாயில்லை. அது என் வீட்டுக்குப் போகும் வழியிலதான் இருக்கு. நான் உன்னைக் கட்டணமின்றிக் கூட்டிப்போய் அங்கே விடுகிறேன்" என்று மீட்டரை அணைத்துவிட்டு மீண்டும் வண்டியை உயிர்ப்பித்தேன்.

---

2. ஒரு தனியனுக்கான சினிமா.

3. Alte இது பரிச்சயமான நண்பர்களையே விளிக்கக்கூடிய ஒரு சொல். நேரிடையாக அதற்குக் 'கிழவன்/பழசு' என்று பொருள்.

அந்த Club Sisyphosஐ அடையவும் "உனக்குத்தான் கடமை முடிகிறது என்றாயே... அப்போ எங்கூட உள்ளே வந்து கொஞ்சநேரம் ஆடிட்டுத்தான் போயேன்..." என்றாள்.

"நன்றி மாம், எனக்கு ஆட்டம் கொஞ்சங்கூடவராது"

"நான்தான் சொல்லிப்புட்டேனே... வெட்டியாளென்று... இனி நீ என்கூட எப்படி வந்தாடுவே..." என்று அவள் சலிக்கவும் "சொன்னா நம்பணும்... இப்படித்தான் ஒருமுறை, ஒருபெண்கூட வில்லங்கத்துக்குப்போய் ஆடி அவள் காலை நான் மாறிமாறி மிதித்ததில் அவள் இரண்டு பாத எலும்புகளும் விலகி ஆம்புலன்ஸ் வரவழைச்சாங்கன்னாப் பாரேன்..." என்றேன்.

"நல்லாத்தான் பேசுறே மெஸூயு" என்றவள் கைப்பையி லிருந்து 20 இயூரோ சொச்சமாகியிருந்த ஓட்டத்துக்கு 50 இயூரோவைத் தந்தாள். பழக்கத்தால் கைகள் வாங்கியதை என் வல்லுவத்துள் (பர்ஸ்) வைத்துக்கொண்டன.

என் வாடிக்கையாளர் ஒரு பொருட்பெண்ணாயின் அவள் தரும் வண்டிக்கான கிரயத்துள் அவளது பாடுகளும், சுமைகளும், வலிகளும் இருக்குந்தானேயென்று என் மனம் விசாரம் செய்யும்.

இவள் தந்த 50 இயூரோவுக்குள்ளும் செம்பகுதி யாரோ ஒரு பரதேவதையின் நல்கையில் கிடைத்த வெள்ளியோ தங்கத்தின் அணுக்களும் கலந்திருக்குமல்லவா... என்று என் மனம் வியர்த்தமானதொரு விசாரத்தில் இறங்கவும்... "இந்தா இதையும் சேர்த்து வைச்சுக்கோ Schatz⁴" என்றபடி சிருங்காரங்கலந்தொரு முத்தத்தைப் பறக்கவிட்டு மானெனக் குதித்தோடி அந்தக் கிளப்பினுள் மறைந்தாள்..!

◯

ஞானம் சஞ்சிகை - 255 ஆகஸ்ட் 2021, கொழும்பு

---

4. அன்பே

4

சோதனை சுமக்கும் வேளை

"ஹலோ வணக்கம் / வணக்கம் . . . நலமாயிருக்கீங்களா" இந்த மாதிரி ஒரு இயல்பான உரையாடலாகத்தான் முகநூலில் எமது நட்பு ஆரம்பித்தது. பின்னர் ஒரு நாள்

"என்னை உங்களுக்குத் தெரியாது..., ஆனால் உங்களை எனக்குத் தெரியும்" என்றாள். எனக்குத் 'திக்' கென்றது.

"உங்களின்ர 'பச்சைத் தேவதையின் கொலுசு' படித்தனான். அதில் உங்கள் அனுபவப் பகிர்வு களைப் பார்க்க அந்தக் கதை வெறும் புனைவாய் மட்டும் எனக்குத் தெரியேல்லை"

"அப்படியா... அதொரு இலக்கியப் பத்திரிகை யில் வந்த கதையாச்சே . . . எப்படி உங்களுக்கு வாசிக்கக் கிடைச்சுது"

"அப்ப நாங்கள் இலக்கியப் பத்திரிகைகள் படிக்கப்படாது எங்கிறியளோ"

"நான் அந்த அர்த்தத்தில சொல்லேல்லம்மா, அவை லேசில எல்லா இடத்திலயும் கிடைக்காது. எனக்கு இன்னும் உங்கள் இலக்கிய ரசனைகள் டேஸ்டுகள் எதுவுந் தெரியாதல்லவா ... இன்னும் நீங்களும் சேலத்தில இருக்கிறதாய்ச் சொல்லிறியள். இலங்கைத் தமிழ் கதைக்கிறியள். எல்லாம் அதிசயமா இருப்பதால கேட்டன்..."

ஆனானப்பட்ட சென்னையில கணையாழியும், சுபமங்களாவும் எந்தக் கடையில் கிடைக்குமென்று

எவருக்கும் தெரியவில்லை. அதை வாங்குவதற்கு ஒரு வாரமா ஒரு சித்திரை வெயிலில் அலைந்த அனுபவம் எனக்குண்டு. 'டீக்'காய் உடுத்திக் கழுத்துப்பட்டி சகிதம் அலுவலகத்துக்குப் போய்க்கொண்டிருந்த ஒரு கனவானை நிறுத்தி விசாரித்தேன்.

"அண்ணே சுபமங்களா எங்கே கிடைக்கும்"

"அப்படீன்னா என்ன"

"அதுவொரு தமிழ்ச் சஞ்சிகை"

அவரது வாயில் சுபமங்களா நுழையவில்லை.

"அப்பிடீன்னு சஞ்சிகை எதுவும் இல்லப்பா… ஒருவேளை மலையாளமாயிருக்கும்"

கடைசியாக ஆனந்த விகடனுக்குத் தொலைப்பேசித்தான் விபரம் எடுத்தேன்.

முகநூல் நண்பியின் உரையாடல் தொடர்ந்தது.

"அண்ணே இப்ப இந்தப் போன்லயிருந்து நான் கனநேரம் கதைக்கேலாது. நான் பிறகொரு சமயம் உங்களைக் கூப்பிடுறேன்… *I've a heap of things to share with you… until then bye bye. Wish you a Good day*" அவள் நாவில் ஆங்கிலமும் சரளமாய் பிரயத்தனமின்றி நர்த்தகித்தது.

தொடர்பு துண்டிக்கப்பட்டது.

பிறகொருநாள் உள்பெட்டியில் "சார் உங்களிடம் நான் ஒரு 10 நிமிஷம் பேசணும், இப்போ நான் உங்ககூடப் பேசலாமா" என்று கேட்டுவிட்டு மெஸெஞ்சரில் அழைத்தாள்.

"சார்… நான் ஒரு பெரிய தப்பைச் செய்துபோட்டுக் கிடந்து உழலுறன். நீங்கள்தான் என்னைக் கரையேற்றிவிட வேண்டும்"

"தப்பிலயிருந்து எப்படிக் கரையேற்றிறது..? அப்படீன்னா எத்தனையோ கொலைக் குற்றவாளிகள்…" நான் முடிக்க முதலே தொலைக்காட்சி நெறியாளர் மாதிரி இடையிட்டாள்.

"தப்பிலயிருந்து கரையேற முடியாதுன்னு தெரியும். சாகும்வரையில நாந்தான் அதை அனுபவிக்கணுன்னும் புரியுது சேர்… அந்தத் தப்பால நான் படும் அவஸ்தைகளிலிருந்து எனக்குக்கொரு றிலீஃபோ… றிலாக்ஷேஸனோ நீங்கள்தான் பெற்றுத் தர வேணும். என்னைப் போல வேற ஆக்களும் அங்கங்க இதுமாதிரித் தவறுகள் செஞ்சிருக்கிறாங்கதான்… ஆனால் என்னுடைய தப்பே இவ்ளோ பெரிய வாதனையயா என் தலையில் வந்து விடியுமென்று நான் எதிர்பார்க்கேல்லை"

அவளை யாராவது கொத்தடிமையாக வைத்துப் படுத்துகிறார்களோ . . . அவளது வார்த்தைகள் சிக்கல் கொள்ளக்கொள்ள எனக்குள்ளும் கிலேசம் பரவத் தொடங்கிற்று.

"நான் நீர் நினைக்கிறா மாதிரி இரக்ஷகனோ ஆபத்பாந்தவனோ கிடையாது . . . கொஞ்சம் எழுதமட்டும் செய்வேன். யாருக்கும் தீர்ப்பளிக்கவோ, எவரையும் விடுதலை பண்ணற சக்தியோ எங்கிட்டக் கிடையாதம்மா. சரி, இப்போதைக்கு . . . உன்னுடைய பிரச்சினை என்னோட பகிரக்கூடியதென்றால் அதைச் சொல்லும். நான் இப்ப *U-Bahn* என்கிற ஒரு *Tunnel train*ல போய்க்கொண்டிருக்கிறன். நான் தமிழ்ல வளவளக்கச் சனமெல்லாம் என்னை வேடிக்கைப் பார்க்குது, இன்னும் இரண்டு நிமிஷத்தில நான் இறங்கவும் வேணும்டா. உம்மிட்ட என்னோட மின்னஞ்சல் முகவரியும் இருக்குத்தானே . . . போன்ல சொல்லக் கஷ்டமாக இருந்தால் நீர் எனக்குச் சொல்ல நினைக்கிற எல்லாத்தையும் எழுதிவிடும். என் சின்ன மூளைக்கு ஏதாகிலும் தீர்வு பிடிபட்டால் என்ன செய்யலாங்கிறதை நானும் எழுதிறன். சரியா . . ."

"உங்கள் கதைகளின் பிரகாரம் நீங்கள் கஷ்டத்தில இருக்கிறவங்களுக்கு வலிந்து உதவக்கூடிய மனசுள்ளவரென்டு, கண்டதாலதான் சேர் உங்களோட என்னுடைய பிரச்சினையைப் பகிருறேன். என்னால போன்ல நிறைய எழுதேலாது, போன் கதைக்கிறதுதான் வசதி, பிறகு எடுக்கிறன் . . . பை பை."

தொடர்பு துண்டிக்கப்பட்டது. அண்ணா இப்போது 'சேரா'க மாறியிருந்தது.

அன்றிரவே திரும்பவும் அழைத்தாள்.

" ஹலோ . . . சொல்லும்மா கீர்த்தனா தெரியும், கீர்த்திகாவும் தெரியும், கீர்த்தன்யாங்கிற உம்மபெயர் வித்தியாசமாயும் அழகாயுமிருக்கு . . . அதை நான் என்னுடைய அடுத்த கதாநாயகிக்கு வைக்கவா. . ."

"பெயரென்ன, என் முழுக்கதையும் கேட்டிங்கன்னா உங்களுக்கு ஒரு பெரிய நாவலுக்கான ப்ளொட்டே கிடைக்கும். சேர் . . ."

"நீர் 'சேர்' 'சேர்' என்று என்னோட கதைக்கிறதும் எனக்கு '*Odd*'டாயிருக்கு . . . *Weird Mam*, அதையும் நீர் மாத்திக்கணும்."

"அப்போ நான் உங்களை இஞ்சத்தைய ஆக்கள் ஸொல்ற மாதிரி 'மாமா'ன்னு ஸொல்லட்டே"

“ஒரு சின்னப்பொண்ணு மாமான்னா யாருக்குத்தான் கசக்கும் . . . ஆனா எனக்கு 40 வயசாக்கும் . . . அதையும் மனசில வைச்சிண்டு உமக்கு எப்பிடித் தோணுதோ அப்பிடிச் சொல்லும். எனக்கு நோ ப்ரொப்ளம்.”

“தாங்க்ஸ்... மாமா ”

“நாங்கள் மாமா 2006 இல முள்ளிவாய்க்கால் சம்பவங் களுக்கு முதலே இந்தியாவுக்கு அகதிகளாக வந்து இராமநாதபுரம் மாவட்டம் – மண்டபம் முகாமில ஒருமாதம் வரையில் தொங்கிக் கிடந்து இழுபட்டுப் பின், திருச்சி மாவட்டம் – கொட்டப்பட்டு முகாமுக்கு வந்து சேர்ந்தோம், அப்போ எனக்கு 12 வயதுதான். புறப்பட்டதிலிருந்து இந்தியாவுக்கு அகதிகளாக வந்ததையிட்டு வருத்தப்படாத நாளேயில்லை.

மொத்தக் குடும்பமும் ஒரே போட்டில போகப்படாதென்று அப்பா அடுத்தநாள் வேறொரு போட்டில வந்ததால அவரை இன்னொரு முகாமுக்கு அனுப்பிட்டாங்கள். பிறகு வைக்கோ, ராமதாஸ் வரையில போய்த்தான் எங்களை ஒரே முகாமில் விட்டாங்கள்.

அப்போ நான் ஏழாவது படிச்சுக்கொண்டிருந்தன்... தமிழில படிச்ச எனக்கு இவங்களோட தமிழ் பிடிபடவே நாளாச்சு... அதால இவங்கள் என்னை ஆறாவதிலதான் விட்டாங்கள். இழுத்துப் பறிச்சு ஒருவாறு பத்தாவது வந்தனா...”

“இப்போ சுத்தமான தமிழகத்துப் பெண்ணாயா யிட்டாப்பல...”

“நீள மயிரும், வெள்ளைத் தோலுமாய் கொஞ்சூண்டு அம்சமா பார்க்கற மாதிரி . . . இவங்க சொல்றாப்பல ‘கும்’முனு இருந்தனா, முகாமுக்கு வெளியிலும் உள்ளயுமாகப் பெடியங்கள் என்னையே சுத்திவரத் தொடங்கிட்டாங்கள். சாரமதின்னு ஒரு டான்ஸ் டீச்சர் முகாமில இருக்கிற புள்ளங் களுக்கு ஃப்றீயா டான்ஸ் சொல்லிக் கொடுத்தாங்க.”

“என்ன பரதநாட்டியமா...”

“பின்னே என்ன Hip hop டான்ஸா... படுத்தாதீங்க மாமா,” செல்லமாய்ச் சிணுங்கினாள்.

“சரி... மேல சொல்லும்”

“அவரோட வகுப்புக்குப் போனா போகையில நாலுபேர் வரெப்போ ஆறுபேர் எனக்கு எஸ்கோர்ட் மாதிரித் தொடரத் தொடங்கிட்டாங்க... இதைப் பார்த்த அம்மா இந்த ஆட்டமும்

கூத்தும் நமக்கு வாணாம்... கலாபரிபாலனங்களெல்லாம் நமக்கானதல்ல... அது ஒத்தும் வராது, ... பிழைக்கற வழியைப் பார்ப்போம்னு என்னையக் கிளாஸுக்கே போகவிடாம நிறுத்திட்டாங்க. என் காலேஜிலேயே மேல்வகுப்பில் படித்துக் கொண்டிருந்த ஒருத்தன்தான்' நீ கெடைக்கல்லேன்னா செத்துப்புடுவேன்'டின்னு விடாமல் தொல்லை தந்திட்டிருந்தான். எனக்கு நிஜமாகவே பயமாக இருந்துச்சு... ஏன்னா ஒரு பொண்ணு தன்கூடப் பேச மறுத்தான்னதுக்காக தண்டவாளத்துல தலையை வைச்சு அறுத்த கேஸுங்க எல்லாம் இங்கே இருக்கு. கொஞ்சம் திரணை, தவாளிப்போட பிறந்து தொலைக்கிறதுங்கூட ஒரு வகையில இம்சைதான் மாமா... எந்தத் திக்கிலிருந்து எந்த ஷெல்லோட சில்லுவந்து தாக்குமோவென்ற கிலேசத்தோடதான் எப்போதுமிருக்க வேணும்.

'உனக்குப் பின்னாலதான் என்னுடைய வாழ்க்கையும் உலகமும் விரியுது. நீ இல்லாத நான் வெறும் பூஜ்ஜியம்' என்றெல்லாம் கஞ்சா தடவின வார்த்தைகளாக எடுத்து விட்டான். அவனது மயக்குமொழிகளில மயங்கி நானும் அவன் விரிச்ச காதல் வலையில மெல்லமெல்ல விழுந்திட்டேன். சாப்பாட்டிலகூடக் கவனமில்லாமல்... பாட்டும் குதிப்புமாய் என்னுடைய சாங்கங்களைக் கவனிச்ச அம்மாதான் முதல்ல என்னையெக் கேட்டா... 'ஏன்டி நீ எவனையாவது 'லவ்'பண்றியான்னு.' அம்மாவும் அப்பாவைக் காதலிச்சுத்தான் கட்டினவ. கட்டினதோ ஓடினதோ ஒன்று... பாம்பின் காலைப் பாம்பறிஞ்சிட்டுது. அப்பா ஒரு தலித்து, அவர்களது ஒரு ஜாதி மறுப்புத் திருமணம்.

அது உடுமலைப்பேட்டையில் சங்கரின் ஆணவக்கொலை விழுந்த டைம். எனக்கேற்பட்ட பயத்தில் என்னை வளைய வந்துகொண்டிருந்தவனுக்குச் சொன்னேன் 'நான் ஒரு ஜாதி மறுப்புத் திருமணத்தில பிறந்த பொண்ணு. உங்க குடும்பத்துக்கும் விஷயம் தெரியவந்தால் அவங்க என்னையப் போட்டுத் தள்ளிவிடச் சாத்தியம். அதால இந்தக் காதல் கருமாதி ஒண்ணும் வேணாம்டா... என்னெய என்வழியில விட்டுடு'ன்னேன்.

'அவனோ ஹே... லூஸு, இதெல்லாம் பூவுன்னு ஊதிவிடுற சமாச்சாரம்டி... உலகம் எவ்ளோ மாறிடிச்சு. உங்க முகாமுக்குள்ளாறதான் எதையும் மாற்றாம இன்னும் யாழ்ப்பாண வாழ்க்கையையே வாழ்ந்துகொண்டிருக்கீங்க போல இருக்கு... நாங்கூட ஜாதி மறுப்புத் திருமணத்தில் பிறந்த பையன்தான். எங்கம்மா பிராமின், அப்பா நாடார், இப்ப என்னாங்கறே' என்றான். நம்பிட்டேன். பின்னாலதான்

தெரிஞ்சுது… அவனுக்குத் தன் ஜாதியே சரியாய்த் தெரியலை. ஒருவேளை எனக்குப் புரியாதுன்னு நெனைச்சானோ என்னமோ… வாயில வந்தபடி ‘நாடார்’ என்றிட்டிருக்கிறான். அவன் நிஜத்தில முக்குலத்தோரோ என்னவோ… தங்கள் குடும்பம் ஒரு மார்க்ஸிய, பெரியாரியக் கொள்கைகளைப் பின்பற்றும் ஒரு முற்போக்குக் குடும்பமென்றும் அடித்துச் சொன்னான்.’

‘நான் சீதனம் போன்ற விஷயங்களில் எல்லாம் மிகமிக முற்போக்குவாதியாக்கும். உன்னைய ஒரு குண்டுமணி நகைகூடக் கொண்டுவா’ன்னு கேட்கமாட்டேன் என்று என் கையைப் பிடித்து அடித்தான். ‘அகதி முகாம் வாழ்க்கையில ரேஷன் அரிசிக்கே அக்கப்போர் . . . உனக்கு நகையெல்லாம் சீர்செய்வாங்களாக்கும்’ என்றேன்.

ஒரு திருமணத்தால நெறையக் கஷ்டப்பட்ட எங்கம்மா ஆரம்பத்திலிருந்தே ‘எவன்னாலும் இதெல்லாம் வேணான்டி’ என்று மறுத்துக்கொண்டேதான் இருந்தா… போருக்குப் பிறகு நாடு சுமுகமான நிலைக்குத் திரும்பிடும் போலயிருக்கு. நாம் இந்த ஆண்டிலேயே ஊருக்குத் திரும்பிடுவம்…, ஒரு இந்தியத் தமிழனை நீ கட்டினால் நீ இங்கே, நானும் அக்காளவையும் அங்கேயென்று பிறகெல்லாம் இடியப்பச் சிக்கலாயிடும், புரிஞ்சுக்கோ’வென்று ஒவ்வொரு இரவும் எனக்கு ஓதின்டே இருந்தா.

எங்க அகதிக முகாம்ல குடும்பத்தில் பெரியவர்களுக்கு மாசம் 12 கிலோ அரிசியும் தலைக்கு 400 ரூபா பணமும் கிடைச்சுது. அதைக்கொண்டு ரேஷன் சாமன்கள் மட்டுந்தான் வாங்கலாம்.

அப்பாவும் ஒரு முனகலுமில்லாமல், ஒப்பந்த அடிப்படையில வீடுகள்ல சுவர்களுக்கு வெள்ளை/பெயின்ட்/டிஸ்டெம்பர்கள் அடிக்கிற வேலைகள் பண்ணிக்கொண்டிருந்த இளைஞர்களுடன் கூடப்போய் வந்துகொண்டிருந்தார். மூவாயிரமோ சில மாதங்களில் ஐயாயிரங்கூடச் சம்பாதித்தார். வாழ்க்கை பசி பட்டினி இல்லாமத்தான் நகர்ந்துகொண்டிருந்தது. அப்பா ஊரில கள்ளுமட்டும் குடிப்பார். இங்கே அதுங்கூட இல்லாமல் தலைவலி காய்ச்சலே தெரியாமல் நல்ல சுகதேகியாக இருந்தார். எங்க அப்பாவெங்கிற ஆறடி உயர ஆஜானுபாகுவான மனுஷன் எங்கள் காதல் கருமாதி எதையும் தெரிஞ்சு கொள்ளாமலே ஒருநாள் டிஸ்டெம்பர் அடிக்கப்போன இடத்தில நெஞ்சுவலிக்குதென்று உட்கார்ந்தவர்தான்…, உடம்பெல்லாம் வியர்த்துக்கொட்டிச்சாம், அன்றே வந்த அம்மாரடைப்பில முதலுதவிகள் கிடைக்க முன்பே அடங்கிப்போனார். அப்பா

இறந்ததும் அகதிகளுக்கான நிவாரண உதவிகளோட மட்டும் ஒழுக்கு வீட்டுக்குள்ள வாழுறதே நமக்குச் சோதனையாய்ப் போச்சு.

அம்மாவுக்கொரு தங்கையும் தம்பியும் கனடாவில இருக்கினம். அம்மா அவர்களுக்குப் போன் எடுத்து 'கீர்த்தன்யா யாரோடையோ ஓடப்போறன் என்டு நிற்கிறாள்டா...' என்று போட்டு வைத்தார். அப்பா தலித்தென்ற காரணத்தால் அவருடைய இறுதிச் சடங்குகளில்கூட வந்து எட்டிப் பாராத மாமா தினமும் போன் எடுத்து என் காதுகளில் தொன்கணக்கில் அட்வைஸுகளாக இறக்கினார். அதெல்லாம் சாத்தியமோ தெரியவில்லை, 'எங்க சொல்வழி கேட்டியென்றால் நான் செல்லத்தைக் கனடாவுக்குக் கூப்பிடுவன்' என்றெல்லாம் சொன்னார்.

நாங்கள் எழுதிக்கொடுத்திட்டுச் சிலோனுக்கே போகப் போவதாக என்னைச் சுற்றிக்கொண்டிருந்தவனிடம் சொன்னேன். 'ஓ'வென்று அழுதான்... எனக்குச் சின்ன வயதிலிருந்தே ஒரு அனாதைப் பெண்ணையோ, அகதிப் பெண்ணையோதான் கல்யாணம் பண்ணணும் என்றொரு இலட்சியம் இருக்குது. அதுக்காகவேணும் என்னை நீ கட்டிக்கமாட்டியாவென்று என் காலைக் கட்டினான். 'என்னையவிட எத்தனையோ அழகான அகதிப் பெண்கள் எங்க முகாமிலயும், இன்னுமுள்ள நூறு முகாங்களிலும் இருக்கிறாங்க... அவாளுகளில ஒருத்தியைப் பார்த்துக்கட்டிக்க ராஜா... என்றெல்லாம் அவங்கிட்டக் கெஞ்சினேன்."

"உனக்குத் தெரியாதுடி 'கீர்த்தன்யா'... உன்னைப் பார்த்தவொரு கணத்திலயிருந்து உன்னை மனத்தில என் மானசீக மனைவியாய் வரிச்சிட்டு உங்கூடத்தான் என்னுள்ளே வாழ்ந்துகொண்டிருக்கேன்டி. ஸ்ரீலங்காவில பிறந்த உன்னை எனக்காகத்தான் தேவதைகள் இங்கே அனுப்பியிருக்கென்று நம்புறேன்டி... அப்பிடி என்னைய விட்டுப் போயிடாதடி. நீ போயிட்டால் எனக்கும் இந்த வாழ்க்கை சூனியமாகிவிடும்டி..., நடைப் பிணமாயிடுவேன். அப்புறம் எனக்கும் சாகிறதைத் தவிர வேறு மார்க்கமிராது" என்றெல்லாம் பதிலுக்கு அவன் எங்கிட்டக் கெஞ்சினான். அன்றைக்குத்தான் அவன் என்னையக் 'கீர்த்தன்யா' என்று பெயர்சொல்லி அழைத்தது, எனக்குள்ளே ஒரு மின்சாரம் பாய்ந்த மாதிரி... அக்கணத்திலிருந்து என் இதயமும் வேறொரு மாதிரியான சந்தத்தோட துடிக்க ஆரம்பிச்சுது. அவந்தான் என்னை மீட்கப் பிறந்த ராஜகுமாரனோ என்றெல்லாம் என்மனம்

தனக்குத்தானே கற்பிக்க ஆரம்பிச்சது மாமா... பிறகெல்லாம் தூக்கம் வராத இரவுகள்தான். என்னையறியாமலே கண்களால் வழிந்து தலையணை நனைந்துவிடும். 'ஏன்தான் இப்படி ஈழத்தமிழரில குறிப்பாய் ஏதிலிகள்மேல பிரியமாயிருக்கிற, படித்த, சாதி சம்பிரதாயங்களைக் கடந்த, முற்போக்கான, ஒரு கனவானைப்போலப் பண்பான, என்மேல் பித்தாக இருக்கிற, என்னையொரு பூவைப் போலத் தாங்கச் சித்தமாயிருக்கிற, ஒரு இளைஞனை வெறுக்கிறார்'களென என்னைப் பெற்றவா, சுற்றத்தின் மேலயும் எனக்கு எரிச்சலுங் கோபமுமாய் வந்திச்சு"

"என்னைப் பெற்ற அம்மா, சுற்றங்கள், அறிஞ்சவை தெரிஞ்சவை எல்லாற்றைக் கண்ணிலும் மண்ணைத் தூவி விட்டிட்டு ஒருநாள் இவனோட சென்னைக்கு எடுபட்டேன். சினிமாவில ஓடுறவைக்கு நடக்கிற மாதிரி அவனுடைய மாமன்காரன் ஒருத்தர்தான் தன்வீட்டில ஒரு ஆறுமாதம் வரையில எங்கள் இருவரையும் தங்கவைச்சு ஆதரிச்சார். அவருக்குத் தொடர்ந்தும் சுமையாக இருக்கப்படாதென்று இவனும் நானும் தொடர்ந்து வேலை தேடியதில் ஒரு குடும்பத்துக்குச் சொந்தமான, ஒரு பிறெஸில இவனுக்கு மட்டும் வேலை கிடைக்கவும், நுங்கம்பாக்கத்தில பிரசாந்த் ஹொஸ்பிட்டலுக்குப் பின்பக்கமா, கூவத்தின் நாத்தத்தோட ஒன்றரை அறையில இருந்த ஒரு ஓட்டுக்குடித்தன வீட்டில் குடியேறினோம். கொஞ்சநாள்ல எனக்கும் ஒரு கின்டர்கார்டனில வேலை கிடைச்சுது. ஒரு மாசத்தில என்னுடைய 'தமிழ் சரியில்லை'யென்று நிற்பாட்டிட்டாங்கள். மூன்று வருஷ சென்னை வாழ்க்கையில் இரண்டு பிள்ளைகளும் பிறந்திட்டதால என்னால வேலையொன்றுக்கும் போக முடியல. குழந்தைகளின் பராமரிப்போட சரி. வீட்டு வாடகைகள், குழந்தைகளின் மெடிகல் செலவீனங்களென வாழ்க்கை தள்ளாட ஆரம்பிக்கை யில் கொரோனாவின் தாக்கமும் லொக் டவுண்களுமாகச் சென்னை வாழ்க்கை. தாக்குப்பிடிக்காமப்போக அவனுடைய ஊரான சேலத்துக்கு இடம்பெயர்ந்தம். இங்க அவனுடைய குடும்பத்துக்குச் சொந்தமான வீடிருக்கு. அதிலதான் வாடகைப் பிரச்சினை இல்லாம இருக்கிறம்"

"அப்போ... அம்மா இன்னும் முகாமில தனியத்தான் இருக்கிறாங்களா"

மீண்டும் விசும்பிக்கொண்டு அழுதாள்.

"ம்ம்ம்... நல்லாய்ச் சொன்னீங்க மாமா... இந்த ஓடுகாலி முண்டை என்னிக்கு அம்மாவைவிட்டுத் தொலைஞ்சனோ அந்த ஆண்டே அவ சந்திரஹாஸன் ஐயாவின்ட உதவியால

எழுதிக்கொடுத்திட்டு ஊருக்குப் போயிட்டா. அவவுக்கு இப்போ விதவைகள் உதவிப் பணம், சமுர்த்திப் பணம் எல்லாம் கிடைக்குது. அங்கே மூத்தக்கா, நடுவிலக்காவோட கரவெட்டியில நல்லபடி வாழுறா"

"அப்பச் சரி... இப்ப உமக்குள்ள முதலான பிரச்சினைதான் என்ன"

"இவன் இங்கே வந்தாப்போல – பாலம் – என்கிற ஒரு பப்ளிஷிங் கொம்பனியில கொஞ்சநாள் வேலை பார்த்தான். ஆரம்பத்தில புறூஃப் றீடராய்த்தான் இருந்தான். பிறகு அவங்களுக்கான சில மொழிபெயர்ப்பு வேலைகளையும் செய்தான். இவனுடைய மொழிபெயர்ப்புத்தான் அவங்க எதிர்பார்ப்புக்குத் தக்கபடி இல்லையோ... அல்லது அவர்களை இவனால அனுசரிச்சுப் போக முடியல்லையோ... மூன்று மாதத்தில அந்த வேலைக்கும் முழுக்குப் போட்டான்."

"ம்ம்ம்... சொல்லும்"

"இப்ப இவன் இங்க உழைக்கப் போறானில்லை... உடம்பும் கள்ளப்பட்டு எப்பவும் அடைக்கோழி மாதிரி வீட்டுக்குள்ளயே கிடக்கிறான். எங்க நாடு மாதிரியில்லை மாமா..., உழைக்கத் தயாரா இருந்தால் இங்கே ஏதாவதொரு வேலை செய்து பிழைச்சுக்கிடலாம். ஒரு பெட்டிக் கடையோ, வெத்திலைக் கடையோ வைத்தாலே சுமாரான வருமானம் வரும். அரசின் 'நூறுநாள் வேலைத் திட்டம்' என்று ஒன்றிருக்கு. அதில நானாய் இவனைத் தள்ளிக்கொண்டுபோய்ப் பதிஞ்சதில அவங்க ரேஷன் கடையில பில் போடிற, சாமான்களை ஸ்டொக் எடுக்கிற/செக் பண்ணிற இப்படியானதொரு வேலை கொடுத்தாங்க. அந்தக் கடைத் தூசி தனக்கு ஒத்துவரேல்லை யென்று சொல்லி ஒரு வாரங்கூடத் தாக்குப் பிடிக்காம வீட்டை வந்திட்டான். வீட்டுகளுக்கு வெள்ளையடிக்கப் போனால்கூட ஐநூறோ, அறுநூறோ கொடுப்பாங்க மாமா. இவன் போறானில்லை... 'நான் *M.A English Literature*... போய் ஏணியில் ஏறி எப்புடிடி சுவத்துக்கு வெள்ளையடிப்பேங்கறான்."

"நீ ஏணியில் ஏறாம கீழை மட்டும் அடி... மேலெ அடிக்கிறதை மத்தாக்கள் பாத்துப்பாங்கன்னா மொறைக்கிறான்"

"எங்கட மாமா *B.Tech* படிச்சவர், ரொறொன்டோவில டென்னிஸ் கோர்ட்ல போல் பொறுக்கிக் கொடுக்கிறராம் தெரியுமோ' என்றால் அதெல்லாம் *Labour dignity* உள்ள நாடுகள், அங்க பொறுக்கலாம்... நம்மூர்ல முடியுமா' எங்கிறான்.

அப்பா இறந்ததோடு சித்தியும், தலித்தான அப்பாவின் இறுதிச் சடங்குகளுக்கே வர மறுத்த மாமாவும் அப்பப்ப அனுப்பிற இருநூறோ முன்னூறோ டொலருகளில மானங்கெட்டு வயித்தைக் கழுவிக் காலம் போக்கிறன். இவன் இப்பவும் 'அவங்களை இன்னும் கொஞ்சக் காலத்துக்கு உதவி செய்யச் சொல்லு, பிறகு பார் நான் எப்பிடி உழைக்கிறேன்னு' பீத்தறான் மாமா. எதுவும் பண்றானில்லை.

'அடே ... அங்கே சித்தியும் *Senior Citizens Home* ஒன்றில செவிலி வேலை பார்த்துத்தான் பிழைக்கிறாவாம் ... 'நானும் பிள்ளைகளும் என் சோம்பேறிப் புருஷனும் தின்னுறதுக்குக் காசு அனுப்புங்கோவென்று எந்த முகத்தை வைச்சுக்கொண்டு அவங்களைக் கேட்பேன் சொல்லு' என்றால் அதுக்கும் மொறைக்கிறான்"

"சோம்பேறியாய் இருப்பதைவிட, வேறேதாவது கெட்ட பழக்கங்கள் ... சிகரெட் தண்ணி இப்பிடி ..."

"அப்பிடித் தண்ணிப் பழக்கம் ஒன்றுமில்லை. இன்னும் ஒருநாளும் அது அவனில மணக்கேல்லை. கல்லூரி ஸ்நேகர்கிட்ட பழகிட்டானாம் ... சிகரெட் பிடிக்க மட்டும் விருப்பம். அதுவும் நான் வாங்கிகொடுத்தான் உண்டு. இல்லேன்னா 'தேமே'ன்னு இருப்பான். சிலவேளை பார்க்கப் பாவமாயுமிருக்கும். சிட்டி லைப்றரிக்குப்போய் சேகுவேரா, கார்ள்மாக்ஸ், தாஸ்தயெவ்ஸ்கி, கணையாழி, அம்ருதா, கவிதைப் புத்தகங்களென்று ஒரு சிப்பம் புத்தகங்களாய் அள்ளிக் கொணாந்து வைச்சு வாசித்துக்கொண்டிருப்பான். ஷோக்காளிகள், கூட்டாளிகள் பின்னால எல்லாம் போகமாட்டான்.

"அப்போ அவன்ல எதைப் பார்த்து மயங்கினீராம் ..."

"முதல்ல அவன்ர சாமர்த்தியமான வக்கணைப் பேச்சுத்தான், 'இந்தா எலெக்ஷன் வரட்டும் அடுத்த மாதமே எனக்குத் தனியார் ஸ்கூல்ல டீச்சிங் போஸ்ட் கிடைச்சிடும் ... நான் நிர்மாணிக்கப்போகிற சொர்க்கத்துக்கு இன்னும் இரண்டு கி.மீட்டர் தொலைவுதான் ...' என்கிற மாதிரிக் கதைகளை எடுத்து விட்டானா ... மயங்கிட்டன்"

"கப்பலுக்கோ சவூதிப் பக்கமோ போவேன்டா என்றால் 'ஏன் அப்ப பார்த்து நீ சிலோனுக்கு ஓடவா' எங்கிறான்.

அவனுக்கு நான் சிலோனுக்குப் போகவுங்கூடாது, இங்கிருந்தே யாரிடமிருந்தாவது பணம் வரவழைத்துக்கொண்டு அவனோடயே கோர்த்துக்கிட்டு இருக்கணும். 'ராஜாராணி'

படம் பார்த்திங்களா மாமா... அதில ஆர்யா இருப்பாரே படுசோம்பேறியா, எந்த வேலைவெட்டிக்கும் போகாம வீட்டில மண்டிக்கிட்டு புரண்டுபுரண்டு படுத்துக்கிட்டு... ஆனால் காதல் பண்றதில கலர் பார்க்கிறதில மட்டும் தீவிரமா... அந்த ஆர்யா மாதிரியே சோம்பேறியா இருக்கான் மாமா"

"எங்கப்பாவே கரவெட்டி கோபரேடிவ் யூனியன்ல ஒபிஸரா இருந்தவர். இங்க எத்தனையோ பேருக்கு பைசிக்கிள் றிப்பேர் பண்ணி / ஓயில் சேர்விஸ் பண்ணிக்கொடுத்துக் காசு பார்த்திருக்கார். இவன் உடம்பை வசைக்கவே பஞ்சிப்படறான்"

கீர்த்தன்யாவின் முகநூலில் அவள் *Profile* பக்கத்தைப் பார்த்தேன், நாலு வயதில் ஒரு ஆணும் இரண்டு வயதில் ஒரு பெண்ணுமாக இரண்டு அழகான குழந்தைகள் மொழுமொழு வென்று... அவள் புருஷனும் துல்கர் சல்மான் மாதிரி வாட்டசாட்டமாயும் எந்தப் பெண்ணையும் கவரும்படியான வசீகரத்தோடுமிருந்தான். அவனோடு அவள் சொல்ற மாதிரி யொரு சோம்பேறித்தனத்தைப் பொருத்திப்பார்க்கவே முடியவில்லை.

"அவனுக்கென்று குடும்பச் சுமைகள் ஏதாவது..."

"அப்படியான கடமைகள் பொறுப்புகள் இருந்தாலாவது இவன் ஒருவழிப்பட்டிருப்பான். அவனுக்கப்படி ஒரு எளவு மில்லை. அதுதான் அவனது பிரச்சினை. இவனுக்கு மூத்தது இரண்டு தமக்கைக்காரியள். இரண்டுபேரும் வசதியான இடங்களில வாழ்க்கைப்பட்டு நல்லாயிருக்காளவை. இவன் கடைக்குட்டி. தகப்பனும் நேரத்துக்கே செத்துப்போக தாய்க்காரி இவன நோகவிடாமச் செல்லமாய் வளர்த்திருக்காப்பல. பொறுப்பில்லாமல் அம்பலத்து ஆடு மாடு மாதிரி வளந்திட்டான். தாய் இரண்டு மகள்களுடனும் மாறிமாறி இருக்கிறார். இவனுக்கு ஒரு பொறுப்போ சுமையோ எதுவுமில்லை. அதுதான் இப்படிக் குட்டிச்சுவராகிட்டான்"

"சரி அவனுக்கு விருப்பமான விஷயங்கள், நல்ல குணங்கள்தான் என்ன..."

"சாப்பாடுன்னா மீன்குழம்பு, பொரியல் இரண்டும் பிடிக்கும். மாங்காய் போட்ட நம்மபாணிச் சொதியையும் நல்லா ருசிச்சுச் சாப்பிடுவான். மச்சந்தான் பிடிக்குமென்றெல்லாம் அடம்பிடிக்கமாட்டான். உருளைக்கிழங்கென்றாலும் இரண்டு நெய்த்தலிக் கருவாட்டைப் போட்டுத் தீயலாக வைத்துக் கொடுத்தாலோ / சீனிச்சம்பல் அப்பளத்தோடு சோறு கொடுத்தாலோ முனகாமல் சாப்பிட்டிட்டு எழும்பிப் போவான்.

எப்போவாவது கடையிலிருந்தோ மார்க்கெட்டிலிருந்தோ சாமான்கள் வாங்கிவரும்போது யாராவது மறித்துப் பசிக்குதென்று முனகினால் பாதிச் சாமான்களை அவங்களுக்கே தூக்கிக்கொடுத்திடுவான். மழைபெய்தால் ஜன்னல் பக்கமாய் நாற்காலியைப் போட்டு உட்கார்ந்து சிகரெட் பிடித்தபடி அது ஓயுமட்டும் பார்த்துக்கொண்டிருப்பான்"

"மற்றும்படி இப்ப உமக்கு என்னதான் ஆகவேணும். அதைச் சொல்லும்"

"ஊரோச்சம் வீடு பட்டினி மாமா... அநேகமாய் ஒவ்வொரு நாளும் ஒரு நேரந்தான் நானும் குழந்தைகளும் சாப்பிடறோம். இதைச்சொல்கையில் அவளுக்குப் பீறிட்டுக்கொண்டு வந்த அழுகையால் மேலும் பேசமுடியாமல் திணறினாள். சொறி மாமா ... அப்புறமாக் கூப்பிடறேன்" என்றுவிட்டுப் போனை வைத்துவிட்டாள்.

மிகவும் பொருண்மிய முடையில் இருக்கிறாள் என்பது தெரிந்தது. *Western Union money transfer* மூலம் 250€ அனுப்பி வைத்தேன்.

மறுநாள் கிடைத்ததும் உடனே போன் எடுத்தாள்.

"ரொம்ப ரொம்ப ரொம்பத் தாங்க்ஸ் மாமா ... நான் கொஞ்சமும் எதிர்பார்க்கல ... இப்படி என் கிரிடிகல் டைம்ல ஹெல்ப் பண்ணுவீங்கன்னு ... இவனுக்கு யார் பணம் அனுப்பினதுன்னே தெரியாது, எங்க மாமாதான் அனுப்பியிருக்கார்னு நெனெச்சுக்கிட்டு இருக்கான் ... பணம் கெடச்சதும் என்ன சொன்னான் தெரியுமா, உங்க சித்தியையும் 200 டாலர் அனுப்பச் சொல்லிக் கேளுடி, எனக்கு வேலை கெடச்சதும் மொத்தமாய்த் திருப்பிடலாங்கறான் ..."

"இப்போ பத்து வருஷமாய் எங்கள் குடும்பத்தைத் தாங்கிவாறாங்க, இனிமேலும் இங்கிதங்கெட்டு அவரைப் பாரப்படுத்தினா 'அடேய்... அச்சுணைக் கெட்ட கூத்தி தன் புருஷனை ஆட்டாமல் வைச்சிக்கொண்டிருக்கச் சொல்லிட்டு என்னைய மட்டும் முறிக்கிறாளேயெண்டு நினைக்கமாட்டாவா... சித்தி, சித்தப்பா சலிச்சுக்கமாட்டாரா' என்றால் வழமைபோல அசடு வழியுறான் மாமா"

என் குடும்பத்தினருக்குச் சாதியம் பற்றிய நவீன காலத்துக்கான நிலைப்பாடுகள் இல்லாவிட்டாலும் அவர்கள் சொன்ன அருமையான புத்திமதிகளையாவது கேட்டிருந்தால் இத்தனை வாதனைகளோடானதொரு வாழ்க்கையைத் தேடியிருக்க

வேண்டாமேன்று இப்போ தோன்றுது. என்னிலும் பெரிய தவறு இருக்கு, என் பெற்றோரின் சொல்லை உதாசீனப்படுத்தி என் தலையில நானே மண்ணையள்ளிப் போட்டின்டிட்டன். நான் ஒரு பாவி, என் பெற்றோருக்குச் செய்த துரோகத்துக்கு எனக்கு எந்தப் பிறவியிலும் பாவ விமோசனம் கிடைக்காது மாமா"

எங்கேதான் பிடித்தாளோ ... 'வாதனை' 'பின்னடைவு' 'நரகம்' 'பாவம்' 'உத்தரிப்பு' என்கிற சொற்களைத் தன் பேச்சு முழுவதும் கலந்து தூவிப் பிரயோகித்தாள்.

"*The past is past*... இனி என்ன செய்யலாங்கறீர்"

"ப்ளீஸ் கோச்சுக்காதீங்க மாமா ... இனிமேல் நீங்க எனக்குப் பணம் எல்லாம் அனுப்ப வேணாம்... அது நான் இதுக்காகத்தான் உங்களைப் போன்ல அழைச்சேன்னாகிடும்... உங்களுக்கும் சப்போர்ட் செய்யவேண்டிய குடும்பங்கள் ஊரில நிறைய இருக்கும் ... நீங்கள் ஒரேயொரு உதவி மட்டும் செய்தாகணும்... எனக்கு நீங்கள் இவங்கிட்டயிருந்து விடுதலை பெற்றுத் தரணும். அப்படி நீங்களும் பெற்றுத் தராவிட்டால் எனக்கு இரண்டு வழிகள்தான் இருக்கு, லாரிக்கோ ரயிலுக்கோ முன்னால பாயிறது, இல்ல போட் ஏறி நேவிக்காரன் சுட்டாலும் பிள்ளையளோட ஊருக்கே போயிடறது"

"அதெல்லாம் எனக்குச் சரியாய்ப் படேல்லை..."

"ஏன் அப்பிடிச் சொல்றீங்க..."

"இப்படி லூஸுத்தனமாய்க் கதைக்கிறதென்றாலோ, முந்தித் தன்னிச்சையாய் முடிவெடுத்தது போல இப்பவும் சொந்தமாய் நீரே முடிவுகள் எடுப்பீரென்டால் என்னோட ஆலோசனைகள் உமக்கு இனித் தேவைப்படாது"

"இந்த உலோகத்திலேயே என்னை ஒருத்தருக்கும் பிடிக்காதுதான் மாமா... நான் சபிக்கப்பட்டுப் பிறந்தவ, நீங்களும் என்னைக் கைகழுவி விடுறியளோ ..." நெடிய மௌனத்தின் பின்புலத்தில் விசும்பல் கேட்டது.

"புதிய தமிழக அரசும் இலங்கை அகதிகளுக்குப் பல நலத்திட்டங்களை அறிவித்திருக்கிறது, அங்கே போய்ச் சேர்ந்த பின்னால... பேசாமல் இந்தியாவிலயே இருந்திருக்கலாம் என்கிற நினைப்புத்தான் வரும். எப்போதும் இக்கரைக்கு அக்கரைப் பச்சைதான்"

"இப்ப அம்மா நாலு வருஷங்களாய் நிவாரணங்கள், சமுர்த்தி உதவிகளோட என்ன மாதிரிச் சீவிக்கிறா. ஆக மிஞ்சினால்

பிள்ளைகளை அம்மாவோடயோ அக்காளவையோடயோ விட்டிட்டு நான் நெசவுக்குப் போவன், பீடி சுற்றப் போவன், பனங்கட்டி, பன்னவேலைக்கூடங்களுக்குப் போவன்"

"அதையே உங்க செய்யேலாதோ…"

"பிள்ளையளோட என்னண்டு மாமா …" என்றுவிட்டு மீண்டும் விசும்பினாள்.

பின் சற்றே இடைவெளிவிட்டு,

"இந்தக் குழந்தைகள் மட்டும் எனக்கு ஜனித்திராவிட்டால் நான் நாலு வீடுகளில பற்றுப் பாத்திரங்கள் தேய்த்தோ சமையல் வேலை செய்தோ பிழைச்சிடுவன். இதெல்லாம் நானே வலிந்து விலைகொடுத்து வாங்கின 'வாதனைகள்'" என்றுவிட்டு மீண்டும் அழுதாள்.

"நீர் முறைப்படி பிரிஞ்சு போறதென்றால் உம்முடைய புருஷனுடைய சம்மதத்தோடதான் அதைச் செய்யலாம், அதுக்கு நான் வீடியோ போனிலோ, கொன்ஃபரன்ஸ் போனிலோ அவரோட லைஃபா கதைக்க வேணும்"

"என்னையே போகக்கூடாது என்றிருக்கிறவன் எப்படி மாமா உங்களோட கதைப்பான்…"

"சரி… உமக்குச் செல்லுபடியான பாஸ்போட் இருக்கோ"

"இருக்கு"

"எத்தனையாம் ஆண்டு உங்கே போனனீங்கள்."

"இரண்டாயிரத்துஆறில"

"உங்க போயே 15 வருஷமாச்சு… எப்பிடிப் பாஸ்போட் செல்லுபடியானதாய் இருக்கும். இடையில எப்பவென்றாலும் *Renewal*லோ, புதுப் பாஸ்ப்போட்டோ எடுத்தனீங்களோ…"

"அப்பிடிப் புதுப் பாஸ்போர்ட் எடுத்த ஞாபகங்கள் இல்லை. அப்பா அடிக்கடி கொன்சுலேட்டுக்கோ எங்கேயோ போய்வாறவர். ஒருவேளை புதுப்பிச்சாரோ தெரியேல்ல. நான் சிலோனுக்கு ஓடிவிடுவனோங்கிற பயத்தில அதை அவனே பிடுங்கி வைச்சிருக்கிறான், அவன் இல்லாத சமயம் எடுத்துச் செக் பண்ணிட்டுச் சொல்றன் மாமா"

"'செக்' பண்ணாவிட்டாலும் பரவாயில்லை, 2006இல் எடுத்த பாஸ்போட் *Renewal* பண்ணியிருந்தாலுமே அது 2016இல காலாவதியாகியிருக்கும்"

“சரி அப்ப உன்னுடைய பிள்ளைகளின்ர பெயருகள் பாஸ்போட்டில *Endorse* பண்ணேல்லையே”

“இல்லை... அப்பிடியின்றுஞ்செய்யேல்ல”

“ குழந்தைகளுக்கு பேர்த் சேர்டிஃபிகேட்டுகளாவது இருக்கா”

“இல்லை ஆஸ்ப்பத்தரிப் பதிவுகள்தான் இருக்கு. இஞ்ச அதை வைச்சுத்தான் பாஸ்போர்ட் எடுக்கிறவை”

“அது இந்தியக் குழந்தைகளுக்கு ஓகே... ஆனால் நம்மவருக்கு அதுபோதாதம்மா, பேர்த் சேர்டிஃபிகேட்ஸ் எடுத்து அவர்களை உம்முடைய பாஸ்போர்ட்டிலோ, மனுஷனுடைய பாஸ்போட்டிலோ பதிஞ்சிருந்தாலே நீர் குழந்தைகளுடன் வேறொரு நாட்டுக்குப் போகலாம்.”

“அவனுக்கெ எங்கே இருக்கு பாஸ்போட்... ரேஷன் அட்டையும் ஆதார் அட்டையுந்தான் வைச்சிருக்கான்”

இப்போ எனக்குச் சந்தேகம் வலுத்தது.

“ஏன் உமக்கு ஆதார் அட்டை இல்லை”

“நாங்கள்தான் இன்னும் ஒஃபிஷியலாப் பதிவுத் திருமணம் செய்யேல்லையே”

‘அதுக்குள்ள பிள்ளைகள் மட்டும் பெத்துக்கிட்டாயாக்கும்’ என்றுதான் வாயில் வரப்பார்த்தது, அடக்கிக்கொண்டேன்.

“இப்ப நீர் ஊருக்குப் போறதென்றால் எ... மேர்ஜென்ஸி பாஸ்போர்ட் என்றொரு பாஸ்போர்ட் இருக்கு. அதை எடுத்துக்கொண்டு நீர் மட்டுமே போகலாம், ஆனால் பேர்த் சேர்டிஃபிகேட் இல்லாத குழந்தைகளை அதில் பதிய இயலாது”

“ஒருநாள் இவன் ‘நீ அறுதியாய் சிலோனுக்குத்தான் போறதென்று முடிவெடுத்திட்டால் நான் பாஸ்போட் எடுத்து அதில பிள்ளைகளைப் பதிஞ்சு பிள்ளைகளோட உன்னையச் சிலோனில கொண்டு வந்து விடுறேன்’ என்டவன்.”

“அப்படித்தான் அவன் கொண்டுவந்து விட்டாலும், இந்தியாவில பதிவுள்ள ஒரு பிள்ளைக்கு இலங்கையில லேசில அடையாள அட்டையோ, இலங்கைக் குடிமக்கள் என்கிற பிரஜாவுரிமையோ கிடைத்துவிடாது, அங்கே இப்போ ஆட்பதிவுகள் எல்லாம் டிஜிட்டலைஸ்ட் பண்ணியிட்டாங்கள். போலியான ஆவணங்கள் தயாரிப்பதென்பது கனவிலும் சாத்தியப்படாது. அடுப்பிலயிருந்து நெருப்புக்க விழுந்திடாதை கிளி *and please don’t try to play any more childish silly games.*”

அவள் நடப்பிலுள்ள சட்டதிட்ட முறைகள் எதையும் அறியாமல் இன்னும் 12 வயதிலேயே இருந்தாள்.

"நீர் எமேர்ஜென்ஸி பாஸ்போட் எடுக்கிறதுக்கும், உம் புருஷன் பாஸ்போட் எடுக்கிறதுக்கும் அதில உங்க பிள்ளைகளைப் பதியிறதுக்கும் நான் ஜெர்மனியிலிருந்துகொண்டு என்ன செய்யலாங்கிறீர் ... *Be practical my dear*"

அன்றைக்கும் நிறைய அழுதுவிட்டுப் போனை வைத்தவள், அடுத்த நாள் சொன்னாள்:

"இவனோட இனி எனக்கு வாழ முடியாது மாமா, நாங்கள் இப்ப ஆறேழு மாசமா ஒருத்தரோட ஒருத்தர் கதைக்கிறதே யில்லை"

"இது எப்படியாச்சு ..."

"நீ ஆம்பிளையா ஒரு நாளைக்கு நூறு ரூபா என்றாலும் உழைச்சுக் கொண்டு வராத வரையிலும் என் மூஞ்சியைப் பார்த்துப் பேசாத ... கதைக்காத என்று சொல்லி நானாகவே அவனைவிட்டு விலகியிட்டன்"

"அப்ப யார்தான் கடைகண்ணிக்குப் போகிறது, சாமானுகள் வாங்கிறது ... யார் சமையல் பண்றது ... தினசரி வாழ்க்கையை எப்படிச் சமாளிக்கிறீர்கள்"

"ஏதோ முன்னயெல்லாம் அவந்தான் சாமான், சாமானாய் வாங்கியந்து குவிச்ச மாதிரியாய் நெனச்சுக் கேட்கிறியள். முன்னயும் நான்தான், இப்பவும் நான்தான், சித்தி மாமாவின் உதவி இல்லாட்டி எப்போவோ செத்துச் சாம்பல் மேடாகியிருப்பம்"

மீண்டும் அவளுக்கு அழுகை வெடிக்கிறது,

"சரி ... அழாதையும் ... கொளுத்தாடுகள் வாற நேரங்களில அவனுக்குக் கைகால் நீட்டிற பழக்கமும் இருக்கோ ..."

"அவனுக்கு ஆரம்பத்திலேயே தெளிவாய்ச் சொல்லி வைச்சிருக்கன், அப்படி ஏதும் பண்ணினாக்க ... மாலதி அக்கா செய்த மாதிரித்தான் செய்வனென்டு."

"அது எந்த மாலதி அப்பிடி என்னதான் செய்தா அவ ..."

"புழல் முகாமில அவ கல்யாணம் செய்து மூணே மாசம், புருஷனோட எதுலயோ தகராறு வந்திட்டாப்பல, அவன் ஒரு கட்டத்தில அவளுக்குக் கையை நீட்டிட்டான், அன்னிக்கிரவே அவ சயனைட்டைக் கடிச்சுச்சுட்டா"

“இவன் அந்த அளவுக்கெல்லாம் போகமாட்டான் என்றுதான் நெனக்கிறன் மாமா... நேத்து மட்டும் எங்க பிடிச்சானோ ஒரு கோழி கொணாந்து தானே உரிச்சும் தந்தான், சமைச்சுக் கொடுத்தன் சாப்பிட்டான். நான் வியாழன் வெள்ளியில கவிச்சி சாப்பிடமாட்டன், அதனால் எனக்குச் சோயாவிலயொரு குழம்பு வைச்சு அப்பளமும் சுட்டேன். இவனுக்கொரு வருமானமில்லாததால ஒரு அவசரத்துக்குப் பக்கத்து வீடுகளில கைமாத்தோ கடனோ வேண்டக்கூடப் பயமாயிருக்கு. நான் ஒரு இளவரசியைபோல வாழ்ந்தவள் மாமா, சிலோனில எனக்கு அரிசி என்ன விலையென்றே தெரியாது. இஞ்சவந்து இத்தனை உத்தரியப்படுறன். எனக்கு வேறொரு உதவியும் வேண்டாம்... நீங்கள் நினைச்சாச் செய்யலாம் மாமா. இங்கேயுள்ள ஏதாவதொரு அகதிகளுக்கான அமைப்பைத் தொடர்புகொண்டு என்னை இவனிட்டயிருந்து விடுதலை செய்து வடமராட்சிக்கே அனுப்பி வைச்சிடுங்கோ, உங்களுக்குக் கோடி புண்ணியம் கிடைக்கும். ப்ளீஸ் ப்ளீஸ், ப்ளீஸ்... எனக்கு அப்பா இருந்திருந்தால் இத்தனை வாதனைகள் வந்திராது, அவருடைய நிழல்ல ஒரு ராணி மாதிரி வாழ்ந்திருப்பன், என்ர மதியையும் மயக்கிப் பாதையை மாற்றி வைச்ச கடவுள் என்னுடைய தெய்வத்தையும் தன்னோட அழைச்சிட்டான்”

சென்னையிலுள்ள சில சட்டவாளர்கள், தீவிர மாதரமைப்பு மற்றும் சமூக சேவைகள் செயற்பாட்டாளர்களிடம் பேசிப் பார்த்தேன்.

‘கடவுச்சீட்டுகள், பிறப்புப் பதிவுகள் பிறப்பு அத்தாட்சிப் பத்திரப் பதிவுகள் எல்லாம் இலங்கைத் தூதரகம் சம்பந்தப்பட்ட பணிகள். அவற்றுக்கு நாங்கள் எதுவுஞ் செய்வதற்கில்லை. மற்றைய விடயங்கள் இது ஒரு தனியனின் பிரச்சினையல்ல, ஒரு குடும்பத்தின் பிரச்சினை. இப்பிடி எம்மவரே பல இலட்சம் பேர் இருக்காங்க சார், இதுக்கு நாங்கள் என்ன செய்யலாம்’ என்றுவிட்டுக் கழன்றுவிட்டார்கள்.

அதையே கீர்த்தன்யாவிடமும் சொல்லிப் பார்த்தேன்.

“இது வெறும் அகதிப் பிரச்சினை மட்டுல்ல, ஒரு குடும்பத்தின் பிரச்சினை. உங்களுக்கு இரண்டு குழந்தைகள் இருக்கு... ஒரு குடும்பத்தைப் பிரிச்சு வைக்க எந்த அமைப்பும் முன்வராது. ஒரு குடும்பத்தைப் பிரிச்சு அதில தாயையும் பிள்ளையையும் சிலோனுக்கு அனுப்பி வைக்கிறது என்னால சாத்தியப்படுமோ தெரியேல்லடா.”

கீர்த்தன்யாவின் வார்த்தையில் அவளின் வாதனைகளும், அவலங்களும் முகநூல் போகும் வேளைகளில் எல்லாம்

திடுக்கிடுத்தி, என் மனதையும் அலைக்க ஆரம்பித்திருந்தன. 'பேச்சுக்களில் நிரம்பக் கோபக்காரிபோலத் தெரிந்தவள் ... ஆற்றாமையின் உச்சத்தில் ஏதும் பூச்சிமருந்தைக் குடித்துச் செத்துப்போய்விடுவாளோ' என்கிற பயமும் உள்ளூர என்னைத் தொட்டிருந்தது. முகம் தெரியாத ஒருத்தியின் துன்பங்களை என் மனதில் ஏற்றிக்கொண்டு திரிவது பெருஞ்சோதனையாக இருந்தும் எதுவும் செய்யமுடியாத கையறு நிலையிலிருந்தேன். இரண்டு மூன்று மாதங்கள் மெல்ல நகர்ந்திருந்தன, அவளிடமிருந்து போனோ புலம்பல்களோ எதுவும் வரவில்லை. ஒரு இரவு பின்சாமத்தில் விழிப்பு ஏற்படவும் கழிப்பறை சென்றுவந்து கணினியில் அமர்ந்து ஐ.பி.சி. செய்தியை வைத்தேன்:

நள்ளிரவில் வள்ளமொன்றின் மூலம் தாயகம் திரும்பிய இலங்கை அகதிகளில் ஒரு இளந்தாயும் இரண்டு பிள்ளைகளுமுட்பட அறுவர் இலங்கைக் கடற்படையால் கைது செய்யப்பட்டிருப்பதாகவும், கொவிட் – 19 சோதனையில் அக்குழந்தைகளின் தாயுக்குத் தொற்று இருப்பது கண்டமையால் அவர் தடுப்புக் காவலில் தனிமைப்படுத்தப்பட்டுள்ளார், பிள்ளைகள் இருவரும் ஆதரவற்ற ஏதிலிக் குழந்தைகள் காப்பக மொன்றில் சேர்க்கப்பட்டுள்ளனர் என்றும் செய்தி போனது.

'பிடிவாதக்காரியான கீர்த்தன்யாதான் வள்ளத்தில போய்த்தொலைஞ்சிருக்கிறாள்போல இருக்கு, பாதிச் சோதனை தீர்ந்தது' என்று என்னளவில் சமாதானமாகி, அவளாலான மனச்சுமை இறங்கியதென்று சிறு நிம்மதியுடன் இருந்தேன்.

திடுப்பென ஒருநாள் அதிகாலையில் இந்திய நம்பர் ஒன்றிலிருந்து போன் வந்தது. அவள்தான் பேசினாள்.

ஆச்சரியத்தைக் காட்டாமல் இயல்பாய் "எப்படிடா இருக்கிறாய் செல்லம்..." என்றேன்.

"நல்லாயிருக்கிறேன் மாமா, இப்ப இங்க சேலத்தில புத்தகக் கண்காட்சி ஒன்று நடக்குதல்லோ..."

"அறிஞ்சேன் மேல சொல்லும்"

"முந்தி இவர் வேலை பார்த்த பப்ளிகேஷன் இவரை ஒரு ஸ்டோலுக்கு இன்சார்ஜாக நியமிச்சிருக்காங்க. புக்ஸ் விற்பனையின்படி ஏதோ கொமிஷன் பேஷிஸில் சம்பளம் கொடுக்கிறாங்க. நேராய்க் கொண்டுவந்து என்னிடமே தந்திடுறார்... 'வழுதி' *is a Gem of men you know*... கண்காட்சியின் பிற்பாடும் புக் ஷொப்பை அதிலயே நிரந்தரமாக வைக்கப் போறங்களாம். தமிழர்கள் நிறையப் பேர் புக்ஸ் வாசிச்சாங்கன்னா

பிழைச்சுப்போம்" என்றுவிட்டுக் கலகலவென்று முதன்முறையாக என்னிடம் சிரித்தாள்.

'அவன்' 'இவன்' என்ற அவளது ஒருமை 'விளி'கள் இப்போ 'அவர்' 'இவர்' என்று மாறியிருந்ததோடு அவரது பெயரையும் 'வழுதி' என்று அவள் இப்போதுதான் முதன்முறையாக அழுத்திப் பலுக்கினாள்.

"இன்னோரு விஷேசம் மாமா . . . நான் இப்ப ஆறு மாசம் முழுகாம இருக்கேன், ட்வின்ஸ் பேபியாம், டாக்டர் சொல்லிற்றா ..."

பிறகும் கலகலத்துப் பொற்காசுகளாக என்மேல் சிந்தினாள், சித்தத்தால் நாத்திகனானாலும் ... தேஷில் தோய்ந்துகொண்டு எனக்கு,

"வாதனைகள் பல சோதனைகள் ரகுநாதனை நினைந்திடில் நாடுமோ ..." என்று பாடவேணும் போலிருந்தது.

○

(சமுர்த்தி: இலங்கை அரசு வேலைவாய்ப்பு அற்றவர்களுக்கு வழங்கும் நிவாரணம்.)

அம்ருதா – 167, ஒக்டோபர் 2021

5

கார்த்திகை மாசத்து நாய்

'Blazer' எங்கள் வீட்டுக்கு வந்தது நேற்றுபோல இருக்கிறது, நாலு வருஷங்களாகிவிட்டன. அப்பாதான் சொல்லி வைத்தாராம். சாரத்தை மடித்துச் சண்டியாகக் கட்டிக்கொண்டு மீன் வியாபாரி போலத் தெரிந்த அந்த உயரமான மனிதன் மிதியுந்தின் காவியில்[1] வைத்துக் கட்டிய சன்லைட் சவர்க்காரப் பெட்டிக்குள் சாக்கு மடிப்பொன்றில் வைத்து கழுநீரின் நிறத்தில் உடம்பும், அடிவயிறு வெள்ளையாகவும் இருந்த அந்த நாய்க்குட்டியைப் பக்குவமாகக் கொண்டு வந்தான். ஐம்பது ரூபாயாக இருக்க வேணும், அப்பா பணத்தைக் கொடுத்ததும் இரண்டாந் தடவையும் எண்ணிப் பார்த்துவிட்டுக் "கள்ளுக்கொண்டும் இல்லையோவும்" என்று இளித்துக்கொண்டு நிற்கையில் அப்பா மேலுமொரு பத்து ரூபாவைக் கொடுக்கவும் முழு முரசையும் காட்டிச் சிரித்துவிட்டுப் போனான். மாலையில் பள்ளிக்கூடத்தால் வந்ததும் நண்பர்களுடன் விளையாடப்போய்விடும் ஐந்தாவது வாசிக்கும் தம்பி கடம்பனை நாய்க்குட்டி வசீகரித்துவிட 'ஏதோ தனக்கெனவே' வருவிக்கப்பட்ட வஸ்துவைப்போல அதைத் தரையில் விடாது காவிக்கொண்டு திரிந்தான்.

அதுக்கு ஒரு பெயர் வைக்க வேணுமென்ற பிரக்ஞையே இல்லாதிருந்த எம்மிடம் "அம்பா... நான் இதுக்கு *'Blazer'* என்று பெயர் வைச்சிட்டேன்" என்று அடுத்த நாள் அறிவித்தான். ஏதாவது கொமிக்ஸ் புத்தகத்தில் பொறுக்கியிருப்பானோ,

1. Carrier

பெயர் வித்தியாசமாகவும் கூப்பிட இலகுவாகவுந்தான் இருந்தது. ஆனாலும் *Blazer* என்பதன் அர்த்தத்தை அகரமுதலிகளில் தேடவும் அதன் அர்த்தங்கள்: திடீர் வெடிப்பு, பெருநெருப்பு, பெருங்கோபம் என்றெல்லாம் திகைப்பூட்டுவதாக இருந்தன. இதையெல்லாம் சொல்லி அவன் மனத்தை மாற்றிவிடவா முடியும், சரி நாய்தானே கோபக்காரனாகவே இருந்துவிட்டுப் போகட்டுமென விட்டுவிட்டேன். அது குட்டியாய் இருக்கும் போது, ஒரு பழைய பிரம்புக் கூடையினுள் மர அரிவுத் தூளைக் கொட்டிப் படுக்க வைத்தோம். தேமேயென்று படுத்தது. வளரவளர அதற்குப் பிரம்புக்கூடை சலித்துப் போயிருக்க வேண்டும். எங்கள் வீட்டின்மேல் வேப்பமரத்தின் நிழல்விழும், பகல் வேளையின் நிழலில் குளிர்ச்சியாகவிருக்கும் வீட்டுத் தாழ்வாரத்திலே போய்ப் படுக்கும். அதன் பிரம்புக் கூடையைத் தாழ்வாரத்தில் எடுத்துவந்து வைத்துவிட்டேன், அதுவோ பெரியமனிதத்தனமாய் கூடையைத் தவிர்த்துவிட்டுப் பத்தடி தள்ளிப்போய்த் தாழ்வாரத்தில் வெள்ளம் கொணர்ந்து சேர்த்த சுரிமணலிலேயே சுகமாய்ப் படுத்தது. மதியம் சமையலறை யிலிருந்து மணம் கிளம்பத் தொடங்கியதும் வீட்டின் கூடத்துக்கும் சமையலறைக்கும் இடையிலுள்ள இடைகழியில் (நடை) போட்டிருக்கும் தரைவிரிப்பில் வந்து படுத்துக்கொண்டுவிடும். திங்கள், வெள்ளி, அமாவாசை, பௌர்ணமி, ஏகாதசி விரத நாட்களில் கெஞ்சி அழைத்தாலும் சமையலறைப் பக்கம் தலையும் வைத்துப் படுக்காது. ஏனைய நாட்களில் சமையல் முடியமுடிய வாசம் பிடித்துத் தரைவிரிப்பிலிருந்து அங்குலம் அங்குலமாக நகர்ந்துவந்து குசினிக்கான கால்மிதியில் நந்தி மாதிரிப் படுக்கப் பார்க்கும்.

சோற்று விடயத்தில் அதொரு அபேதவாதி, யார் போட்டாலும் தின்னும், ஆனால் எல்லா எஜமானிகளின் கட்டளைகளுக்கும் பணிந்துவிடாது. கொஞ்சமும் மரியாதை இல்லை, வீட்டிலிருக்கும் வேளைகளில் நானோ, அம்மாவோ எத்தனை விரட்டினாலும் பாதிக் கண்ணைத் திறந்தபடி தலையை அரை அங்குலம் உயர்த்தி "எனக்கா சொல்கிறாய் அம்மணி" என்பதுபோலப் பார்த்துவிட்டு மீண்டும் 'சுகம்சுகமெ'னப் படுத்துவிடும். அசையாது. கடம்பன் ஒருக்கால் "அடீக்" என்றால் மட்டும் சடக்கென எழும்பிக் குசினியைப் பார்த்தபடி 'ங் ங் ங்' என்று முனகிக்கொண்டு ஓடும், அம்முனகலுக்கு "அப்புறம் வலிதாங்க முடியாதுப்பா" என்று நாய்மொழியில் பொருள். அவன் சொன்னபடி அது கேளாவிட்டால் இடுப்புப்பட்டியால் 'சொடேர்' என அடிப்பான். அல்லது அவன் வாட்டர் பிஸ்டலை எடுத்தாலும் சமர்த்தாய் ஓடிவிடும்.

Blazer என்னதான் சுகம் அனுபவித்தபடி சயனித்திருந்தாலும் ஒழுங்கைக்குள் அரை கிலோ மீட்டர் தூரத்தில் வேறொரு நாயின் அனுங்கலோ, கிறீச்சோ எமக்குக் கேட்காது. ஆனால் அதன் மிகை உணர்திறனுள்ள (Super Sensitive) காதுகளுக்குக் கேட்டுவிடும். அதுவும் வந்தால் தன் சோற்றுக்குக் கேடென்று நினைக்குதோ என்னவோ...துடித்துப் பதைத்துப் பாய்ந்துபோய் அதை மேலும் இரண்டு கிலோமீட்டர் தூரத்துக்காவது விரட்டிவிட்டுவந்து ஏதோ ஒலிம்பிக்ஸில் தங்கப்பதக்கம் வென்ற தோரணையில் மூச்சிரைத்துக்கொண்டு நிற்கும்.

எமது ஒழுங்கைக்குள் நாலைந்து வீடுகள் தள்ளி ஒரு புரட்டஸ்தாந்து தேவாலயம் இருக்கிறது. அங்கே வருபவர்கள் எவருடனோ வெள்ளையும் கறுப்புமான சுருட்டை முடியுடன் ஒரு பெண்நாயும் வந்துபோகும், அதைக் கண்டவுடன் ஒருநாள் *Blazer* சத்தமில்லாமல் எழுந்துபோய் அந்தத் தேவாலய வளவெல்லாம் அதோடு கூடிக் காதல் செய்துவிட்டு (Dating) வந்து தேமேயென்று வெள்ளந்திபோலப் படுத்திருந்தது. அது இனியும் குட்டியில்லை... நாலு வயதாகிறது. அவருக்குள்ளும் அவருக்கான வசந்தம் பிறந்துவிட்டது, நம்ம இளவட்டங்களைப் போலக் 'கலர்' பார்க்கத் தொடங்கிவிட்டதென்று நினைத்தேன்.

எங்கள் கல்லூரி யாழில் பிரசித்தமான பெண்கள் கல்லூரிகளிலொன்று. வீட்டிலிருந்து ஒரு கிலோமீட்டருக்கும் குறைவான தொலைவில்தான் இருக்கிறது. தினமும் சகதோழி களுடன் நடந்தே போவேன். சிலவேளைகளில் '*Blazer*'ரும் எமது வீட்டொழுங்கை கல்லூரியுள்ள அரசடி வீதியோடிணையும் சந்திவரைக்கும் என்னுடன் கூடவரும். நான் விரட்டாமலே பாதியில் திரும்பி எங்கேயாவது தன்பாட்டில் ஊரைச் சுற்றிப் பார்த்துவிட்டு வீட்டுக்குப் போய்விடும். அன்றைக்குப் பிரதான வீதியிலேறிய பின்னாலும் பாதித் தூரத்துக்குத் தனக்கும் ஏதோ அலுவல் இருப்பதைப்போல என்கூடவே தலையை ஆட்டிக்கொண்டு வந்தது. ஏறுவெயில் மேல்நெற்றியை எரித்துக்கொண்டிருக்கையில் இந்த '*Blazer*' தொடர்வதும் எரிச்சலாக இருக்க அதை அடிக்கக் கல் எடுப்பதைப்போலக் குனிந்து பாவனை பண்ணினேன். சடக்கென முன்னங்கால்களால் தடுப்பானைப் போட்டு நின்று எனைப் பார்த்தது, ஆனால் திரும்பி ஓடவில்லை. சரி எப்படியும் போய்விடுமென்று அதைக் கவனிக்காமற் போய்விட்டேன். பிறகு அது ஆடினதுதான் செமையான உச்சக்கூத்து. யார் வளவுக்குள்ளாலோ புகுந்து அதன் பின்னாலுள்ள புறக்கணிப்பாதை ஒன்றினூடாக முன்னே ஓடிப்போய் திடுப்பென வெள்ளை நிறத்தில் ஒரு சிநேகிதியை யும் கண்டுபிடித்து அவளையுங் கூட்டிக்கொண்டு கல்லூரியின்

ஒரு பாய்மரப் பறவை

வாசலுக்கருகில் போய் மதிலோரமாக நின்றது. நாங்கள் கல்லூரி வாசலை அடையுமுன் சிநேகிதியை முன்னங்கால்களால் இறுக அணைத்துப் பிடித்து என்னை அந்நியமாகப் பார்த்தபடி இகலோகத்தின் உச்ச சுகிர்தத்தை அனுபவித்தது. வெட்கம் என்னைப் பிடுங்கித் தின்றது. என்கூட வந்த தோழி சமீதா ஏதோ அப்போதுதான் கண்டுபிடித்தவள்போல "அம்பா ... அங்கே பாரடி ... உங்கட நாயின்ர குய்யாலங்கடியை ..." என்றாள்.

"நான் என்ன அதை நித்தியானந்தா தபோவனத்து நாயென்றா சொன்னேன் ... எனக்குத் தெரியாதா அது எங்கட நாயென்று ... மூடிக்கொண்டு வாடி முந்திரிக்கொட்டை" என்று அவளை அதட்டினேன். நான் அதை விரட்டப்போக அதுவே 'அது எங்கள் வீட்டு நாயென்பதைத் தெருவுக்கே காட்டிக் கொடுப்பதாகிவிடும்.' பேசாமற் கடந்துபோய்விட்டோம்.

அதொரு வெள்ளிக்கிழமை. பிரதி வெள்ளிகளில் மழையில்லாத நாளாயின் வகுப்புக்கள் ஆரம்பிக்க முதல் வேப்பமரத்தின் கீழான அசெம்பிளி மேடையைச் சுற்றி மாணவிகள் நிற்க, ஒருத்தி சிவபுராணம் சொல்லித் தருவாள். மற்றவர்கள் தொடர்ந்து பாடவேண்டும். நான் மாணவர் தலைவி வேறு, மற்றைய தலைவிகளோடு சேர்ந்து மாணவிகள் சீராக வரிசைகளில் அமைதியாக நிற்கிறார்களா என்பதையும் கவனிக்க வேண்டும். சிவபுராணத்தில் ஒருத்தருக்கும் மனது லயிக்காது, சில மாணவிகள் (அநேகமாக விரதார்த்திகள்) மயங்கிக்கூட விழுவார்கள். எத்தனை பேர்தான் உலாஞ்சிக்கொண்டு விழுந்தாலும் சிவபுராணம் விடுப்பின்றிப் பாராயணமாகும்.

> 'நோக்கரிய நோக்கே நுணுக்கரிய நுண்ணுணர்வே
> போக்கும் வரவும் புணர்வுமிலாப் புண்ணியனே ...'

என்று நாம் வில்லங்கத்துக்குப் பாடிப் பக்தி செலுத்திக் கொண்டிருக்க '*Blazer*' சனியன் அந்த வெள்ளை நாயோடு இணைந்தபடி அதைக் 'கொர' 'கொர'வென இழுத்துக்கொண்டு கல்லூரிக்குள் நுழைந்தது. வாசலிலேயே இணையைக் கண்டுகொண்ட எம் ஆய்வுச்சாலை உதவியாள் பெருமாள் ஓடிப்போய் அதைச் "ச்சூ ச்சூ"வென்று விரட்டவும் மாணவி களின் கவனமும் சிதறியது. சிலர் மேற்கண்ணாலும் ஓரக்கண்ணாலும் அருகருகில் நின்ற மாணவிகளைப் பார்த்துச் சிரித்துக்கொண்டனர். '*Blazer*' இழுத்த இழுவைக்குத் தாக்குப் பிடிக்காத இணைவி ஓட முடியாமல் இடறுப்பட்டு விழுந்துவிட அதை விடாமல் இழுத்தபடி எம் அசெம்பிளிப் பக்கமாகவே வந்தது. பெருமாள் இப்போது கேட்டியொன்றை எடுத்துக் கொண்டு அவற்றை அடிக்க ஓடினான்.

அதைக் கவனித்த எங்கள் உயிரியலாசிரியை திருமதி உமையாள்: "ஏய்... பெருமாள்... அதுகளைத் தம்பாட்டில விடு, விரட்டாதை" என்று கண்டிக்கவும் அவ்விணை அப்படியே நின்றது. மேலும் அவற்றால் ஓடமுடியவில்லை. மாணவிகள் பின்னால் மற்ற ஆசிரியைகள் குழாத்துடன் நின்றிருந்த அதிபர் திருமதி கோகுலவல்லியின் முகத்தில் எள்ளும்கொள்ளும் தானாகப் பொரியச் சங்கடத்தில் கைகளைப் பிசைந்துகொண்டு நின்றார்.

'பல்லோரும் ஏத்தப் பணிந்து.' என்று ஒருவாறு சிவபுராணம் முடிவுற்றது. நாய் இணையைக் காணவில்லை. எங்கேயோபோய் மறைந்துவிட்டன. லேசான திருப்தி ஏற்பட்டது. திருமதி உமையாள் அதிபரின் காதுகளில் எதையோ சொல்லிவிட்டு மேடைக்கேறி "அன்பான மாணவச் செல்வங்களே... எல்லா மாணவிகளும் இயற்கையின் சாங்கியங்களையும், விலங்குகளின் நடத்தைகளையும் தெரிந்திருக்க வேண்டும். இது நாய்களுக்கு அவற்றின் இனப்பெருக்கக் காலம், ஆக அவை கலவி செய்வது இயற்கையான ஒரு நிகழ்வு. உலகத்துக்குப் புதியதோ நகைப்புக்கோ உரிய விடயமல்ல. இதுபோலக் கலவி செய்யும் நாய்களை நீங்கள் எங்கு பார்க்க நேர்ந்தாலும் ஒருபோதும் அவற்றை விரட்டியடிக்கவோ, தொந்தரவு செய்யவோ கூடாது. விலங்குகளின் நடத்தையைக் குழப்புவது இயற்கையைக் குழப்புவதற்குச்சமன்... சரியா?" என்று சொல்லிவிட்டு மேடையிலிருந்து இறங்கினார். மாணவர்கள் எவரும் பின்னர் நகைக்கவில்லை. தொடர்ந்து 'விரதங்களின் மகத்துவங்கள்'பற்றிச் சமய ஆசிரியை ஒருவர் 10 மணித்துளிகள் உரையாற்றி முடிக்கவும் அசெம்பிளி கலைந்தது. மாணவிகள் தத்தம் வகுப்புகளுக்குப் போயினர்.

எமக்கு அன்றைய முதற்பாடம் திருமதி உமையாளின் விலங்கியல். வகுப்புள் நுழைந்ததும் அசெம்பிளியில் கூறியதன் தொடர்ச்சிபோல "வெளியே நாய்களின் கலவி முயக்கத்தை எல்லோரும் கவனித்திருப்பீர்கள்" என்றுவிட்டு நிறுத்தி வகுப்பைப் பார்த்தார்.

அங்கங்கு ஒருவரைஒருவர் கடைக்கண்ணால் பார்த்து வழிந்த எம் நாணச் சிரிப்புக்களைத் தெரிந்தும் அவர் அவற்றைப் பொருட்படுத்தவில்லை. எல்லோரும் நம் நமுட்டு நாணச் சிரிப்புக்களை நிறுத்தினோம்.

"இதொன்றும் சிரிப்பதற்கான விடயமல்ல, இது எல்லோரும் பார்க்கவும் தெரிந்துகொள்ளவும் வேண்டிய இயல்பான விலங்கு களின் நடத்தைதான்... குறிப்பாக விலங்கியல் மாணவர்கள்...

ஒரு பாய்மரப் பறவை

ஒருவேளை உங்களுக்கு விலங்குகளைச் சினைப்படுத்தும் பண்ணையொன்றிலோ அல்லது விலங்குக் காட்சிச் சாலையிலோ அல்லது கால்நடை மருத்துவராகவோ பணிசெய்ய நேரிட்டால் இப்படிச் சிரித்துக்கொண்டிருந்தால் எப்படிப் பணிசெய்ய முடியும்?"

அவரது வீறமைவு (சீரியஸ்னெஸ்) எமக்கும் தொற்றிக் கொண்டது. நாமும் அவர் சொல்வதை வீறமைவுடன் செவிமடுக்க நிமிர்ந்து உட்கார்ந்து தயாரானோம்.

முதலில் "நாய்கள் எந்த வர்ணத்துள் (Species) வருகின்றன... யாராவது சொல்லுங்கள்" கேள்வியைத் தூக்கி எம்மிடம் போட்டார்.

ஒருவருக்கும் சரியான பதில் தெரியவில்லை, நீண்ட மௌனத்துக்குப் பிறகு ஒருத்தி மட்டும்

"I think... Carnivorous" என்று அனுங்கினாள்.

"இல்லை Carnivorous என்பது ஒரு வர்ணமல்ல. அது முலையூட்டிகள், பறவைகள், ஊர்வன எனும் பிரிவைப்போல... மாமிச உண்ணிகள், தாவர உண்ணிகள் எனும் பெரும்பிரிவு. அது விலங்கு இராட்சியப் பிரிவு², Carnivorous என்பது சிங்கம், புலி, நாய், பூனை, எலி, தவளையோடு Primate (இருகால் விலங்குகள்) ஆகிய எம்மையும் உள்ளடக்கிய பெரு இராட்சியம்.

இது முள்ளந்தண்டுளிகளுக்கும் அடுத்த பிரிவு, முலையூட்டி கள். அதன்கீழ் மாமிசமுண்ணிகள், தாவர போஷணிகள். மாமிச போஷணிகளின் கீழ்வரும் அடுத்த பிரிவே வர்ணம் (Class). நாய்கள் Carnidae எனும் வர்ணத்துள் வருகின்றன, இவற்றுக்கு நீண்ட வேட்டைப் பற்களோடான தாடையும், ஒடுங்கிய இடையும், இலேசான உடல்வாகும், வேட்டைக் குணமும், பாய்ச்சல் இயல்புமிருப்பது சிறப்பான தனியியல்பு. இப்பொதுவியல்பால் நம் நாட்டுநாய்களோடும், போமறேனியன் நாய்களோடும், Coyote³, Jackals⁴, Foxes⁵ எல்லாமே இந்த வர்ணத்துள் அடங்கும். ஆனால் Hynae (கழுதைப் புலிகள்) மட்டும் விதிவிலக்கு. அவை இதற்குள் அடங்காது. Hyaenidae எனும் தனியான உபகுடும்பத்துள் (Subspecies) வரும்" என்றவர் தொடர்ந்தார்.

"நாயினங்களின் காம வெப்பச் சக்கரம் எம்முடையதைப் போல் மாதாமாதம் அமைவதில்லை, ஆண்டுக்கு இரண்டு

---

2. Phylum
3. செந்நாய்கள்
4. ஓநாய்கள்
5. நரிகள்

தடவைகள்தான், குறிப்பாக வசந்த காலத்திலும், *(Spring)* இலையுதிர் காலத்திலும், *(Autumn)*. விதிவிலக்காச் சில சிறிய *Terrier, Maltese* வகையிலான *miniature* இன நாய்களுக்கு மட்டும் காம வெப்பச் சக்கரம் ஆண்டுக்கு 4 தடவைகள் அமையும். அக்காலங்களில் மட்டும் அவை ஆண் நாய்களை அணையவிட்டுக் கர்ப்பம் தரிக்கும்"

"நாய்களுக்கு இணைவு முக்கியமான நிகழ்வு. ஏன் நாய்கள் இணைந்த பின்னால் அவற்றால் உடனே பிரிந்து தம்பாட்டில் ஓடிவிட முடிவதில்லை... யாருக்குத் தெரியும்?"

என்றவர் தொடர்ந்து புதிர்க் கேள்வி போடவும் அனைத்து மாணவிகளுக்கும் நாணமேறித் தலைகள் ஒருசேரக் கவிழ்ந்தன. ஆயினும் அந்நெடுநாட் சந்தேகத்துக்கான பதிலையும் அவரிட மிருந்து அறிந்துவிடும் ஆர்வமும் அவர்களுக்கு அதிகரித்தது.

"நாம் கண்ணால் பார்த்துச் சிரித்துவிட்டுப் போகிற விடயங்களின் அறிவியற் காரணங்கள் விஞ்ஞான ஆசிரியர்களில் 99% பேருக்கே சரியாகத் தெரியாது... *Carnidae* வர்ண விலங்குகளின் காம வெப்பம் ஆண்டுக்கு இரண்டு தடவைகளே வருமென்று சொன்னேனல்லவா... ஆதலால் ஒரு கலவியில் ஒருதடவை ஆண் சிந்தும் விந்திலிருந்து அவற்றின் முட்டைகள் கருக்கட்டப்படும் சாத்தியம் குறைவு, அதை நிவர்த்திக்க நாயினத்துக்கு இரண்டாவது தடவையிலான விந்துவிசிறலை இயற்கை வைத்திருக்கிறது. இரண்டாவது தடவையும் விந்து விசிறப்பட்டவுடன் அவற்றின் காளான் மொட்டைப் போன்ற ஆண்குறியின் தலைப் பகுதியின் புடைப்பும் விறைப்பும் ஒடுங்கவும், இணைகள் இலகுவாகப் பிரிந்துவிடும்".

இப்போ எல்லா மாணவிகளும் சிரிக்க திருமதி உமையாளும் அச்சிரிப்பில் கலந்துகொண்டார்.

ஒருமுறை ஓனாங்கைப் போலிருந்த இளம் ஓல்லிப்பிச்சான் உடற்பயிற்சி ஆசிரியனுக்கு ஒன்பதாவது மாணவி ஒருத்தி லவ் லெட்டர் எழுதிக் கொடுத்துவிட்டாள், விஷயம் எப்படி அதிபருக்குப் போயிற்றென்றே தெரியவில்லை. திருமதி கோகுலவல்லி அவளைக் கூப்பிட்டு வைத்து "மேல் வகுப்பி லிருக்கும் மாணவி நீ, மற்றவர்களுக்கும் முன்மாதிரியாக இருந்திருக்க வேண்டாமா, என்ன நெஞ்சழுத்தம் இருந்தால் படிப்பிக்க வரும் ஆசிரியருக்கே லவ் லெட்டர் கொடுப்பாய், பதினைஞ்சு வயசிலயே உனக்கு ஆம்பள சுகம் தேவைப் படுதோ... போய் உன் அப்பாவைக் கூட்டிக்கொண்டு வா இன்றைக்கே உனக்கு டி.சி. தந்து விரட்டிவிடுகிறேன்..." என்று தாம்தூமென்று குதித்து ஆவிவிடவும் திருமதி உமையாள்

அவரைச் சமாதானப்படுத்தி "கொஞ்சம் பொறுங்கள் மாடம்... இதெல்லாம் இந்த டீனேஜ் வயசில் ஆணுக்கோ பெண்ணுக்கோ வரக்கூடிய ஒரு இயல்பான மோகந்தான், அவள் தன்னைக் கவர்ந்த ஒரு ஆணிடம் தன் லவ்வை, ஈடுபாட்டை எவ்வளவு நாகரீகமாக வெளிப்படுத்தியிருக்கிறாள். அவன் டீச்சரோ, லாப் அட்டெண்டரோ என்பதெல்லாம் இரண்டாம் பக்ஷம். ஒரு இயல்பான சமாச்சாரத்தை ஒரு கொலைக் குற்றமாகப் பார்க்க வேண்டியதில்லை. மானுடவியலில் சமப்பால் ஈர்ப்பென்று இன்னொரு விஷயமும் இருக்கு. இதொரு விரிவான சப்ஜெக்ட். இங்கிலிஷ் லிட்ரேச்சரில பி.ஏயும், சோஷியல் சயின்ஸில எம்.ஏயும் படித்த நீங்கள் இதைப் போய்ப் பெரிசுபடுத்தறீங்களே. அந்த இலக்கியங்களிலெல்லாம் ரோமியோவும் ஜூலியட்டும் என்ன சும்மாவா இருந்தாங்க? இல்லை காமாக்ஷி கெளரியென்று காப்புக்கட்டி விரதம் காத்தாங்களா... விடுங்க மாடம். கல்லூரிகள் தண்டனைக் கூடங்கள் அல்ல... மாணவர்களின் நாற்றங்கால்கள்" என்று அதிபரைத் தணிவித்து அவ்விஷயத்தை ஒன்றுமில்லாமலாக்கினார். *'Teacher is a Subject'* என்பார்கள். திருமதி உமையாள் போன்ற அறிவியல் சமூகப் புரிதலுள்ள குருத்தினிகள் அரிதாகத்தான் பூக்கிறார்கள். குறிஞ்சி மலரைப் போல.

○

ஞானம் சஞ்சிகை – இதழ் 261 பெப்ரவரி 2022, கொழும்பு

6

உணர்வோடு விளையாடும் பறவைகள்

நான் வீடு தேடிக்கொண்டிருந்தேன். வீடு அம்சமாக அமைந்திருந்தால் அது என் பணியிடத்துக்குத் தொலைவில் இருந்தது. அணுக்கத்திலும் பொதுப்போக்குவரத்து வசதி களுடனும் அமைந்தவை சுமாரானவையாகவும், மின்னுயர்த்தி வசதிகள் இல்லாமல் 3வது / 4வது தளத்திலும் இருந்தன. கடைசியில் ஹன்னா என்றொரு பெண் தன்வீட்டைப் பகுதியாக வாடகைக்குக் கொடுக்கவிருப்பதை *Zweitehand* பத்திரிகையின் சிறு விளம்பரப்பகுதியில் பார்த்தேன். அநேகமாக வீட்டைப் பகுதியாக வாடகைக்குக் கொடுப்பவர்கள் ஆண்களுக்குத் தரமாட்டார்கள். இருந்தும் ஒரு வெளிநாட்டு ஆணுக்கும் வாடகைக்குத் தருவியாவென்று ஹன்னாவுக்கு மின்னஞ்சல் எழுதினேன். அன்றே பதில் வந்தது. ஒரு குடியிருப்பாளர் இயைந்து அனுசரித்துப்போகக்கூடிய ஒருவராக இருப்பது தான் முக்கியம் ஆண் / பெண், சுதேசி / விதேசி, கருப்பு / வெளுப்பு இவையெல்லாம் எனக்குத் தடைகளில்லை. அடுத்தநாள் அவள் தந்திருந்த நேரத்தில் வீட்டைப் போய்ப்பார்த்தேன். அதையும் நிராகரித்துவிடக் காரணங்கள் எதுவுமிருக்கவில்லை. வீட்டின் பிரதம குடியிருப்பாளரின் ஒப்பந்தம் அவளிடமே இருந்தது. 'ஒருமாத மனைப்பகிர்வில் இருவருக்கும் ஒத்துவரவில்லையானால் எம் பகுதிவாடகை ஒப்பந்தம் முறிவடையும்' என்பதைத்

தவிர அவள் வேறெதையும் நிபந்தனையாக விதிக்கவில்லை. மிகவும் புரிதலுள்ள பெண்ணாகத் தெரிந்தாள். அவ்வீட்டுக்கே குடிபோனேன்.

அது முதலாம் உலகமகாயுத்தம் முடிந்தவுடன் 1925இல் கட்டப்பட்டதும் புராதனக் கட்டிடங்களைக் கண்காணிக்கும் திணைக்களத்தின்¹ இன்னும் 100-150 வருடங்கள் தாக்குப்பிடிக்குமென உத்தரவாதமும் பெற்றதுமான பழைய பார்க்கல்லிலான உறுதியான அடுக்ககம். பழையவீடுகளில் வாழ்வதிலுள்ள அனுகூலம் நவீன அடுக்ககங்களை விடவும் ஒப்பீட்டளவில் வாடகை குறைவாக இருக்கும். சிலவற்றில் மின்னுயர்த்தி வசதிகள் இருக்காது. எமது வீடு முதலாவது தளத்தில் இருந்ததால் எமக்கு அதைப்பற்றிய கவலையில்லை, அறஞ்சார்ந்து விசாரஞ் செய்தால் இவ்வகைச் சிந்தனை கொஞ்சம் சுயநலந்தான், ஆனாலும் தனியொரு மனிதன் மானுடம் நிரற்படுத்தி வைத்திருக்கும் துயர அடுக்குகளில் எதுக்கென்றுதான் வருந்துவது? அருமையறிந்து பராமரிக்கப்பட்ட மனையின் இருவருக்கும் பொதுவான பிரதான வெளிவாசலுக்குச் செதுக்கல் சித்திரங்களுடனான மரக்கதவு. அதுவே Rolls Royce இன் கதவுகளைப்போல ஓசையின்றி மிருதுவாகத் திறந்து சாத்தும். அதன் திறப்புக்கள் நம்மிருவரிடமும் இருந்தன. எங்கள் இருவர் படுக்கை அறைகளையும் ஒரு நீண்ட இடைகழி பிரித்தது. அதன் முடிவில் "L" வடிவிலமைந்த பொதுவான சமையலறை, அதன் ஒரு புயத்தில் நீண்டதொரு சாப்பாட்டுமேசையும் அதைச்சுற்றிக் கதிரைகளும் இடப்பட்டிருந்தன. எனக்கு யாராவது விருந்தினர்கள் வந்தால் அம்மேசையைச் சுற்றி அமரவைத்தே உபசரிப்பேன்.

O

ஒருமுறை ஹன்னாவின் பள்ளித்தோழியென்று ஒருத்தி தென்மாநிலத்திலுள்ள *Augsburg* என்றொரு நகரத்திலிருந்து வந்து இரண்டுநாட்கள் தங்கிப்போனாள். மற்றும்படி அவளுக்கும் விருந்தினர்களென்று எவரும் வீட்டுக்கு வருவதோ தங்குவதோ இல்லை. அவரவருக்கு அவரவர் வாழ்வியல்தோரணைகள். அவளோ நானோ ஆரம்பத்தில் சமையலறைக்குள் அதிகம் வினைக்கெடமாட்டோம், ஆதலால் எங்கள் சமையல்கள் மற்றவரால் தாமதமாவதுமில்லை. அவள் 'பஸ்டா' வகைகளை வெள்ளை-வைன், அடர் கிறீம் எல்லாம் சேர்த்து அலாதியான சுவையுடன் சமைப்பாள். அப்படி அவள் பஸ்டா சமைக்கும் வேளைகளில் எனக்கும் கிடைக்கும். நான் எப்போதாவது

---

1. Landesdenkmalamtes Berlin.

இறால் அல்லது சிக்கன் இறைச்சிபோட்டுச் செய்யும் இடியப்பப் பிரியாணியும், *Fried – Rice* உம் அவளுக்கும் நிரம்பப்பிடிக்கும்.

ஆரம்பத்தில் எங்கள் இருவருக்கும் சமையலைறையில் தனித்தனியான குளிர்ப்பதனப்பெட்டிகள் இருந்தன. அவளுக்கு *Chianti Classico, Famiglia Barbera d'Asti* போன்ற சிவப்புவைன் வகைகள் மிகவும் பிடிக்கும். சிவப்பு வைன்வகைகளைக் குளிர்ப்பதனப்பெட்டிகளுக்குள் வைத்துப்பாதுகாக்க வேண்டியதில்லை, கெட்டுவிடாது. விரும்பினால் அருந்தமுதல் கொஞ்ச நேரத்துக்கு அவற்றைக் குளிரில் வைத்தாலே போதும்.

ஒருநாள் அவளாகவே சொன்னாள்: "ஜீவன் எதுக்கு உனக்குத் தனியாகவொரு குளிர்ப்பதனப்பெட்டி... கொஞ்சம் ஜூஸும், பியரும், முட்டைகளும், மீனும், கோழியுந்தானே வைத்திருக்கிறாய்... உன்னுடைய பெட்டியை நிறுத்திவிட்டு அதிலுள்ளவற்றை என்னுடையதுக்குள் வைத்துவிடேன், மின்சாரப் பாவனையும், சூழலுக்கும் நல்லது" என்றாள்.

சூழல் பிரக்ஞை உள்ள பெண்ணானபடியால் அடுத்தவர்களைப் பற்றியும் சிந்திக்கத் தெரிந்திருக்கிறாள், நல்லபெண்ணாகத்தான் இருக்கவேண்டும். சம்மதித்தேன்.

அவள் *Femina, Freundin, Flow, Brigitte, Gala, Cosmopolitan, Vogue*, போன்ற மாதர் இதழ்கள் சிலவற்றையும் விரும்பி வாங்கிப்படிப்பாள். இன்னும் திறில்லர்கள், கிறைம் நாவல்கள் வாசிப்பதிலும் ஆர்வம். ஆனால் அவற்றை பொதுப்புத்தகப் பெட்டிகளிலிருந்தோ, நூலகத்திலிருந்தோ, படித்துவிட்டு யாரும் தெருவில் வைத்திருந்தாலோ எடுத்துவருவாளேயன்றி, அவ்வகை நூல்களுக்காக பென்னி செலவுசெய்யமாட்டாள்.

நமக்குப் பொதுவான மற்றொரு வதிவுமறையும் அதற்குள் தொலைக்காட்சியையும் இரண்டு மென்னிருக்கைகளும் வைத்திருந்தோம். நாளடைவில் எம்மிடையே புரிதலும் நெருக்கமும் அதிகமாக சமையலறையிலிருந்தே எமக்கிடையே யான வாழ்வியல், தத்துவங்களை விசாரஞ்செய்வதோடு பழமைபாடுகளையும் நாட்டு நடப்புகளையும் அலசிக் கொள்வோம். ஒருநாள் இரவு இருவரும் சாப்பிட்டபடியே நீண்ட நேரம் பேசிக்கொண்டிருந்தோம். அவளும் பேசிக் கொண்டே கொஞ்சங்கொஞ்சமாக அவளது பிரிய *Chianti* வைனை வழமையைவிட அதிகமாகவே மாந்திவிடவும் போதையில் மெல்ல மிதக்கலானாள். "சாராயம் போனால் பூராயம் வருமா"... அன்றைக்குத்தான் முதன்முதலாகத் தனது குடும்பம், இளமைக்காலங்கள், பணிபற்றியெல்லாம் மேலோட்டமாக என்னிடமும் பகிர்ந்துகொண்டாள்.

DHL விநியோகச் சிற்றுந்துகளில் பொதிகளை விநியோகம் செய்துகொண்டிருந்த என்னிடம் அவளிடம் பீற்றிக்கொள்ள அத்தனை உத்தியோக மஹாத்மியங்கள் இருக்கவில்லை.

"ஹன்னா திருமணம்பற்றி என்ன நினைக்கிறே" என்றதுக்கு உடனே "நான் நிறைய பெண்ணியம்பற்றி வாசிப்பவள், அதனால் எனக்கு அதில எல்லாம் அத்தனை நம்பிக்கையில்லை என்று சொல்வேனென்று ஒருவேளை நீ எதிர்பார்த்திருப்பாய், ஆனால் திருமணமும் குறிப்பாகப் பெண்களுக்கு நல்லதென்றே நினைக்கிறேன்" என்றாள்.

"ஏன் ஆண்களைவிடப் பெண்களுக்கு நல்லதெங்கிறாய்... பெண்ணோடு ஒரு ஆணும் இருந்தால்தானேதிருமணம்... கொஞ்சம் விஷயத்தை இந்த மத்தனுக்கும் புரியும்படியாய்த்தான் சொல்லேன்."

"சொல்றன் பொறு" என்றவள் தன் கிளாஸில் மேலும் வைனை வார்த்து ஒரு தரம் அதில் வாயைவைத்து மிடறிவிட்டு 'மௌனமாக' இருந்தாள். அம்மௌனத்தை இதை இவனிடம் சொல்லத்தான் வேண்டுமா எனும் தயக்கமாக நான் பொருளுணர்ந்தேன்.

பின் பேசினாள்:

"நான் பிறந்தபோது என் பெற்றோர்கள்கூடத் திருமணமா காமல் சேர்ந்தே வாழ்ந்திருந்தனர். ஒருமுறை என்னுடைய குடும்பப்பெயர் எங்கிருந்து வருகிறது என்று நான் அம்மாவிடம் கேட்டபோது "நீ பிறந்தபோது என்னுடன் சேர்ந்து வாழ்ந்த *Jonas* ஸே உன் அப்பாவென்று நான் நம்பியதாலும் அவருடைய *Meyer* என்கிற குடும்பப்பெயர் முதற்குடிமகன் என்கிற நல்ல அர்த்தத்தைக்கொண்டிருந்ததாலும் அப்பெயரையே உனது குடும்பப்பெயராகப் பதிவு செய்தேன்" என்றார் அம்மா.

இதைச் சொல்லிமுடிக்கையில் அவள் குரல்கம்மிக் கண்கள் பனித்துக்கொண்டன, அவளது மனதைத் திசைதிருப்பலா மென்ற எண்ணத்தில்

"ஜெர்மனியில் ஒரு தாய் விரும்பினால் அவர் தன்னுடைய குடும்பப்பெயரையும் தன் பிள்ளைக்குத் தரமுடியுமல்லவா..." என்றேன்.

அவள் மேலும் மேசையில் கொஞ்சநேரம் மௌனமாக அமர்ந்திருந்துவிட்டு எழுந்து "குட்நைட்" சொல்லிவிட்டு லேசான உலாஞ்சலுடன் நடந்துபோய்ப் படுக்கையறைக்குள் புகுந்தாள்.

ஒருமுறை அவளுக்குக் காய்ச்சல் வந்தது, குலைப்பன் கண்டவள் போல் உதறிக்கொண்டிருந்தாள். *Novaminsulfon. 500mg* வில்லை ஒன்றைக் கொடுத்துவிட்டு பாண்டேஜ் நறுக்கொன்றை நனைத்து அவளின் நெற்றியில் ஒட்டிவிட்டிருந்தேன், இரண்டுமணி நேரத்தின்பின் உடல்வெப்பத்தை அளந்துபார்த்தால் *39*இலிருந்து *37*ஆகத் தணிந்துவிட்டிருந்தது.

"இரண்டே பாகை மட்டும் குறைந்திருக்கு" என்றேன்.

"என்னைக் கொஞ்சநேரம் கட்டிப்பிடிப்பாயானால் இன்னுமொரு பாகை குறையும்" என்றாள் வீறமைவாக.

"அப்புறம் அந்தவெப்பம் எனக்குள் ஏறத்தொடங்கிகி விட்டால் என்ன செய்ய."

"இலேசான *Knutchen*[2] செய்வதால் எவருக்கும் பெரிய சேதாரங்கள் வந்திடாது மெஸூயூ[3] ... வழக்கத்தில் உடல் வெம்மையானால் எதைச்செய்வியோ ... அதைச்செய்யேன்" என்றாள் கண்ணைச் சிமிட்டிக்கொண்டு ...

"வழக்கத்தில் என்ன செய்வேங்கறதை உனக்கு நான் சொல்லியிருக்கிறேனா" என்றேன் பொய்க்கோபத்துடன்.

❍

மறுநாள் பொதுஅங்காடிக்கு என்சீருந்தில் போயிருந்தேன். ஹன்னா பலவீனமாக இருப்பது நினைவில்வரவும் எனக்கான பொருட்களோடு அவளுக்கும் வைன்கள், கோதுமைமாவு, கிழங்கு, சமையலெண்ணெய், தண்ணீர், பாலன்ன பாரமானவற்றை வாங்கியந்து கொடுத்தேன்.

"வாவ் ... இதையெல்லாம் நீ என்னைக்கட்டிக்கிட்ட பின்ன பண்ணலாமே, எதுக்கு மெஸூயூ இப்பவே இத்தனை சிரமப்படுறே" என்றாள்.

"சும்மாவொரு சமூக சேவையென்றே வைச்சுக்கோயேன் ..."

"நாம கட்டிக்கிட்ட பின்னாலும் ... நிஜமாய் இதே மாதிரி எனக்குச் சாமான்களைச் சுமந்துவந்து கொடுப்பியா *Schatz*[4] ..." என்றாள் கண்களில் குறும்பு தவழ.

"Warum nicht?" (Why not)

---

2. Cuddling/Kissing
3. மெஸூயூ – Mister (ஃப்றெஞ் வழக்கு)
4. அன்பே

என் கையை இழுத்துவைத்து முத்திவிட்டு மிருதாக அதைத் தடவிக்கொடுத்தாள்.

○

எங்கள் அடுக்ககத்தின் தரைத்தளத்தின் கிழக்குச்சுவரில் ஒரு பக்கக்கதவு இருக்கிறது, அவ்வாசலால் வெளியேறி வளவின் பின்கொல்லைக்கும் குடியிருப்பாளர்களின் வாகன நிறுத்திடத்துக்கும் வரலாம். எங்கள் வீடமைந்த வீதியின் ஓரமாக ஒரு 'டிராம்' பாதையுமுண்டு. அது கிழக்கு நோக்கிப்போய் மேலும் இரண்டோ மூன்று தரிப்பிடங்கள் கடந்து *Herzberge* எனும் தரிப்பிலுள்ள பிரபலமான *Queen Elisabeth* இதயநோய் மருத்துவமனையில் முடிவுறும்.

ஒரு நாள் ஹன்னா பக்கக்கதவால் பூனைபோல் ஓசைப்படாமல் இறங்கி ஒருவனின் அணைப்போடு டிராமில் ஏறிப்போனாள். அதே இளைஞன் ஒரு நாள் வீதியில் பார்த்த என்னிடம் "மெஸூர் இங்கே பாலியல் விடுதிகள் ஏதும் இருக்கா" என்று விசாரித்தவனைப் போலிருந்தான். நான் அதிகமாகக் குடித்துவிட்டிருந்தேனோ தெரியவில்லை. அந்த இளைஞனையே ஹன்னா ஒருநாள் வேறொரு பெண்ணுடன் வீட்டுக்குக்கூட்டி வந்து ஏதேதோவெல்லாம் சமைத்து விருந்துபோட்டு அனுப்பிய தாக ஞாபகம். அவ்விரவின் சம்பவங்கள் கனவிற்போலும், பனிப்புகாருக்குள்ளால் தெரிவதுபோலவும் தெளிவற்றும் ஞாபக அடுக்கில் கலங்கியுந்தெரிந்தன. அவனையோ கூடவந்த பெண்ணையோ ஹன்னா அறிமுகப்படுத்தியதான ஞாபகம் வரவில்லை.

○

'ஜீவன் எதுக்குப்பா கல்யாணாங்கட்டிறான் . . . அதுதானே நிரந்தரமாய் *Mistress*[5] ஒருத்தியை வைத்திருக்கிறானே' என்று நட்புக் குழுவுக்குள் சிலர் என் காதுபடப்பேசினார்கள்.

அதற்குள்ளும் இன்னும் நெருக்கமான நண்பர்கள் என்று வாய்த்தவர்கள் என்மீதான கரிசனைமீறி "அடே . . . நீயொரு கூத்தியோட குடியிருக்கிறியாமே . . . செய்திகள் வருகுது உண்மையாடா, உன்னுடைய பெயர் கெட்டுப்போகாதா" என்றெல்லாம் அனுதாபத்தைச் சொரிந்ததோடு "உனக்கு யாரும் பெண்தர மாட்டார்கள்" என்றெல்லாம் பயமுறுத்தினர், ஏதோ நான் யார்வீட்டிலோ போய் 'உங்க பெண்ணைக்கொடுங்க' என்று முட்டிபோட்டு நிற்பதைப்போல.

---

5. வைப்பாட்டி

இவ்வாறெல்லாம் என் நட்புப்பிஸாசுகள் ஹன்னாவை என் வைப்பாட்டியே என்று குறைமதிப்பீடு செய்வதற்கு அவள் பண்ணும் விவகாரமான தொழிலும் ஒரு காரணம்.

○

ஒருமுறை ஹன்னாவே

“நான் என்ன தொழில் பண்ணுறேன் என்பதை அறியும் ஆர்வம் உனக்கும் இருந்திருக்கும் இல்லாமலுமிருக்கும், ஆனாலும் நாம இவ்வளவுகாலம் நெருங்கி இருந்தும் அதுபற்றி என்னைக் கேட்காமல் இருக்கிறாய் பாரு... உன்னுடைய அந்தப் பண்பு எனக்குப் பிடிச்சிருக்கு” என்றாள்.

பெர்லின் ஜெர்மனியின் தலைநகரமாகிய பின்னால் *(1990)* நாம் குஷியாக இருந்து பேசிக்கொண்டிருந்த ஒரு மாலையில் பெர்லினின் வேலைவாய்ப்புகள் பற்றிய பேச்சுவரவே அதையும் அலசினோம்.

பெர்லின் தலைநகரமாக மாறியதால் இங்கேயுள்ள *(Short-term)* அமயத்துக்கான செகிரடேறியல் சேர்விஸ் செய்யும் குழுமங்களின் தேவையும், அவ்வகைக் குழுமங்களில் வேலை வாய்ப்புகள் அதிகரித்திருப்பதையும் அவ்வகைக் குழுமங்களின் சேவை வகைகள் பற்றியும் விபரித்துச் சொன்னாள். வெளிநாடுகளி லிருந்தோ, ஜெர்மனியின் இதர நகரங்களிலிருந்தோ வியாபார நிமித்தமாக பெர்லின் நோக்கிவரும் வணிகர்களுக்கு அவர்களின் தேவைகள் தொடர்பான தகவல்கள் குறைவாகவே இருக்கும். அவ்வாறானவர்களின் வியாபாரவாய்ப்புகளை ஆய்வுசெய்வதற்கும், புதிய வியாபாரமொன்றை இங்கு ஆரம்பிப்பிக்க விரும்புபவர்களுக்கு நுகர்வோர்களின் ஊடாட்டங்களை, பரம்பலை ஆய்வுசெய்து பரிந்துரைப்பது, அவ்வவ் வணிகக்கேந்திரங்களை அடைவதற்கான வசதிகளை ஆராய்ந்து களநிலமைகளை அவர்களின் மேலிடத்துக்கு அறிக்கை யளிக்கவும், புதிய வியாபார ஒப்பந்தங்கள் செய்வதற்கும் வணிகத்துறையினரும் அவர்களது முகவர்கள் / பிரதிநிதிகள் வருவார்கள். வாடிக்கையாளர்களின் நோக்கத்தைப் புரிந்து கொண்டு அவர்களுக்கு உகந்த உள்ளூர் வணிகமுகவர்களை அறிமுகப்படுத்துவது, அதற்கான சந்திப்புகளை சிலவேளைகளில் விருந்துகளையேற்படுத்துவது அவர்களின் தேவைகளில் ஒத்தாசைகள் புரிவதென்று இக்குழுமங்களின் சேவைகள் விரியும்.

ஒருவர் ஓரிடத்தில் ஒரு காலணிநிலையத்தை / உணவகத்தை அமைக்க விரும்பினால் அதை அமைக்க உத்தேசித்திருக்கும் இடத்தைத்தாண்டி ஒரு நாளைக்கு எத்தனை சிற்றுந்துகள்,

விசையுந்துகள், மிதியுந்துகள், கடந்து செல்கின்றன, எத்தனை பாதசாரிகள் கடந்து செல்கிறார்கள் என்பதைக்கூட கணிப்பீடு செய்வார்களாம். அதுபோன்றவற்றுக்கும் செக்கிரேறியல் சேர்விஸ்களின் பங்களிப்பு / உதவிகள் தேவைப்படுமாம். அவ்வகை செக்கிரேறியல் குழுமங்களில் பணிபுரிபவர்களுக்கு பன்மொழியறிவும், *Management / Bookkeeping / Translations / interpretations* போன்றவற்றிலும் விஷயங்களைக் காலவிரயமின்றி முடித்துக்கொடுக்கவல்ல சாதுரியமும் இருக்கவேண்டும் என்று விபரித்த ஹன்னா, தானும் அப்படியாக *Sophitha Consultings & Secretarial Service* எனும் குழுமத்தின் பணிபுரிவதாகவும் சொன்னாள். சில வியாபார ஒப்பந்தங்கள் வெற்றிகரமானதாக அமையும்போது தங்கள் ஒத்துழைப்புக்கான ஸ்பெஷல் போனஸாக விலைஉயர்ந்த பரிசுகளைக்கூடச் சில வணிகர்கள் தருவார்களாம்.

○

ஒருமுறை *Berlin - Prenzlauerberg* இல் பலபிள்ளைகளையும் பங்குதாரர்களையுங்கொண்ட ஒரு ஜூதக்குடும்பத்துக்குச் சொந்தமான, காலிமனையாக இருந்த *4,600* சதுர மீட்டர் காணியை அவர்கள் குடும்பத்தின் ஒவ்வொருவருடனும் தனித்தனி சந்திப்பிணக்கங்களை ஏற்படுத்திப்பேசிச் சம்மதிக்கவைத்து *Cuxhaven* இன் ஒரு கட்டிட ஒப்பந்தக்குழுமத்துக்கு வாங்கிக் கொடுத்ததற்காக அக்குழுமம் தனிப்பட்டமுறையில் தனக்கு ஒரு இலக்ஷம் ஜெர்மன் மார்க்குகளைப் பரிசளித்ததாகச் சொன்னாள். வேண்டிய இடத்தில் தன்பணியை வெற்றிகரமாகச் சாதிக்கத் தான் ஒரு தேர்ந்த நடிகையைப்போல நடிக்கவும் வேண்டியுமிருக்குமாம். *USA (Nevada)*இன் *Las Vegas* போலவும் *Brazil*இன் *San Paulo* போலவும் *Spain*இன் *Ibiza* போலவும் ஜெர்மனியின் *Berlin* நகரத்தின் கேளிக்கைகள் மிகுந்த இரவுவாழ்க்கை உலகப்பிரசித்தமானது. பெர்லினுக்கு வியாபார நிமித்தமாக வருபவர்களும் உல்லாசிகளாக இருந்து விட்டால் அவர்கள் விரும்பும் கிளப்புகள், பார்களன்ன, கேளிக்கை ஸ்தலங்களுக்கெல்லாம் அவர்களை இட்டுச்செல்ல வேண்டியுமிருக்குமாம்.

ஒருநாள் தமது செக்கிறரேறியல் சேர்விஸில் ஹொட்லைன் போன் அடித்ததாம். ஜெர்மனியின் தென்பகுதியான *Baden-Württemberg*இன் *Stuttgart* நகரிலிருந்தொரு புதுவாடிக்கையாளர் பேசினாராம். அவருக்கான வியாபாரம் / ஒப்பந்தம் எல்லாம் பேசியபிறகு தயங்கித்தயங்கி மெதுவான தொனியில் கேட்டாராம் “டோக்கியோவில், லாவோஸிலெல்லாம் செகிரடரீஸ் கட்டில் வரை ஒத்தாசையாக இருப்பார்கள், உங்க ஸ்டாஃப் எப்படி,

அவர்களுடன் நான் செக்ஸ் வைத்துக்கொள்ளமுடியுமா...” என்றாராம். “அதெல்லாம் தனிமனிதர் சமாச்சாரம், உங்களிடையே யான ஊடாட்டத்தைப் (*interaction*) பொறுத்த சாங்கியம், அதில் எல்லாம் மனேஜ்மென்ட் தலையிடமுடியுமா” என்றதும் குதூகலத்தில் குதித்துப் போனை வைத்தாராம்.

○

ஒரு இரவு சுரங்கத்தொடரியில் என் எதிரில் அமர்ந்திருந்த என்னைவிடப் பத்துவயதாவது அதிகமாக இருக்கக்கூடிய பெண்ணொருத்தி என்னிடம் உரிமையெடுத்துக்கொண்டு “மெஸூயூ... எதுவரை பயணம்” என்றாள்.

‘*Moritplatz*’ என்று நான் இறங்க வேண்டிய தரிப்பைச் சொன்னேன்.

“அப்படியே... அதிலிறங்கி இருவரும் காற்றாட நடந்துபோய் ஒரு அருந்தகத்துக்குப் போவோமா...” என்றாள்.

“அதுவும் இன்ரெறெஸ்டிங்தான்... ஆனால் அம்மணி மன்னிக்கணும், நான் அதுக்கான ஆயத்தத்தில் இன்றைக்கு இல்லையே” என்றேன்.

“மெஸூயூ நிரம்பக்கூச்சப்படறாப்பல... *Then what do you do for Sex?*”

என்றாள் இயல்பாக.

“*Never with strangers* என்று சொல்லத்தான் வந்தது, எதுக்கு அவளை நோகடிப்பானென்று பிரயத்தனப்பட்டு விழுங்கிக்கொண்டேன்.

அன்றைக்கு சுரங்கத்தொடரியிலேற்பட்ட அனுபவத்தை ஹன்னாவிடம் விபரித்தேன்.

“அழகான பெண்ணை அறைக்குள்ள உன் கட்டில்லயே படுக்க வைச்சிட்டு இரவு முழுவதும் இடைகழியில் விருந்தினர் களுக்கான மடிப்புமெத்தையில படுத்துத்தூங்கிய உன்னைப் பார்த்ததாலதான் உனக்கு உறுப்பில ஏதும் பிரச்சினையாக இருக்குமோவென்றுதான் முதல்ல யோசித்தன் சொறி...

“எந்த ‘மெஸையா’வானாலும் அவர்களின் ‘ஈர–இரவு களில்’ வந்தணைக்கும் மோகினிகளிடமிருந்து தப்பமுடியாது என்கிறது உளவியல்.”

“நான் ஒன்றும் விதிவிலக்கான ‘ஏலியன்’ கிடையாதே... அவ்வப்போ புறவயமாகப் பார்த்து மோகித்த அப்ஸரஸ்கள் வரத்தான் செய்வார்கள்”

“அப்போ அவர்களை என்ன செய்வே ... மோகிப்பியா போகிப்பியா விரட்டிவிடுவியா ...”

“அது கனவுதானே ... எதுவும் என் கட்டுப்பாட்டிலிருக்காது, பலமாதிரியும் அமையும் மாம்”

“எப்படி மனிதா உன் காமத்தை ஒளித்துவைக்கிறே ... மனிதனுக்கு இயல்பாய் இருக்கிற காமத்தை ஒளித்துவைக்க வேண்டிய அவசியம் என்ன இருக்கு ... உன் உறுப்புகளிலே ஒன்றும் பிரச்சினையில்லையே.”

“உறுப்புகளுந்தேவைதான் மனுஷனுக்கு. ஆனால் காம இந்திரியங்களே என்னைக் கொண்டுலைக்க என் வழியைத் தீர்மானிக்க அனுமதிப்பதில்லை. அதால அவைதரும் உந்தல்கள், உசுப்பல்கள் இல்லாமலில்லை, ஆனால் எப்படியும் வென்றிடுவேனாக்கும்.”

“உன் தத்துவச்சரடுகளாலே என்னை வறுத்தெடுக்காத ... மெஸூயூ, ஆளைவிடு” என்றுவிட்டுப் போய்ப்படுத்துக் கொண்டாள். ஹன்னா தன் படுக்கையறையை ஒருபோதும் தாளிடுவதில்லை.

○

தேனருவி என்று அவளுக்குப்பெயர். நம்மவூர்ப்பெண் ஒருத்தி, சுற்றுவழியில் என் உறவுக்குள்ளும் வருவாள், அப்போது மொஸ்கோவில் படித்துக்கொண்டிருந்தாள். அது அவர்களுக்குக் கோடைக்கால செமஸ்டர் விடுமுறை. விடுமுறைக் காலங்களில் அநேகமான மொஸ்கோ, பெலாறுஸ், கிறீமியாவில் படிக்கும் மாணவர்கள் லண்டன், மான்செஸ்டர், கிளாஸ்கோவுக்கோபோய் ஏதாவது கியோஸ்க் / பூக்கடைகளில் பதிப்பகங்களில் அருந்தகங் களில் உதவியாளராகச் சில்லறைவேலைகள் செய்து கொஞ்சம் பணம் சம்பாதிப்பார்கள். அப்படி அவளும் லண்டன் போகிற வழியில்தான் இங்கே என்னிடம் 2 நாட்கள் தங்கிச்செல்வதற்காக வந்தாள். என்னிடமிருந்த வவுச்சர் ஒன்றைக்கொண்டு நான்தான் அவளுக்கு லண்டன் சென்று திரும்பிவரத் தொடரிச்சீட்டும் எடுத்துக்கொடுத்தேன். அவள் லண்டனுக்குப்போக முதநாள் இரவு ஹன்னா நம் எல்லோருக்குமாக *See Foods* அனைத்தும் போட்டுப் பஸ்டா சமைத்து அசத்தினாள்.

“ஒருத்தி என்னிடம் வந்திட்டாள் என்பதற்காக அவளிடம் நான் செக்ஸ் வைப்பதா?”

“நீங்கள் செக்ஸ் வைத்துக்கொள்ளவில்லையென்பது எனக்குத்தெரியும்.”

“ஏன் காதுகளை என் அறைக்குள் எறிந்துவிட்டுத்தான் கிடந்தியா?”

“உன் தனிப்பட்ட வாழ்க்கைக்குள் புகுந்துபார்க்கிறேன் என்று நினைக்காதே… பக்கத்து அறைக்குள் செக்ஸ் நடந்தால் குறைந்தபக்ஷம் பூனைகளின் அனுங்கல்போல ஹஸ்கியாய்க் கொஞ்சம் கீசல்கள், சிணுங்கல்களாவது வந்திருந்திருக்குமே, அப்படி ஒன்றும் வராததுதான் அதிசயமாயிருந்திச்சு.”

“கிடைக்கிற பெண்களோடகூட செக்ஸ் வைச்சுக்கிறேல்ல யென்று ஏதேனும் விரதமா . . . நீ தியோலொஜி படிச்சு ஏதாவதொரு மிஷன்ல போய்ச்சேர்ந்திருக்கலாம், விரைவில பிஷொப்பாகியிருப்பாய்.”

“ம்ம்ம்… செய்திருக்கலாம், தோணலையே…”

“இப்போதும் லேட் ஆகல்ல.”

“ம்ம்ம்… சிந்திக்கிறேன்.”

“திருமணம் என்பது ஒவ்வொருவருக்கும் முக்கியமான விடயமல்லவா?”

“அவரவருக்கு இருக்கலாம், ஆனால் ஒவ்வொருவருக்கும் என்பது பொருத்தமாக இல்லை.”

“உன்னிடம் ஈடுபாடுகொண்டுள்ள ஒருபெண் இதைக் கேட்டிருந்தாலும் உனது பதில் இதுதானா?”

“நான் வித்தியாசமான பதிலைச்சொல்லியிருக்கக்கூடிய பெண்கள் எவரையும் இதுவரையில் சந்திக்கலையே.”

“நிஜத்தைச்சொல்லு நீ எவள்மீதாவது எப்போதாவது காதல்வசப்பட்டிருக்கியா”

“சும்மா கொஞ்சம் அவ்வப்போ ஆசைப்பட்டிருக்கேன், அதைததான காதல எனறு தீமானித்து ஒருபோதும் ஏமாந்த தில்லை.”

“நான் காதலிக்கக்கூடிய மாதிரிப்பெண் எவளையும் நான் இதுவரை சந்திக்கல்ல அதேபோல் நான் சந்தித்த எவளுக்கும் நான் காதலிக்க லாயக்கற்றவனாகவும் பட்டிருக்கலாமில்லையா…”

“அவனவன் பெண்வாசம்பிடித்தாலே போதுமென்று தவிக்கிறான்… ராத்திரிகளில, குளிரில, தனிமையிலகூட உனக்கு ஒரு பெண் கூட இருந்தால் நல்லாயிருக்குமேயென்று தோணாதா…”

“நீ தசை ஆசையைச் சொல்றியா…”

“அது தசையை உரசிறது கவ்வுறது கடிக்கவிடுறது மட்டுமில்லே, அதுக்கு மேலயுமிருக்கு, சரி இப்போதைக்கான அர்த்தப்படுத்தல்ல தசை ஆசை என்றே வைப்போம்.”

“அதெல்லாம் தாராளமாகவே உண்டு. இல்லேன்னே... அது படைப்புத் தவறென்றாகிடும்.”

“அப்போ வாழ்வில் காதல் திருமணம் இவை எதுக்கும் முக்கியத்துவமே இல்லையா”

“உனக்கு எங்களுடைய சமூகம்பற்றிக் குறைவாகத்தான் தெரியும், அங்கே ஒருவன் காதலித்து அதைக்கல்யாணம் வரையில் நகர்த்தி வருவதற்கிடையில் பல தடைகளைத்தாண்டி வரவேண்டும். புரியற மாதிரி மேலோட்டமாய்ச் சொல்றேன், கஷ்டமாயிருந்தால் வேறொரு சமயத்தில வைச்சுக்கலாம்”

“மேலோட்டமாய்த்தான் கொஞ்சம் சொல்லேன், புரிய முயற்சிக்கறேன்.”

“முதல்ல... அங்கே ஜாதியென்று ஒரு பூதமிருக்கு, அதையடுத்து சமூகநிலை, உன் பாஷையில ‘வர்க்கம்’ எளிமையா சோஷியல் ஸ்டேடஸ் என்று இப்போதைக்கு வைச்சுப்போம், அழகு கவர்ச்சி கம்பீரம் தாண்டி முன் சொன்னதையெல்லாம் கணித்துத்தான் ஒரு பெண் காதலிக்கவே சம்மதிப்பா, உடன்படுவா.

சிலர் காதலிப்பதில் காதலிக்கப்படுவதில் சந்தோஷம் கிடைக்கிறது என்கிறார்கள். சிலருக்கு அது ஒரு கண்ணாம்பூச்சி விளையாட்டாகவும் சமயத்தில் கால்கட்டாகவும் படுகிறது.

20 வயதில உதைபந்தைத்தூக்கிக்கொண்டு ஓடறவன் 60 வயதிலயும் அப்படியே ஓடிட முடியுமா . . . எல்லாம் ஒரு சீசனுக்கேற்ற விளையாட்டுக்கள்போலதான் காதலும்.

உடம்பு ஓயும் கட்டத்தில் இருக்கையில “அட இது துடிப்பின் உச்சத்தில் இருக்கும்போதே இதைவைச்சு இன்னுங்கொஞ்சம் விளையாடியிருக்கலாமே சுகிச்சிருக்கலாமே” என்கிற எண்ணம் வருமாம்.

“நீ ஒரு உலோகாயதவாதியில்லை என்று தெரியும், ஆனால் ஒரு துறவிமாதிரிப்பேசற, யாருக்காகவோ ஒரு சாதுவின் வாழ்வை வாழுற ஒரு பாவனை உங்கிட்ட இருக்கு... யாருக்கோ அதிர்ச்சி அல்லது வியப்பு மதிப்பீட்டைத் தரவேண்டுமென்று வாழுறமாதிரியும்படுது. உனது தமிழ்ச்சமூகம் மூடுண்டது, கட்டுப்பாடுகள், ஜாதிகளன்ன வரையறைகள் மிகுந்தது என்றெல்லாம் அப்பப்போ பூச்சாண்டியும் காட்டுறே... ஆனால் அவை எதையும் கட்டுடைத்து வெளியேறும் தற்றுணிபில்லாத ‘கோழை’யாகத்தான் நீயும் தெரிகிறாய் ஒரு ‘இடியட்’டாக இல்லையே. பொதுநிகர நிலைகளை[6] விடுத்து விலகி நடக்கக்கூடிய

6. சமூக நெறிகள்.

கிளர்சிக்காரனாகவும் இல்லை. அப்போ நீ எந்த உயிரினத்தில் சேர்த்தி...” என்றாள்.

ஹன்னா உணர்ச்சிவசப்படும்போது அவளது லேசான மாறுகண்கள் (நடிகைகளில் அமலா போல், ரஞ்ஜினிக்கு இருப்பதைப்போல்) துலக்கமாகப் புலப்படும். இப்போதும் அவை அழகாகப்புலப்பட்டன. வேண்டுமென்றே மார்புகளை முன்தள்ளி, உடம்பை எஸ்ஸாய் வளைத்து ஒரு சிருங்காரக்கரணம் தந்து விட்டுத் தன் அறைக்குட்போனாள்.

“வாழ்க்கை முழுவதும் மறந்துபோகாதபடி அத்தனை பிணக்குகளையும் பிரச்சினைகளையும் அவளாகத் தந்து கொண்டிருப்பாள், கவனம்” என்று பெண்கள்பற்றித் தத்துவக் கவிஞர் ஷினிசி சூஸூகியின் வரிகள் நினைவில் வந்தன.

நான் போய்த்தூங்கிவிட்டேன். என் அறைக்குள் ஹன்னாவுக்குப் பிரீதியான *Black Opium Perfume* வாசனாதியின் வாசம் வந்ததைப் போலிருந்தது, “உனக்கான பெண் நானில்லை யென்று நினைக்கிறாய். ராஸ்கல்” என்று அவள் சொல்வதும் கேட்டது. பின் கட்டிலின் விளிம்பில் யாரோ அமர்வதைப் போலொரு மென்னதிர்வலை படர்வதான உணர்வு. திடுக்கிட்டெழுந்து பார்த்தேன், அப்படி எவரது சலனத்தையும் காணேன், அனைத்தும் வெறும் பிரமை.

அன்று அதிகாலையில் எனக்கும் ஒரு கோஃபியை நீட்டியபடி கேட்டாள்:

“மெஸூயூ... இந்த மே 06ந்தேதி உனக்குப் பணியில விடுப்பு எடுக்க முடியுமா..?”

“அடடா உனக்கில்லாத விடுப்பா. அன்று என்ன விசேஷமோ...”

“அன்று எனக்கும் லியோனுக்கும் பதிவுத்திருமணம், என்பக்கக் கல்யாண சாட்சி நீதான்.”

நான் லியோனை யாரென்று உசாவவில்லை, அன்று ஹன்னாவை வீட்டின் பக்கக்கதவால் அணைத்தபடி டிராமில் கூட்டிச் சென்றவனாகவோ, இல்லை வேறொருவனாகவோ இருக்கலாம்.

அம்ருதா இதழ் 177, ஆகஸ்ட் 2022

7

கவிதைகளைச் சுமந்து திரிபவள்

பெர்லினில் பத்துக்கு மேற்பட்ட தரை அங்காடிகள் உள்ளன. அநேகமாக அவை வார விடுமுறை நாட்களிலேயே கூடும். அவற்றின் சிறப்பு என்னவென்றால் ஜெர்மனியர்கள் சிறிது காலமே தாம்பாவித்த மிதியுந்து, தையலியந்திரம், விசிறி, கிறைன்டர்/மிக்ஸி போன்ற வீட்டு மின்சார உபகரணங்களையும், சி.டி பிளேயர்கள், கணினிகளையும் கொண்டு வந்து அங்கே விற்பார்கள். சிலவேளைகளில் மிக மலிவாக அவற்றை வாங்கிக்கொண்டுவிடலாம். சில விலையுயர்ந்த வெண்கலம், *Porceline* இல் செய்யப்பட்ட கலைப்பொருட்கள் ஓவியங்களை யும், கிராமபோன், நிறைவைப்பதால் இயங்கும் புராதன சுவர்க் கடிகாரங்கள் போன்ற *Antique* பொருட்களையும், கமராக்கள், தொலைநோக்கிகள், நிலைக்கண்ணாடிகள், வெள்ளியாபரணங்களை யும், குளிராடைகளையும், பயணப் பொதியுறைகள், இறகு வைத்த தொப்பிகளையுங்கூட அங்கே கொண்டு வந்து விற்பார்கள். எனக்கு அங்கே பொருட்கள் ஏதாவது வாங்கவேண்டுமோ இல்லையோ காலநிலை சுமுகமானதாகவிருந்தால் சும்மாவாகினும் ஒருநடைபோய் என்னவெல்லாம் பொருட்கள் வந்திருக்கின்றனவென்று சுற்றிப் பார்த்து வருவது ஒரு உவப்பான பொழுதுபோக்கு.

அங்கேபோனால் காம்பிங் வகையிலான கரவன் வாகனத்தில் நடமாடும் கடை வைத்திருப்பவரும்,

எனக்கு எப்போதும் ஸ்நேகமாக முகமன் சொல்லுபவருமான ஒரு சமையற்கலைஞரிடம் ஒரு *Boulette*யும், உருளைக்கிழங்கு வறுவலும், காப்பியும் சாப்பிடுவது வழக்கம். மேலே படத்திலுள்ள *Boulette (Meatball)* எனும் உணவு இறைச்சியின் துருவலோடு (மாடு, பன்றி இரண்டிலுமுண்டு) வெங்காயத் துருவல், செல்லறித் துருவல், மிளகு, சிறிதளவில் உருளைக்கிழங்கு அவல், முட்டை, பால், றஸ்க்தூள் சேர்த்து மசாலா வடை போலத் தட்டி எண்ணெயுள் அமுக்கிப் பொரிப்பதால் அல்லது தணலில் வாட்டுவதால் செய்யப்படும் ஒருவகை உணவு. சூடாக கெட்சப் (*Ketchup / Barbecue Sauce*) அல்லது கடுகு விழுதுடன் பரிமாறப்படுவது. இரண்டு *Boulette*களில் 400 கலோரிகள் வரை உண்டாதலால் ஒரு சாப்பாட்டு வேளையைக் கடத்திவிட வல்லது. இக்கதையொன்றும் *Boulette* பற்றியதல்ல.

சென்ற ஞாயிறன்று பெர்லினில் *Wilmersdorf* எனும் இடத்திலுள்ள தரை அங்காடிக்குச் சென்று ஒரு வட்டமடித்ததில் சில *LED* மின்விளக்குகள் மட்டுமே வாங்க முடிந்தது. களைப்பாக இருக்கவும் எனது சமையற்கலைஞரிடம் எனக்கான *Boulette*ஐயும் உருளைக்கிழங்கு வறுவலையும் காப்பியையும் வாங்கிக்கொண்டு அங்கே போடப்பட்டிருந்த வாங்குகளில் அமரலாமென்று வந்தேன். காலியாக இருந்த என் வாடிக்கையான வாங்கில் நான் அமரும் இடத்துக்கு எதிரில் ஒரு பெண்மணி அமர்ந்து ஒரு கையில் நூலொன்றைப் பிடித்துச் சுவாரஸியமாக வாசித்தபடி மறு கையால் உருளைக்கிழங்கு வறுவலைக் குத்திச் சாப்பிட்டுக்கொண்டுமிருந்தார். அமருமுன் அவருக்குச் சம்பிரதாய முகமனைக் கூறிவிட்டு "இதிலே யாராவது அமரவிருக்கிறார்களா நான் அமரலாந்தானே ..." என்று கேட்டேன். "*Ja... Natürlich...*" (தாராளமாக) என்றவர் முகம் விகசித்தது. எனக்கு '*Guten appetit*' (*Enjoy your meal*) என்றார். நானும் பதிலுக்கு *Guten appetit* சொன்னேன்.

அவரது மேல் முரசின் வெட்டும் பற்கள் முயலினதைப்போல நீக்கலாக இருந்தன. எங்கள் அம்மா அடிக்கடி 'மேல்வாயில் பற்களிடையே நீக்கலுள்ள மங்கையர்கள் மகராசிகள், அவர்களுக்கு வாழ்க்கையில் பணக்கஷ்டமே இருக்காது' என்று சொல்வது ஞாபகத்துக்கு வந்தது. அம்மாது எதிரில் அமர்ந்திருந்தாலும் அவர் புத்தகத்தில் ஆழமாக மூழ்கியிருந்ததால் அவரது முகத்தைப் படிக்க எனக்கு வசதியாக இருந்தது. நாற்பது வயதுக்குள்ளாகத்தானிருக்கும். தளர்வான வெள்ளை நிற பான்டும் அதற்குப் பொருத்தமான கைகளை முழுவதும் மூடும் லேசான சித்திரத் தையல் செய்த மேற்சட்டையும் அணிந்திருந்தார். ஒரு கணம் புத்தகம் வாசிப்பதை நிறுத்திவிட்டு "*Boulette* ருசியாக உள்ளதா" என்று என்னை விசாரித்தார்.

"மிகவும் ருசியாகவுள்ளது. எப்போது நான் இங்கே வந்தாலும் இவரது Boulette ஐத் தவறவிடுவதே இல்லை" என்றேன்.

"என் கணவருக்கும் Boulette மிகவும் பிடிக்கும், ஆனால் அவர் இப்போது என்னோடு இல்லை" என்றார்.

"உங்களுக்கும் பிடிக்குமா..."

"நன்றாகப் பிடிக்கும்... ஆனால் நான் இப்போது 12 வருடங்களாகத் தீவிர வெஜிடேரியனாக (Vegan) மாறிவிட்டேன்..."

எனக்கு உங்களுடன் கணவர் இல்லாதது அவரது பிரிவாலா அல்லது இறப்பினாலா என்று கேட்கவேணும் போலிருந்தது, ஆனாலும் அப்போதுதான் சந்தித்த ஒருவரிடம் அதையெல்லாம் பேசுவது இங்கிதமல்லவென்று அதை உசாவவில்லை.

O

அவர் மீண்டும் வாசிக்கத் தொடங்கவும் அவர் படிக்கும் நாவலின் அட்டையை அவதானித்தேன், அதை எழுதியவர் Richard Pole என்று இருந்தது. என் சாமர்த்தியப் பேசியை எடுத்து Googleஇல் அந்தப் பெயரை உள்ளிட்டேன். அது முதலில் "... Oops!" என்றது. விட்டுவிடாமல் திரும்பத்திரும்ப அப்பெயரை உள்ளிட்டு நோண்டியதில் அவர் 1525இல் இத்தாலியுடன் போரிட்டிறந்த மன்னன் Heinrich VIIஇன் தளபதி என்றது. இவ் எழுத்தாளரும் அமெரிக்கராகவோ ஆங்கிலேயராகவோதான் இருக்கவேண்டும். ஜெர்மன்காரராக இருந்தால் அப்பெயர் Reichelt Pohl என்று எழுதப்பட்டிருக்கும். ஒற்றைக்கேள்வியாக,

"இது என்ன ஒரு அமெரிக்க நாவலின் மொழிபெயர்ப்பா" என்றேன்.

அப்போதுதான் பார்ப்பதுபோல நூலைத் திருப்பி அட்டையைப் பார்த்தவர் "தெரியவில்லை... இப்போதுதான் இவ்வங்காடியில்தான் வாங்கினேன்" என்றவர் ஒரு கடையைச் சுட்டிக்காட்டி "ஒரு இயூரோதான்... வலு சுவாரஸியமாக இருக்கிறது" என்று மென்னகைத்தார்.

"அதற்கிடையில் இத்தனைப் பக்கங்களை வாசித்து விட்டீர்களே... நிச்சயம் அது சுவாரஸியமாகத்தான் இருக்க வேண்டும்"

"ஆமாம் 30 பக்கங்கள்வரை வந்துவிட்டேன்... பக்கங்கள் போனதே தெரியவில்லை"

“உங்களின் வாசிப்பை நான் இடையீடு செய்யவில்லையென்றால்... படித்தவரையில் நாவல் எதைப் பற்றியதென்று அனுமானிக்க முடிந்ததா...”

“சொல்கிறேன்... ஆனால் நீங்கள் என்று என்னைப் பன்மையில் விளிக்க வேண்டியதில்லை. நீ என்றே அழைக்கலாம்... நாவலின் முதற்பகுதி ஒரு தபுதாரன் *(Widower)* பாத்திரம். அதுவே தன் புதிய ஸ்நேகிதியிடம் அல்லது ஃபியான்சீயிடம் (மணம் முடிக்க உத்தேசித்திருப்பவரிடம்) பேசுவதைப் போல எழுதப்பட்டிருக்கிறது. வேறெந்தப் பாத்திரமும் இன்னும் வெளிப்படவில்லை. அவர் இழந்துபோன மனைவி தன் மருத்துவச் செவிலிப் பணியிடையே என்மீதும் ஒரு குழந்தையைப்போல் எவ்வளவு அன்பு செலுத்தினாள், எங்கள் வீட்டை எவ்வளவு ஒழுங்காகச் சுத்தமாக வைத்திருந்தாள், படுக்கைகளையும், என் உடைகளையும் எவ்வளவு நேர்த்தியாகப் பேணினாள், ருசியாகச் சமைத்தாள், தனதொரு பேஷன்டைப்போல் என்னை எப்படியெல்லாம் கவனித்துப் பராமரித்தாள், அதற்கெல்லாம் நான் எந்தப் பிரதியுபாரமும் பண்ணச் சந்தர்ப்பம் அமையவில்லையே என்ற தன் ஆதங்கத்தைப் பச்சாதாப உணர்வுகளைக் கொட்டிச் செல்கிறார்” என்றவர் நிறுத்தி,

“நான்கூட ஒரு விதவைதான்... இந்நாவல்... என்னை அதிகமாக ஈர்ப்பதற்கு அதுகூட ஒரு காரணமாக இருக்கலாம் தெரியவில்லை” என்றுவிட்டு மீண்டும் மென்னகைத்தார், ஆனால் இப்போது அவர் கண்கள் கலங்கியிருந்தன. டிஸுவை நாசூக்காக எடுத்துக் கண்களை ஒத்திவிட்டு,

“நூலில் இத்தனை ஆர்வங்காட்டுகிறீர்களே... நீங்களும் நிறைய வாசிப்பீர்களோ” என்றார்.

“கொஞ்சம் வாசிப்பேன், அப்பப்பக் கொஞ்சம் கவிதைகளும், கதைகளுங்கூட எழுதுவதுண்டு”

“வாவ்... என்ன மொழியில் எழுதுவீர்கள்..?”

“நான் ஜெர்மனிலோ, ஆங்கிலத்திலோ எழுதவிழைந்தால் அதற்குள் என் வலிந்த முயற்சி தெரியவரும். எனக்கு எழுத இயல்பானது, லாவகமானது எனது தாய்மொழியான தமிழ்தான்... ஆக என் கவிதைக் கிறுக்கல்கள் விளையாட்டுக்கள் எல்லாம் அதிலேதான்”

“ம்ம்ம் *interesting,* அடடே... இவ்வளவும் நான் ஒரு கவிஞருடன் / எழுத்தாளருடன் அரட்டையடிக்கிறேன் என்பது தெரியாமற் போச்சே...” என்றுவிட்டு ஒரு கையை உயர்த்தி எனக்கொரு ‘சலாம்’ வைத்தார்.

'தனக்கு இதுவரை யாருமே தொட்டுப் பாராத புதிய விடயமான ஆணாதிக்கம் மீதான Simone de Beauvoirஇன் எழுத்து முறைமையும், Wallace Fowlieஇன் பாசாங்கற்ற நேரடியான எளிமையான எழுத்துக்களும் பிடிக்கும்' என்றார். பாசாங்குகள் எதற்கு ... 'எனக்கு Wallace Fowlieஇன் படைப்புகள்பற்றித் தெரியவில்லை' என்பதைச் சொன்னேன்.

பிறகு நாங்கள் Hermann Edith, Hermann Hesse பற்றியெல்லாம் பேசினோம்.

"எனக்குள்ளேயும் நிறைய கவிதைகள் தினந்தினம் ஜனிக்கும். ஆனால் எனக்குத்தான் அவைகளை எப்படிக் கவிதையாகப் பிடித்துவிடுவது, வார்த்தை வயப்படுத்துவதென்று தெரியவில்லை ... மொழியை இலாவகமாக வசைக்கப் பிரயோகிக்கவெல்லாம் நான் இன்னும் அதிகம் படித்திருக்க வேணுமோவென்றுந் தோணுது" என்றார்.

"என் பார்வையில் கவிதையென்பது நுண்ணுணர்வுடன் கூடிய துய்த்தலும், அவ்வனுபவத்தின் பதிவுந்தான். ஒரு கவிதை கடத்தக்கூடிய உணர்வின் கனம் அதன் அழகியலை யெல்லாம் எங்கேயோ தள்ளிக்கொண்டுபோய் விட்டுவிடும். அதுக்கெல்லாம் பெரும் படிப்போ, பாண்டித்தியமோ, மரபறிவோ, புலமையோவெல்லாம் வேண்டியதில்லை. நான் ஒரு குழந்தைகளுக்கான எளிமையான பாடலையோ, சுவாரஸியமாக ஒரு இலிகிதத்தையோகூட எழுதவராத பேராசிரியர்களைப் பார்த்திருக்கிறேன். கல்வி ஓரளவுக்குத்தான் படைப்பில் கைகொடுக்கும்."

"நீங்கள் இதில வந்து அமரமுதல்கூட எனக்கொரு கவிதை தோன்றிச்சு"

"சொல்லுங்கோ சொல்லுங்கோ ..." என்று அவரை உற்சாகப்படுத்தினேன்.

"அது வேறொன்றுமல்ல ... நாங்கள் அமர்ந்திருக்கிற இந்த மேசையை ஊன்றிப் பார்த்தபோது வந்ததுதான்."

அதை அவர் பாணியில் இன்னும் விபரிக்கட்டுமேயென்று நான் மௌனம் காத்தேன்.

O

"இந்த மேசை இருக்கிறதே, இதில காலையிலயிருந்து யாரும் அமர்ந்ததாகத் தெரியவில்லை. சிலர் இந்தச் சாதாரண மரமேசை அது தாம் அமர லாயக்கில்லை என்பது மாதிரி அலட்சியமாக விலகிப் போனார்கள். இவ் வசந்தத்தின் மிதமான சூரிய

ஒளியில் காய்ந்துகொண்டு காலியாக இருந்த இம்மேசையில் முதலில் நான்தான் வந்தமர்ந்தேன். பின்னர் நீங்களும் சேர்ந்து கொண்டீர்கள். நாங்கள் நாவல் பற்றிப் பேசினோம். நான் என் வாழ்க்கைபற்றிப் பேசியதால் அதிலும் சிறிய பின்னத்தை இது தெரிந்துகொண்டது. இன்னும் எனக்கு என்ன பெயரென்றோ, உங்களுக்கு என்ன பெயரென்றோ இதுக்குத் தெரியாது. எங்களுக்குப் பதிலாக இரண்டு வணிகர் வந்தமர்ந்திருந்தாலோ, இரண்டு மாபியாக்காரர்கள் வந்திருந்தாலோ அவர்கள் தம் தொழில் பற்றிப் பேசியிருப்பார்கள். சிலரது வியாபாரம் இதன்மேலே பொருந்தி வந்திருக்கும். சிலரது முறிந்துபோயிருக்கும். சிலர் நஷ்டப்பட்டிருப்பார்கள். சிலர் லாபமடைந்திருப்பார்கள். ஒரு காதல் ஜோடி வந்தமர்ந்திருந்தால் அவர்கள் பேசிய பொய்கள் அனைத்தையும் இதுவும் கேட்டிருக்கும். ஒரு உதவாக்கரையோ, பொருட்பெண்ணோகூட அமர்ந்திருக்கலாம். ஒரு நாஜியோ, *Illuminati*யோகூட அமர்ந்திருக்கலாம். மனிதர்களின் பாரத்தை மட்டுமல்ல அவர்களின் கதைகள் / இரகசியங்கள் / பொய்கள் / கோக்குமாக்குகள் / தகிடுதத்தங்கள் / ஏமாற்றங்கள் / காழ்ப்புகள் / குழிபறிப்புகள் / உபச்சாரங்கள் / அன்பு / கருணை / உல்லாசம் இவற்றையெல்லாம் இன்னும் எவ்வளவு காலத்துக்குத்தான் நீயும் கேட்டுக்கேட்டுச் சுமப்பாய் என்றெல்லாம் எனக்கு அதைக் கேட்கத் தோன்றுகிறது. இதெல்லாம் கவிதைக்குள் வருமா சொல்லுங்கள் மெஸ்யூ...” என்றுவிட்டு என் முகத்தைப் பார்த்தார்.

“அந்த நாவலில் வரும் பாத்திரம் தன் மனைவியைப் பற்றிச் சொன்னதைப்போல இந்த மேசையிடம் நீங்கள் கேட்க விரும்பிய அனைத்தையும் ஒரு பிரியமான நண்பியிடம் கேட்பதைப்போல ஒரு இலிகிதமாக எழுதுங்கள். அற்புதமான கவிதையாக வரும்” என்றபடி எழுந்தேன்.

“உங்களைச் சந்தித்த பிறகுகூட என்னுள் ஒரு கவிதை மாதிரி ஒன்று வந்ததே...”

“எப்படி...”

“அது உங்களுக்குச் சுவாரஸியமாயிருக்குமோ தெரியவில்லை. ஆனால் இப்படித்தான் அது... தூரத்தில் உங்களை அரஃபாத் சால்வையுடன் கண்டபோது நீங்கள் ஒரு தீவிர அரபிய இஸ்லாமியராக இருப்பீர்களோவென நினைத்தது மனம்.

பின் *Boulette* வங்கியபோது இல்லை இஸ்லாமியராக இருக்காது என்று மறுத்தது.

இந்த மேசையில் நான் மட்டும் இருப்பதால் நீங்கள் வேறெங்காவது போவீர்களென்று...

நீங்கள் இம்மேசை நோக்கித் திரும்பியபோது என்னைக் கண்டுக்காமல் முகமன் சொல்லாமல் அமர்வீர்களென்று...

அமர்ந்த பின்னாலும் எதுவும் என்னிடம் பேச மாட்டீர்களென்று...

அப்படித்தான் பேசினாலும் அது சிகரெட் லைட்டரிருக்கா என்பதைப் போலத்தானிருக்குமென்று...

நிச்சயம் என்ன நூல் படிக்கிறேனென்று விசாரிக்க மாட்டீர்களென்று...

பின் நூலைப் பற்றிப் பேசிய போதினில் ஒரு கவிதைக்கார னாக இருக்கமாட்டீர்களென்று...

யோசித்த விவேகமற்ற என் தவளைமனமே உன்னோடுகூடி வாழ்தலரிது

என்றொரு கவிதை எனக்குள் பொறித்தது"

என்று புன்னகைத்தார். அவர் பேசிய தோரணையிலும், வார்த்தைகளை உச்சரித்த விதத்திலும் அவரிடம் இன்னும் விடைபெறாத, உலர்ந்து போகாத ஈரமான ஒரு குழந்தைமையும், ஒரு பித்து மனநிலையும் இருப்பது தெரிந்தது.

அப் பித்து மனநிலைதான் படைப்புக்கானது. அதில்தான் மாற்றுச் சிந்தனைகளும் கவிதைகளும் ஜனிக்கும்.

"எதையும் எழுத்தில் வடித்தால்தான் கவிதையா, வார்த்தை வயப்படாவிட்டாலும், மனசோடு எண்ணங்களாய் வாழ்ந்திருப்பவையும் கவிதைகள்தான்"

"கூடவே உங்களோடான இன்றைய சந்திப்பின் அனுபவங்களும் நினைவுகளும் மேலும் சில கவிதைகளாகப் பொறிக்கலாம்" என்றார்.

பேச்சின் சுவாரஸியத்திடையே மேகங்களின் மேலிருந்த பொழுது சாய்ந்து வழுக்கத் தொடங்கவும் யாம் விடை பெற்றோம். அங்காடியில் அன்று எனக்குக் கனதியான ஒரு கவிதைநூல் கிடைத்ததைப் போலிருந்தது.

ஞானம் இதழ் – 264, மே 2022 கொழும்பு

8

பச்சைமட்டையர்

பச்சைமட்டையர் விடுதலை இயக்கங்கள் வியாபிக்கு முன்பிருந்தே நீர்வேலிச் சந்தியில் ஒரு பிரபலமான மிதியுந்து வல்லுனர். அவர் தன் திருத்தகத்தில் 20 வரையிலான சிறந்த நிலைமையிலுள்ள மிதியுந்துகளை வைத்து வாடகைக்கு விடுவதால் அயலூர்களிலும் அவர் திருத்தகத்தின் பெயர் பிரசித்தம். பூநகரி, வட்டக்கச்சி, முரசுமோட்டையில் அறுவடை தொடங்கிவிட்டால் வடமராட்சி–கிழக்கிலுள்ள ஒப்பந்த அறுவடைக்காரர்கள் பலருக்கும் பச்சைமட்டையரின் மிதியுந்துகளே கதியும் வாழ்வும். 55 வயதிலும் அவரின் சிவந்த வலிச்ச நார்த் தேகத்தின் ஆறடி உயரத்திலிருந்த தலையில் நிறைந்த முடியுடன் அழகனாகவே இருந்தார். எந்தச் சீமைக்குப் போவதாயிருந்தாலும் ஒரு நாலுமுழ வேட்டியும், உறுத்தாத மென்நிறத்தில் நீளக் கை சேர்ட்டும் அணிந்து துவரம் பருப்பளவில் ஒரு சந்தனப் பொட்டுமிட்டு 'மெட்டாக'த்தான் புறப்படுவார். அவரது வயதை ஒத்த மூத்த வயதினர் அவரை 'ரத்தினம்' என்பார்கள். அவரது இயற்பெயர் இராசரத்தினம் என்பதையும், அவருக்குப் 'பச்சைமட்டையர்' என்கிற காரண இடுகுறிப்பெயர் வந்த காதையையும் ஊரில் வெகுசில விருத்தர்களே அறிவர்.

வாழ்க்கை வசதிகளைப் பொறுத்தவரையில் இரத்தினத்துக்கு இளமையிலும் விளிம்புநிலைக் குடும்பந்தான். அவர் பள்ளிக்குப் போகிற

காலத்தில் ஒருநாள் பள்ளிக்கு மட்டம் போட்டுவிட்டாராம். அடுத்த நாள் அவரது கண்டிப்பான ஆசிரியர் முருகேசு பிரம்பை எடுத்து வைத்துக்கொண்டு "ஏன்டா ரத்தினம் நேத்து நீ பள்ளிக்கூடம் வரேல்லை" என்று உறுமவும் சொல்வதறியாது திகைத்த ரத்தினம் "ஐயா… பயிச்சமட்டுக்கு நான் வீட்டில நின்டிட்டன்…" எனவும் அவரில் இரங்கிப் பரிதாபப்பட்டு அடிக்காமல் விட்டுவிட்டாராம். அன்றிலிருந்தே 'பயிச்சமட்டு' மருவிப் 'பச்சைமட்டை' ஆனதென்பர் அறிவோர். சிறுவயதி லிருந்தே முழுநீர்வேலியும் அவரது வாடிக்கையாளர்களும் 'பச்சை' என்றோ 'பச்சைமட்டை' என்றோ அவரை அழைத்தாலும் அவருக்கு அதையிட்டு எரிச்சலோ, முறைப்பாடோ கிடையாது. எப்படி அழைத்தாலும் மென் நகைப்பார். இயல்பில் மிகையான அங்கத உணர்வுள்ள மனிதர் அவர்.

○

பச்சைமட்டையர் கணவி ஒரு பத்து வருஷங்களாக வெளிவெட்டையில் நடமாட்டத்தைக் குறைத்துக்கொண்டு விட்டார். அரிதாக வெளியில் எங்கேயாவது போவதானால்கூட அது யாராவது வைத்தியர் வீட்டுக்கோ இல்லை மருத்துவமனைக்கோதான் இருக்கும். அவர்களின் ஆஸ்தான ஊர்வைத்தியர் செல்லப்பாவும் இணுவிலிருந்து வரும் இன்னொரு குருவிக் குடுமி வைத்தியரும் மாறிமாறி வந்துபோய் அவர்களது முற்றமே பள்ளமாகத் தொடங்கியிருந்தது. அவ்விரு வைத்தியர் களும் தமது வாகடங்களில் சொல்லப்பட்டிருக்கும் நோய்களில் 90 வீதமானவை அவருக்கு இருக்குதென்று சொன்னார்கள். அவர்கள் குடும்பத்துக்கு மனுஷி மீளாத நோயாளியாகிவிட்டதொரு துர்நேர்கை. பச்சைமட்டை இணையது காதல் திருமணமாம். நம்பலாம். பச்சைமட்டையரைவிடவும் நிறமான இணைவி. காலத்தில் பேரழகியாக இருந்திருக்கக்கூடிய பல தடயங்களும் எச்சங்களும் இன்னும் அவரிடம் உள்ளன. ஆனால் இப்போது மனுஷி மழைக்காலங்களில் ஆஸ்துமாவினால் மூச்செடுக்கவே திணறி முக்குளித்துக்கொண்டிருந்தார்.

பச்சைமட்டையரின் மூத்தவன் மதியாபரணத்துக்கு ஆறாவதுக்கும் மேல வாய்ப்பாடும் வரவில்லை, எட்டாவதுக்கு மேல படிப்பும் ஏறவில்லை. இப்போது தகப்பனோடு திருத்தகத்தில நின்று பெயருக்கு உதவி செய்யிறான். என்ன ஆளோவொரு சோக்காளி. 20 ரூபா உழைச்சால் 25 ரூபாயை அவனே அமுக்கிக்கொண்டு போயிடுவான். கோவில் திருவிழாக்கள் கொடியேற்றம், தேர், தீர்த்தம், பூங்காவனம், சப்பறம், மஞ்சம், வேட்டைத் திருவிழா, கப்பல் திருவிழா என்று ஒன்றையும்

தவறவிடான். இன்னும் எந்தவூரில் கார்ணிவெல், சர்க்கஸ், நாடகங்கள், நடனங்கள், குதிப்புகள் இருந்தாலும் முதல் ஆளாகச் சிகரெட்டும் வாயுமாய் நிற்பான். ஆதலால் அவனது நிகழ்ச்சிநிரல்கள் எப்போதும் இறுக்கமாக இருக்கும். இவை தவிர யாழ்ப்பாணத்துக்கு வரும் படங்கள் அனைத்தையும் முதல் நாளே கூட்டாளிகளுடன் சேர்ந்து பார்த்திட வேண்டும். இனி யாழ்ப்பாணம் போய்ப் படம் பார்த்த பின்னால் அல்லக்கைப் பரிவாரங்களுடன் ஹொட்டல் பாரடைஸினுள் நுழைந்தானாயின் அங்கே பிறகு வருபவர்களுக்கு எதுவும் கிடைக்காதபடி பண்ணிடுவான். எல்லாம் வயதுக் கோளாறுதான், திருந்திடுவான் என்று பச்சைமட்டையரும் பொறுமை காத்திருந்தார். ஆனால் இப்போது அவன் 'என்றைக்கு மேகலா ரீச்சர் வீட்டுக்குக் கூரை மின்விசிறி திருத்தப் போனானோ, அன்றிலிருந்து அங்கேயே அடுகிடை படுகிடையாகக் கிடக்கிறான்' என்ற உண்மையை யாரோ அவர் காதிற் கடித்துவிட அவருக்கு யாரோ நடுமண்டையில் அவ்காரால்[1] துளைத்ததைப் போலிருந்தது.

மேகலா ரீச்சரும் கட்டுடம்புக்காரிதான். ஆனாலும் அப்படியொன்றும் வாலையல்ல. அவருக்கும் பேதையொன்று, பெதும்பையொன்று, மங்கையாகி வருவதொன்றென மூன்று குழவிகள். அவருடைய புருஷன் சந்திரகாந்தனுக்கும் தண்ணீரூற்றிலோ தண்ணிமுறிப்பிலோ உபாத்தியாயந்தான் உத்தியோகம். அதுவும் சந்திரகாந்தன் என்று பெயர் கொண்டதாலோ அல்லது மேகலா மீதான காந்தி வற்றிவிட்டதாலோ மாசமொருமுறைதான் வீட்டுக்கு வரும், வராமலும் விடும். இதனால் மேகலா ரீச்சர் வீடு இளந்தாரிகளின் போக்கும் புழக்கமுமாய் சதா அம்முலோதியாயிருக்கும்.

திங்கள் நல்லூருக்கும், வெள்ளி செல்வச் சந்நிதிக்குமாக மாறிமாறி வேட்டி உத்தரீயம், பட்டைகொட்டை பூண்டுபோய்ச் சேவித்துவரும் மதியனா இப்படி... அவருக்கு யாரையும் எதையும் நம்பமுடியவில்லை.

அவருடைய இரண்டாவது மகள் ராதிகா, இரண்டாம் முறையாகப் பத்தாவதை வாசிக்கிறாள். ஆங்கிலத்துக்குப் பஞ்சாட்சரம் மாஸ்டரிட்டையும், கணிதத்துக்கு அச்சுவேலிக்கும் டியூசனுக்குப் போகிறாள். டியூசன் போகவர மாணவர்கள் என்கிற பேரில ஒரு சின்ன விடலைக் கூட்டம் அவளுக்கு வழிக் காவல் செய்து வருவதையும் இவர் அறிவார். ராதிகாவுக்கும் பெடியளைத் தன்மீது மொய்க்க வைப்பதில் ஒரு சின்னச் சுகம். இன்னும் அறிஞ்சவனோ தெரிஞ்சவனோ எவனென்றாலும் பார்த்து

1. Auger

'ஈ'...'ஈ'...யென்று இளித்துக்கொண்டிருக்கவும் பிரீதி. மற்றும்படி அவளையிட்டு இதுவரை புகாருகளோ முறைப்பாடுகளோ ஒன்றுமில்லை. என்ன தெறிக்கிற இருநிலை அலரகவைவல்லவா, இனிமேல் ஏதும் வந்தாலுமென்றுதான் அவருக்குள் இலேசான கிலேசம்.

அவரது கடைசி மகன் சிவலோகன் எட்டாவது படிக்கிறான். 12 + வயது. பள்ளிக்கூடத்தால் வந்ததும் சாப்பிட்டு விட்டுப் பந்தை எடுத்துக்கொண்டு வாய்க்கால் தரவைப் பக்கமாய் ஓடாமல் நேராகக் கடைக்கு வந்து ஐயாவுக்குக் காற்றடிக்க, டியூப் ஒட்டுப் போடவென்று தன்னால் முடிந்ததைப் பண்ணி அவருக்கு உதவியாயிருக்கிறான். இப்போதைக்கு அவனாலும் பிரகண்டங்கள் எதுவுமில்லை.

ஆனால் மதியாபரணம் என்கிற மதியனை மட்டும் அவரும் வாடிக்கையாளர்களும் அவன் திருத்தகத்துக்கு வந்தால் மட்டும் கண்டுகொள்ளலாம். தோளுக்கு வளர்ந்த பையனை அவருக்கும் என்ன ஏதென்று நிமிர்ந்து நின்று விசாரிக்க, கண்டிக்கத் திராணியில்லாமலிருந்தது. அவனோடு வீணாய் கதைவைக்கப் போய், அவனும் திருப்பி எக்குத்தப்பாய் ஏதாவது கதைச்சுவிட்டால் பிறகு முகம் பார்த்துப் புழங்கிறது எப்படீங்கிற ஆற்றாமைதான்.

○

பச்சைமட்டையர் வீட்டின் முன்பக்கமாகப் போர்ட்டிக்கோவோட இன்னுமொரு தொடுப்பறை. அரைச்சுவர் வைத்துக் கட்டினால் காற்றோட்டமாய்ப் படுக்கலாமென்று நினைத்தார். அதுக்கு அவருக்கு ஒரு பாரம் மணல் பறிக்க வேண்டியிருந்தது. ஒரு காலையில் அவர் போத்தலில் பாலை வாங்கிக் கக்கத்தில் இடுக்கி வைத்து மிதியுந்தில் வந்துகொண்டிருக்கும்போது அவருக்குப் பரிச்சயமான உழவுயந்திரக்காரர் ஒருவர் எதிரில் வரவும் அவரை நிறுத்தித் தனக்கு ஒரு 'லோடு' மணல் பறித்துத் தரும்படிக் கேட்டார். அவரோ "ஏன் காணும் உன்னுடைய சகலனிட்டைத்தானே லொறி நிக்கு... பிறகு என்னத்துக்கு என்னட்டை வாறீர்" எனக் கேட்கவும், பச்சைமட்டையர் விளக்கம் கொடுத்தார். "அவன்ர லொறி என்ர ஒழுங்கையுக்க வந்தால்காணும், உள்ள கதியாலுகள் எல்லாத்தையும் முறிச்சுபோடும். அது திரும்பிப் போகவும் எங்கட வளவுக்கை திருப்ப இடமில்லை. நீயெண்டால் அப்படியே நேரவந்து மணலை (இடக்கையை உயர்த்தி) இந்தப் பக்கத்தாலும் பறிச்சு... அந்தப் பக்கத்தாலும் பறிச்சுப் போட்டுப்போகலாம்..." என்று காட்ட வலது கையை உயர்த்தவும் கக்கத்திலிருந்த

பால்போத்தல் சடாலெனத் தார்றோட்டில் விழுந்து 'கிளிங்'கிச் சிதறவும் பால் வீதியில் வழிந்தோடியது. பால் பாழ்பட்டாலும் பரவாயில்லை. சமூக அக்கறை மிக்கப் பச்சைமட்டையர் குந்தியிருந்து போத்தலின் பிசுங்கான்களை நிதானமாகப் பொறுக்கி வீதியின் ஓரமாகப் போட்ட பின்னரே வீடு சென்றார்.

கோண்டாவிலில் சந்தியிலிருந்து உரும்பிராய்ப் பக்கமாக வரும் வீதியில் ஒவ்வொரு ஞாறும் காலியாயிருந்த பிரதேச சபைக்குரிய வளவொன்றுக்குள் 'மிதியுந்து அங்காடி'யொன்று கூடும்.யாழ்ப்பாணத்தின் மிதியுந்துகளுக்கான முதல்'தரையங்காடி' அதுதான். வடக்கின் பல தொலையூர்களில் இருந்தும் நிறையப் பேர் அதுக்கு வருவார்கள். வரும் பயனர்கள் அங்காடியின் குத்தகைக்காரருக்கு ஒரு ரூபாய் தரகுக் கட்டணம் நுழைவாசலில் செலுத்திவிட்டுத் தங்கள் மிதியுந்தை உள்ளே எடுத்துப்போய் வைத்துக்கொண்டு விற்பதற்காக நிற்பார்கள். பழைய விலைமலிவான மிதியுந்துகளைக் கொண்டுவருவோர் தரகுப் பணத்தைச் சேமிக்கவேண்டித் தெருவோரமாக அவற்றை வைத்து மைந்திக்கொண்டு நின்று அங்காடிக்குப் போக விழைவோரை வழிமறித்து இடையில் வியாபாரம் பார்த்துவிடுவதுமுண்டு. அங்காடியில் ஒருவர் ஒரு மிதியுந்தை விலைதலை அமைந்து வந்து வாங்கினாராயின் வாங்கியவரும் தரகுக் கட்டணம் ஒரு ரூபாய் செலுத்த வேண்டும். வியாபாரம் அவ்வளவுதான். மதியம் சாய அங்காடியும் மெல்லக் கலைந்துவிடும். சிலர் இவ்வாரம் வாங்கிய மிதியுந்தைச் சில சில்லறைத் திருத்தங்களைப் பண்ணி அழகாக்கி அடுத்த வாரம் திரும்பக் கொண்டுவந்து இன்னும் கூடுதலான விலைக்கு விற்றும் பயனடைவார்கள்.

பச்சைமட்டையரும் தவறாது ஒவ்வொரு ஞாயிறும் கோண்டாவில் அங்காடியில் பிரசன்னமாகிவிடுவார். அவர் ஊரறிந்த மிதியுந்து வல்லுநராதலால் மிதியுந்தை வாங்குபவர் களுக்கு அதை ஓட்டிப் பார்த்து ஆட்டிப் பார்த்து ஒவ்வொரு மிதியுந்தினதும் தகுதி தரங்களை ஆராய்ந்து 'இவ்வளவுதானப்பா இதுக்குள்ள பெறுமதி, அதுக்கு மேல போகாது' என்று விண்டுரைத்தும், சில சமயங்களில் இருவரிடையேயும் நின்று பேசி விலை இணக்கங்களும் செய்து வைப்பார். சரக்கு போணியாயிற்று என்றால் இரண்டு பக்கத்திலிருந்தும் நாலு ரூபாயோ ஐந்து ரூபாயோ 'சம்பாவனைகள்' கிடைக்கும்.

அறுபதுகளில் யாழ்ப்பாணத்தில் மிதியுந்தை யாரும் ஒரு பெறுமதியான பொருளென்று கணித்துத் திருடுவதேயில்லை. காவல்துறைக்கும் மிதியுந்து திருட்டு முறைப்பாடுகள் வருவதும் குறைவு. ஒருமுறை பஞ்சத்திலடிப்பட்ட வட்டக்கச்சி

இளைஞனொருவன், பரந்தன் எரிபொருள் நிரப்பு நிலையத்தில் யாரோ ஒருவர் வாங்கி ஆறு மாதமேயாகாத மிதியுந்தை நிறுத்திப் பூட்டாமல் விட்டுவிட்டு, பலசரக்குக் கடையொன்றினுள் புகுந்து எதையோ வாங்க வினைக்கெட்டுக்கொண்டிருக்க அதை அமுக்கிக்கொண்டு போய் மறுநாள் கோண்டாவில் சந்தையில் 525 ரூபாவுக்கு விற்றுவிட்டான். அதே வாரத்திலேயே அம்மிதியுந்து களவு கொடுத்தவர்களிடம் அகஸ்மாத்தாக அகப்பட்டுவிட, மிதியுந்தை வாங்கியிருந்தவனோ "ஐயோ... அது கள்ளச் சைக்கிளென்று எனக்குத் தெரியவே தெரியாது... இந்த ஐயா சந்தையில சோதிச்சுக் 'க்யாரண்டி' பண்ணினதாலதான் நான் வில்லங்கமிராதென்டு நம்பி வாங்கின்னான்..." என்று அலறினான். கடைசியில் காவல்துறைக்கு முறைப்பாடு போகவும் கோப்பாயிலிருந்து விசாரிக்கவந்த கருணாநிதியென்ற முரட்டு ஆய்வாளன் (பின் நாளில் வி.புலிகளால் 'பூ' வைக்கப்பட்டவன்) பச்சைமட்டையரின் வயதைக்கூடக் கணக்கெடுக்காமல் அவனது பாணியில் அவரது செவி மூக்கு கன்னங்கள் தலைமுடி எல்லாவற்றையும் பிய்த்துப் பிடுங்காத குறையாகப் பிடித்து இழுத்துக் கசக்கித் தேய்த்துவிடவும் சேவலின் கொண்டைப் பூவென முகமெலாஞ் சிவந்து வீடு திரும்பினார்.

சம்பவமாகிய அடுத்த வாரம் அவரது மிதியுந்து திருத்தகத்துக்கு வந்த வாடிக்கையாளர் ஒருவர் வெள்ளந்தியாக "ஏன் அண்ணை நீங்கள் இன்டைக்குக் கோண்டாவில் சந்தைக்குப் போகேல்லயோ..?" என்று கேட்கவும், பச்சைமட்டையர் நிதானமாகச் சொன்னார்:

"ஏன் தம்பி நேற்றுத்தானே சனிக்கிழமை... நான் நேற்றைக்கே ஜோராய் தோய்ஞ்சு முழுகியாச்சு, இன்டைக்கும் என்னை என்ன... பொலிஸுக்காரனிட்ட எண்ணெய் அரப்போட போய்க் கசக்கித் தேய்ப்பிச்சு வரச் சொல்றியோ... எனக்கேலாப்பா..!"

○

அது பச்சைமட்டையருக்குக் கையில் பெருக்காகக் காசு பணம் புழங்கிய நேரம். கொழும்புக்குக் கிழங்கு, வாழைக் குலை, வெங்காயம் கொண்டுபோகும் நீர்வேலியின் பேருந்துகள் மூலம் மிதியுந்தின் உதிரிப் பாகங்கள் செயினுகள், ஃப்றீவீலுகள், அச்சுகள், குடங்கள், கம்பிகள், போல்ஸுகளென்று வாங்கி ஏழெட்டுச் சன்லைட் பெட்டிகள் நிறையக் கையிருப்பில் வைத்திருந்தார். சிறிது காலத்தால் கடையில் அவற்றை வைத்திருப்பது அத்தனை விவேகமானதல்ல, பூராயம் தெரிந்து கள்வர்கள் யாரும் கூரை பிரித்து இறங்கி அனைத்தையும் நகர்த்திப் போய்விடலாமென்ற

முன்யோசனையில் தன் வீட்டுக்கு எடுத்துப் போய் களஞ்சிய அறையின் அட்டாளையில் ஏற்றி வைத்திருந்தார். அந்தவாண்டிலேயே ஸ்ரீமாவோ ஆட்சிக்கு வரவும், அவர் முதற்காரியமாய் இறக்குமதிப் பொருட்களுக்குத் தடைவிதித்தார். உடனே மிதியுந்துகளுக்கும் அவற்றின் உதிரிப் பாகங்களுக்கும் நாட்டில் பெருந்தட்டுப்பாடு ஏற்பட்டது. இவர் வைத்திருந்த மிதியுந்தின் உதிரிப் பாகங்களின் விலை எகிறித் துடித்து நாலைந்து மடங்காகிப் போயிருந்தன. 7 ரூபாய் விற்ற செயின் 30 ரூபாயுக்கும் சந்தையில் இல்லாமலிருந்தது.

❍

யாழின் எல்லாப் பிரசித்த வைத்தியர்களதும் வைத்தியங்களையும் பார்த்து முடித்துவிட்ட அவரது காதற்கணவி ஒரு மாரிக்காலத்தில் இறந்துபோனார். அவருக்குப் பெரும் இழப்புத்தான். அதன்பிறகு வாழ்க்கையையிட்டான பயம் வந்துவிட்டதோ என்னவோ அந்திம அகவைகளில் பாரதியைப் போல லாகிரிகளே சுகம் என்றாகிவிட்டார். அதன்பிறகெல்லாம் அவரிடம் ஒரு கமுகம்பூக் கந்தம் அடிக்கடி கமழத் தொடங்கியது. அது அவர் வாங்கி வைத்து அடிக்கும் உரும்பிராய் 'கசிப்பு'[2]விலிருந்து என்பவர் சிலர், இல்லை அவர் தன்னிலிருந்து கசிப்புக் கமழாதிருக்கத் தடவிக்கொள்ளும் மருக்கொழுந்தோ ஜவ்வாது அத்தர் என்பவர் வெகுசிலர். அபினையோ, லேகியத்தையோக் கண்ணாலேயே காணாதவர்களும் அபினென்றும், இலேகியமென்றும் அணிபிரிந்து விவாதிக்கலாயினர். கால ஆவர்த்தனத்தில் பச்சைமட்டையர் இப்போதெல்லாம் தூக்கம் முறியாதவர் மாதிரிக் காணப்படுகிறார். கதை பேச்சுவாக்கிலும் ஒரு லேசான கிறக்கமும் மயக்கமும்.

❍

பச்சைமட்டையர் பாவிக்கத் தொடங்கியிருக்கும் இலாகிரிகள் செய்த மாயமோ... அவரது நினைவுப் புலத்திலிருந்த தரவுகள் பகுதியாக மங்கவும், மனுஷனுக்குத் தன்னிடம் அன்றைய சந்தைப் பெறுமதிக்கு ஒரு இலட்சம் ரூபா வரையிலான உதிரிப் பாகங்கள் இருக்கென்ற விஷயமே மறந்துபோக மதியாபரணத்துக்குக் குரு சந்திரயோகமடித்தது. யாழ்ப்பாணத்தில் மிதியுந்துகள், உதிரிப் பாகங்களை சீமையிலிருந்து நேரடியாகவே இறக்குமதி செய்து சந்தைப்படுத்துபவர்களான சுலைமான்கண்டு & பிறதேர்ஸ் எனும் மொத்த வியாபாரியிடம் இரகசியமாகப் போய் ஒரு பெட்டி தவிர்ந்த மீதிப் பெட்டிகளில் இருந்த உதிரிப் பாகங்கள் அனைத்தையும் விலைபேசி விற்றுவிட்டு ஒன்றுந்தெரியாத

2. பட்டை.

கன்றாகச் செல்வச்சந்நிதிக்கும், நல்லூருக்கும், வல்லிபுரக் கோவிலுக்கும் வழக்கம்போலத் தீர்த்தயாத்திரைகள் செய்து பக்தி செலுத்திக்கொண்டிருந்தான். அச்சமயம் விசுக்கென இரண்டறையாக இருந்த மேகலா டீச்சர் வீடு நாலு அறைகளாகி நீண்ட கூடமும், போர்டிகோவுமாக விஸ்தாரங்கொண்ட மாயங்கண்டு ஊரே அதிசயித்தது.

❍

ஒருநாள் பச்சைமட்டையருக்கு ஏதோவொரு லாகிரியின் போதை அதிகமாகிவிடவும் சிரித்துக்கொண்டு "எனக்கொருக்கால் ராகினிக்கல்லோ கேட்டு வந்தவங்கள்" எனவும், அருகிலிருந்த யாரோ "ஆமோவே... அம்மான் ஒருக்காலும் அதைப் பற்றிப் பறையவேயில்லை ... அமுக்கிப்போட்டியள் ..." எனவும் "உந்தாள் உவர் அப்பர்தான் துண்டற மாட்டனென்டு மடுத்துக் குழப்பிட்டார்... இப்ப என்ன அவளும் போயிட்டாள்... இவளும் போயிட்டாள், காலம் ..." என்றுவிட்டுக் கண்களை மேலே சொருகிக்கொண்டு நெடுமூச்செறிந்தார்.

❍

நீர்வேலி வாய்க்கால்தரவைப் பிள்ளையார் கோவிலை எதிர்த்த பக்கம் யாழின் திசையில் கண்ணாடித் தொழிற்சாலைக்கு அருகில் ஒரு குளமிருக்கிறது. அதன் தொடர்ச்சியாகக் கிழக்குத் திசையில் விரியும் வாய்க்கால்தரவையில் மேய்ந்துவிட்டு வரும் மாடுகள் இந்தக் குளத்தில் இறங்கித் தாகம் தணித்துச் செல்ல வசதியாக அக்குளத்தின் தரவைப்பக்கம் சாய்வானதாக அமைக்கப்பட்டிருக்கிறது. வாய்க்கால்தரவையிலோ அங்குள்ள பற்றைகளின் பின்னாலோ காற்றோட்டமாகக் குந்திக் 'கழித்து'விட்டு வரும் கிராமத்தவர்கள் நேராக அக்குளத்தில் இறங்கித்தான் 'கால்' கழுவிச் செல்வார்கள். அக்குளத்து நீரே எப்போதும் பாசியால் பச்சை நிறத்திலிருக்கும்.

ஒருநாள் மாலையில் அன்றைய 'கோப்பறேசன்[3]' விஜயம் தந்த மயக்கத்தால் நேர்ந்ததோ, இல்லை கால் கழுவத்தான் இறங்கினாரோ தெரியவில்லை. பச்சைமட்டையர் ஒரு தளம்பலில் மிதியுந்தோடு குளத்துக்குள் இறங்கிவிட்டார். இறங்கியதோடு ஒரு சிறங்கை தண்ணீரை ஏந்தி வாயிலிட்டு விழுங்கியவர்: "இந்த நன்நீரையா மக்கள் குடிப்பதற்கு உகந்ததல்ல என்கிறார்கள் ... மடமாந்தர், என்ன ஜோராயிருக்கு இது" என்றார்.

என்னதான் ஆழமானதொரு துக்கம் மனதிலிருந்தாலும் அதிலிருந்து சுதாகரித்துக்கொண்டு இத்தனை ஆண்டு காலப்

---

3. அக்கால யாழ்வழக்கில் கள்ளுக்கொட்டகை.

பழக்கத்தால் கால நேரப் பிரமாணம் மாறாமல் தினமும் மிதியுந்து திருத்தகத்துக்கு வந்து தன் வேலைகளில் மூழ்கிப் போயிருப்பார். இப்போதுமென்ன... போதையோ இல்லையோ யாராவது பெரும் குல்லாயாகப் போட்டால் சிலிர்த்து மீண்டெழுந்துவிடுவார்.

○

மார்க்கண்டு என்றொரு தொழிலாளி நீர்வேலியிலிருந்து தினமும் காங்கேசந்துறை சீமெந்து தொழிற்சாலைக்கு வாடகை மிதியுந்திலேயே போய் வந்து கொண்டிருந்தார். அவருக்கு மாதம் மிதியுந்து வாடகையே 100 ரூபாய்களாகிவிடும். இரண்டு மூன்று மாதங்களில் பச்சைமட்டையரிடம் அவரது வாடகைப் பாக்கி ஏறிவிட அவர் இவரைத் தவிர்த்துவிட்டுக் கிடாயன்கடையில் மிதியுந்தை எடுத்துக்கொண்டு போவது இவருக்குந் தெரியும். ஒரு முறை கிடாயனும் கொடுப்பனவுத் தகராறாய்த்தானிருக்கும் அவருக்கு மிதியுந்தைத் தர மறுத்துவிடவும் வேறுவழியின்றித் திரும்பவும் பச்சைமட்டையரிடமே வந்தார் பயனர். வந்தவர் கடைவாசலில் வாங்கிலமர்ந்து பத்திரிகை பார்த்துக்கொண்டிருந்த ஒருவரிடம் பேசுவதுபோல ஓரங்கவுரையொன்றை *(Monologue)* நிகழ்த்தலானார்:

"கே. கே. எஸ். போயிட்டுவாற மாதிரியான 'கொன்டிஸனான' சைக்கிளென்டா அது ரத்தினண்ணையிட்டைதான் இருக்கு. மற்றவையின்ரயில நம்பிப் போகேலாது பாரும்... ஒன்று நடுவழியில காத்துப்போகும், அல்லச் செயினைக் கழட்டிபோட்டுச் சிரிச்சுக்கொண்டு நிக்கும் என்ன..."

'15 ரூபாய் தினக்கூலிக்குத்தானே இந்தச் சோழகத்திலும் இம்மாந்தூரம் சைக்கிளை வலிச்சு உழக்கிக்கொண்டு போய்வாறான் பிள்ளைக்குட்டிக்காரன் பாவம்' என்பதை நினைக்கவும் பச்சைமட்டையருக்கு மனம் கசிந்தது.

"யார்டா... அவன் காலங்கார்த்தால வந்துநின்டு ரத்தினண்ணையின்ட 'விலாசம் எழுப்பிறவன்''' என்றவர் வெளியே வந்து "ஓ... தம்பி மார்க்கண்டுவே... உமக்குப் பழைய கணக்கால 107 ரூபா பாக்கி நிக்குது, நினைப்பிருக்கோ..."

"ஓமண்ணை... மறுக்கேல்ல"

"சரி... அதில 100 ரூபாயையும் நீ தரவே வேண்டாம், வைச்சுப்பிழைச்சுப்போ... இன்றைக்கு வரக்குள்ள இன்றைக்கான வாடகை 3 ரூபாயோட அந்த மீதிப் பாக்கி 7 ரூபாயையும் சேர்த்து

10 ரூபாயாய் தந்திந்திட்டுப்போ கிளி" என்றுவிட்டு உள்ளே யிருந்தொரு மிதியுந்தைத் தூக்கிவந்து அவனிடந் தந்தார் பெருந்தன்மையுடன்.

○

டியூசனால வந்த ராதிகா மிதியுந்து மேற்சட்டகத்தில் காலைப் போட்டு நின்றபடி வேறும் இரண்டு மூன்று பெடியளை ஒன்றாய் நெருக்கிவைத்துச் 'சள்' அடித்துக்கொண்டிருந்ததைக் கண்டுவிட்டார் பச்சைமட்டையர். இரண்டு நாட்கழித்து அவருக்கு அவள் சாப்பாடு பரிமாறும்போது வேறு யாருக்கோ சொல்வதுபோலச் சொன்னார்:

"நீ... அம்மா மாதிரியே ஒரு நெருப்பென்று எனக்குத் தெரியும் குஞ்சு, ஆனால் நெருப்பென்டதுக்காகக் கண்ட எல்லாத்திலயும் பத்தப்படாது கண்டியோ... உலகம் தெரியாத பொடிசுகளை மயக்கிக் கொண்டுபோய் ஆபத்துகளில சொருகிவிடவென்டே தத்தாரிக் கூட்டங்கள் ஊரெல்லாம் கிளைச்சிருக்கு... எதிலயாவது எக்குத்தப்பாய் மாட்டிட்டா வினையாகிடும்... பிறகு மீட்சியில்லை, கவனம். அது அதுக்கும் உரிய வரைமுறைகளிருக்கு... எதுக்கும் பெரியாட்கள் நாங்கள் இருக்கிறமல்லே... பத்திரமாய் நடந்துக்கோ..."

மறுநாள் இரவுச் சாப்பாடானபின் பிள்ளைகள் மூவரும் சேர்ந்திருக்கையில் அனைவருக்குமான ஒரு விண்ணப்பத் தொனியில் சொன்னார்:

"மதியன் பட்டையும் கொட்டையும் போட்டுக்கொண்டு பத்திமுத்தியோட காந்தன் வாத்திவீட்டுக்கு ஆப்புச் சொருகிற வேலைய விட்டிடு. ஊரில உன்டபேர் கெட்டுக் கிடக்கு. தலைச்சன் பிள்ளை நீ... பொறுப்போட குடும்பத்தைப் பார்க்க வேணும்"

அவருக்கு லோகனின் பெயர் ஞாபகத்துவர மறுத்தது. சமாளித்தார்.

"சின்ன மதியன் உனக்குக் கொண்ணையின்ர போக்குப் பிடிக்கல்லேன்டா நீ தனியாயொரு முட்டியை வைக்கலாம், தப்பில்லை..."

"ராதிகா... நீ யாரோடையாவது ஓடிப்போறதென்டால் ஓடிடு. ஆனால் ஐயா இருக்கையிலேயே ஓடவேணும்... பிறகென்டால் தாய் தகப்பன் இல்லாத பிள்ளை... போக்கத்துத் தன்ர பாட்டில போயிட்டாள் என்றுதான் குடும்பத்துக்கு

அவப்பேர் வரும்... சரியா, எல்லாருமாய் இந்த ஐயாவைக் கொஞ்சம் நிம்மதியாய் இருக்க விடுங்கப்பா..."

அவரது விண்ணப்பம் ஒரு நெகிழ்வுத் தொனியில் இருந்தாலும் அதற்குள் ஒரு ஆணையும் மறைந்திருந்தது. பிறகு பின்கொல்லைக்குப் போய்விட்டுவந்து அட்டாளையில் தொங்கிய அசவுக்குள்ளிருந்து பொன்நிறத்தில் தாவடிப் புகையிலை யொன்றை எடுத்துக் காப்பிலையாகக்[4] கிழித்து அதனுள் களிம்பைப் போலொரு வஸ்தைத் தடவிச் சிகரெட்டளவில் மெல்லிதாகச் சுத்திப் பத்திக்கொண்டு நிம்மதியாய் மெல்லமெல்ல ஆனந்த சயனத்துள் ஆழ்ந்த பச்சைமட்டையர் அடுத்த நாள் எழுந்திருக்கவில்லை!

○

ஞானம் சஞ்சிகை, செப்டெம்பர், 2022 கொழும்பு

4. நரம்பில்லாமல்

9

தனிமைக்குள் நீந்தும் ஓங்கில்

செலா (*SELA*) ஒரு சுற்றுலாப் பிரியன். அழகிய இலங்கைத் தீவின் குறுக்கும்நெடுக்குமாகப் பயணித்து ஒவ்வொரு ஊரையும் மக்களையும் தரிசித்து அவர்களின் வாழ்வுமுறையையும் அவதானிப்பதென்ற தீர்மானத்திலிருந்தான்.

தன் பணியலுவலகத்தில் முதலாண்டிலேயே 3 மாதங்களுக்கான விடுப்புக்கு விண்ணப்பித்திருந்தான். இவனது நெடு – விடுப்பு வழங்கலைத் தீர்மானிக்கும் மேலாளரும் ஒரு சுற்றுலாப் பிரியராதலால் அவனுக்கு விடுப்பை உவப்புடன் வழங்கியிருந்தார். செலா சுற்றுலாக் கிளம்ப முதல் மேலாளர் ஒரு இயல்பான உரையாடலின்போது கேட்டார்: “செலா… ஒருவேளை நாங்கள் உனக்கு இந்த நீண்ட விடுமுறையை மறுத்திருந்தால் என்ன செய்திருப்பாய்”

“விடுமுறைக்கு மறுவிண்ணப்பம் செய்வது தானே நடைமுறை... அவர்கள் அதன்மேல் ஒரு தீர்மானத்துக்குவர மேலும் ஆறு மாதங்கள் கடந்துவிடும். அதற்குள் என் ஆர்வத்தை ஆவியாக விடாமல் வேலையை ராஜினாமா செய்திருப்பேன் *Chef*[1]…”

“இத்தனை ஆண்டுகள் சமூகவியலில் நீ வலிந்து கற்ற *Diplom der Sozialpädagogik* கல்விக்கு அப்போ என்ன அர்த்தம்..?”

“இதொண்ணும் படிக்காமலேயே நல்லா மானுடத்துக்குச் சேவை செய்யலாம் *Chef*, அப்படி

---

1. ஜெர்மனில் Chef என்றால் Chief.

முடியலேன்னா ... நான் திரும்பி வருகையில் எனக்கொரு பூங்காவில் சருகு கூட்டும் பணியாவது காத்திருக்காதா ...”

செலா கூரையில்லாதவர்கள், மாற்றுத் திறனாளிகள், குடி மற்றும் போதை வஸ்துக்களின் பழக்கத்திலிருந்து மீண்டவர்கள், சிறை மீண்டவர்களின் ஊடாட்டங்களை, நடத்தைகளைக் கண்காணித்தல், பராமரிப்புத் தேவையான பலவீனர்களைக் கவனிக்கும் திறமை வாய்ந்த கண்காணிப்பு அலுவலன்.[2] அவனைப் போன்ற கடமையுணர்ச்சியும் மனிதாபிமானமுமுள்ள ஒரு அலுவலனை இழக்கவும் அந்த செஃப் தயாராகவில்லை.

ஒருமுறை தென்னாசிய சுற்றுலாத்துறையை மேம்படுத்தும் ஒரு தனியாரமைப்பும், கூட்டுச் சுற்றுலாக்களைத் திட்டமிடுதல், விமானங்களை ஒப்பந்த வாடகைக்கு எடுத்து இயங்கும் *TUI* எனும் குழுமமும் சேர்ந்து தயாரித்த மாலைத்தீவு & இலங்கையின் கடற்கரைகள் நிறைந்தவொரு விளம்பரப் படத்தைத் தொலைக்காட்சியில் பார்த்ததிலிருந்து செலாவுக்கு இருப்புக் கொள்ளவில்லை. இலங்கை வரைபடத்தை எடுத்து வைத்துக்கொண்டு அதில் வடக்கின் மன்னார் சிலாபத் துறையிலிருந்து வெள்ளாங்குளம் வரையிலான கடற்கரையோரப் பிரதேசங்களை அவனாகவே குறித்து வைத்துக்கொண்டான். இலங்கையின் புவியியலைப் படித்தபோதே அதன் மீன்பிடி யுள்ள கடற்கரைப் பிரதேசங்களில் மன்னாரே மிகவும் வரட்சியானதென்றும் அறிந்திருந்தான்.

மன்னார்ப் பிரதேசச் செயலாளருக்குத் தன் ஆர்வங்களை விபரித்து முதலில் ஒரு கடிதம் எழுதினான். அரசாங்க அதிபரும் செலாவின் ஆர்வத்தைப் புரிந்துகொண்டு கரையோரத்திலுள்ள கிராமங்களின் கிராம அலுவலர்கள் உங்களுக்குத் தேவையான விடயங்களில் உதவி செய்யத் தயாராக இருப்பார்களெனப் பதிலெழுதியது அவனுக்கு உற்சாகம் தந்தது.

மே மாதத்தில் *Air France* விமானத்தில் கொழும்பு போயிறங்கிய செலா தன் பாசறை அமைக்கும் பொதிகளுடன் ஒரு மிதியுந்தையும் எடுத்துப் போயிருந்தான். கொழும்பில் அத்தனை வினைக்கெடாமல் அன்றிரவே தொடரி மூலம் மன்னாரை அடைந்தவன் அங்கே ஒரு விருந்தினர் விடுதியில் அறையெடுத்து இரண்டு நாட்கள் தங்கியிருந்து முதலில் மன்னார் நகரத்தைத் தனியாகச் சுற்றிப் பார்த்தான். அங்கே மீன் சந்தையிலும், காய்கறிச் சந்தையிலும் சாரமும், அரைக்காற் சட்டைகளும் அணிந்துகொண்டு ஷேர்ட்டே அணியாமல் வெற்றுடம்புடன் வாய்க்குள் எதையோ போட்டு அதக்கிக்கொண்டு

---

2. Bewaehrungämter

வியாபாரம் செய்துகொண்டிருந்த வியாபாரிகள் அவனது கவனத்தை ஈர்த்தனர். ஒரு வியாபார இளைஞனைப் பிடித்து அவர்கள் அதக்கும் அச்சமாச்சாரம் என்னவென்று விசாரித்ததில் அவன் தன்னிடமிருந்த சீவலையும் வெற்றிலையையும் அவனுக்குக் கொடுத்து அதை எப்படிப் போட வேண்டும் எப்படித் துப்ப வேண்டுமென்பதையும் கற்றுக்கொடுக்க அன்றே அவனும் வெற்றிலை போட்டுக் குதப்பப் பழகிக்கொண்டான்.

அடுத்தநாள் ஒரு தானியை வைத்துக்கொண்டு அரச அதிபரைப் பார்க்கப் புறப்பட்டான். ஜெர்மனியிலிருந்து ஒரு இளைஞன் வந்திருக்கிறான் என்று அவருக்குத் தெரிவிக்கப் பட்டதும் உடனே சந்திக்க அனுமதி கிடைத்ததுமில்லாமல் அதிபர் அவனைக் கோப்பி கொடுத்து உபசரிக்கவும் இலங்கையரின் முதல் உபசரிப்பில் புளகமடைந்தான். செலாவின் நினைவூட்டல் இல்லாமலேயே அதிபருக்கு அவன் எழுதிய கடிதமும் அவனது விருப்பங்களும் நினைவுக்கு வந்தன.

அதிபர் சொன்னார்: ‘என்னிடமுள்ள தகவலின்படி சிலாபத்துறை, இலந்தைக்குளம், அரிப்பு, பேசாலை, வங்காலை, பள்ளிமுனை, தாழ்வுப்பாடு, விடத்தல் தீவு, மாந்தை, அந்தோனியாபுரம் ஆகியன மீனவச் சமூகங்களின் செறிவுகூடிய கிராமங்கள். நீங்கள் மேலோட்டமாக இக்கிராமங்களை முதலில் போய்ப்பாருங்கள். எக்கிராமத்தைத் தங்கியிருக்கத் தேர்வு செய்கிறீர்களோ அதன் கிராம அலுவலருக்கு நான் கடிதம் தருகிறேன். அவர் உங்களுக்கு வேண்டிய உதவிகள் செய்து உங்களுக்கு அனுசரணையாக இருப்பார்’.

அவரிடம் விடைபெற்றுக்கொண்டு வெளியே வந்தவனுக்குப் பசியெடுத்தது. வீதியோரம் வேடிக்கைப் பார்த்துக்கொண்டு வந்தவனைத் தோசைக் கடை ஒன்றிலிருந்து வந்த உளுந்தின் முறுகல் வாசம் உள்ளிழுக்கவும் உள்ளே புகுந்து ‘அந்த இனியவாசம் எதிலிருந்து வருகிறதோ அந்த உணவே வேணும்’ என்றான்.

தாமரை இலையில் தோசைகள் பரிமாறப்படவும் மற்றவர்களைப் போலவே தானும் கைகளால் விண்டு பருப்பு, பூசினிக்காய், முருங்கைக்காய், உருளைக்கிழங்கு போட்ட சாம்பாரில் தொட்டு ருசித்துச்சாப்பிட்டான்.

அடுத்தநாள் மிதியுந்தில் கடற்கரையோரமாக வெள்ளாங்குளம் திசையில் மிதித்தான். தள்ளாடி, மாந்தை, பாப்பாமோட்டை, பள்ளமடு, விடத்தல் தீவு, கொம்புதூக்கி, இலுப்பைக் கடவை, மூன்றாம்பட்டி, தேக்கம்பிட்டி, அந்தோனியாபுரம், வெள்ளாங்குளம் தாண்டி முழங்காவில்வரை வந்திருந்தான். அம்மிதியுந்தில் பொருத்தியிருந்த *Odometer* இல்

தான் 50 கி.மீ தூரத்தைக் கடந்துவிட்டதைப் பார்த்தபிறகுதான் அவனுக்குக் களைப்பு வந்தது. முழங்காவிலில் இருந்த ஒரு சிறு உணவகத்தில் பிட்டும் வடையும் கப்பல் வாழைப்பழமும் பால்டீயும் சாப்பிட்டுவிட்டு உணவகக்காரரிடமே 'தனக்கு இரவு தங்கக்கூடிய மாதிரி வாடிவீடு ஏதாவது இங்கிருக்குமா'வென்று விசாரித்தான். இது கிராமம். இங்கெல்லாம் வாடிவீடு கிடையாது. உங்களுக்குச் சம்மதமென்றால் இரவு இங்கேயே தங்கிக்கொள்ளலாமென்று இருந்த 4 மேசைகளையும் ஒன்றாகப்போட்டு அவனுக்கொரு கட்டில் சமைத்துப் பாய் தலையணையும் கொடுத்தார். இன்னும் யாராவது அவனது புது மிதியுந்தை நகர்த்திவிட்டாலுமென்ற முன் எச்சரிக்கையில் அதையும் உணவகத்துள்ளே எடுத்து வைத்துப் பூட்டச்செய்த உணவகக்காரரின் பரிவில் நெகிழ்ந்துபோன செலாவுக்கு, தூக்கம் வரமுன் விற்பதற்கு வைத்திருந்த கருப்பஞ் சாராயத்தில் கலப்பில்லாமல் அரைக் கிளாஸ் நல்கி, கூடவே பீடா வெற்றிலைச்சுருளுங்கொடுத்துப் பீடியும் வலிக்கக் கற்றுக்கொடுத்திருந்தார் அண்ணாச்சி.

❍

அடுத்த நாள் அரச அதிபரிடம் சென்ற செலா தனக்குப் பள்ளமேடு / பள்ளிமுனை / விடத்தல் தீவுப் பகுதியில் எங்காவது வாடி வீடமைக்க விருப்பம் என்று தெரிவிக்கவும் அவர் விடத்தல் தீவு கிராம அலுவலருக்கு அவனிடம் கடிதம் ஒன்றைக் கொடுத்து விட்டார்.

விடத்தல் தீவு கிராம அலுவலர் பராபரனும் இளைஞந்தான், புவியியல் பட்டதாரி. பசுமை, சூழலியல் விடயங்களிலும் ஆர்வமுடையவன். அவனுக்குத் தன் பிறந்த தேதியும் செலாவின் பிறந்த தேதியும் ஒன்றாக இருப்பது அதிசயமாக இருந்ததோடு அவனது வித்தியாசமான ஆர்வங்களைக் கண்டும் அவன்மேல் ஒரு ஈடுபாடும் வாஞ்சையும் பெருக, செலாவுக்குத் தனது வீட்டிலேயே தன் அலுவலகத்தை அடுத்திருந்த ஒரு அறையைத் தங்குவதற்கு வாடகையின்றி ஒதுக்கிக் கொடுத்தான். அது கிழக்கு - மேற்கு ஜெர்மனிகள் இணைந்திருந்த நேரம். பராபரன் இரவு வேளைகளில் இரண்டாம் உலகப்போர் விளைந்ததையும், அதில் ஜெர்மனி தோற்றதன் விளைவாக அதுவே இரண்டாகப் பிரிந்துபோக நேரிட்ட கதைகளையெல்லாம் செலாவிடம் கேட்டறிந்தான். செலா தன் பயணத்துக்கு ஏன் இலங்கையைத் தேர்ந்தெடுத்தான் என்ற இவனது கேள்விக்குச் செலாவின் பதிலே இன்னும் அவனை ஆச்சரியமூட்டியது.

"என் வாழ்நாளில் இன்னும் இந்திய மலைவாழ் ஆதிவாசிகளின் வாழ்க்கையையும், வட அமெரிக்க (*Inuit & Métis*),

ஆஸ்திரேலியப் பழங்குடி மக்களின் வாழ்க்கையையும் *(Australia Aboriginals)* அவதானிக்கத் திட்டங்களுண்டு. இப்போதைய என் பொருளாதார நிலமைக்கேற்பவும், இலங்கை சிறிய நாடாக இருப்பதாலும் என் முதலாவது கனவை ஈடேற்ற இதனைத் தேர்வு செய்தேன்"

○

மாலை நேரம் கள்ளுக்கடையில் சக தீர்த்தாடகர்களுடன் அமர்ந்து இரண்டு போத்தல் கள்ளை உள்ளிறக்கிவிட்டு, இரவுக்கும் மாந்த மேலும் 2 லீட்டர் கள்ளை வாங்கி ஒரு கோலா போத்தலில் நிரப்பி எடுத்துக்கொண்டு மறு கையில் கதம்பமாக மணலை, சீலா, கும்பிளா, அறக்குளா, வஞ்சூரன் பாரைமீன் களின் கோர்வையைப் பிடித்துக்கொண்டும் மூஞ்சையில் ஊதிய சோழகம் கூட்டிய சுருதிக்கு மொய்த்த மொய்ப்போடும், அணைந்த பீடியைத் திரும்பத் திரும்பப் பத்திக்கொண்டும் புகை வந்த ஊட்டுக்குள்ளால் தகரக் குரலெடுத்துத் தனக்கு வாய்த்த மெட்டில்

"அழைத்தபோதெல்லாம் என்னருகில் வந்தவரே . . .
மாயக் கைகளினால் என் துயரங்கள் துடைத்தவரே . . .
இச்செகத்தில் எனக்கருள உனையன்றி யாருளரோ
உற்றதுணை ஆகிநிற்பாய் எம்மிரக்ஷகனே தயாபரனே . . ."

என்று பாட்டு எழுப்பிக்கொண்டும் வந்துகொண்டிருந்தான் மீனவன் குருசு.

செலா நாய்பிடுங்கியதைப்போலொரு 'பேர்மூடா' களிசானும் ரீ – சேர்ட்டும் அணிந்து, கேசம் காற்றுக்குப் பறந்தலைய இளந்தாடியோடு ஒரு ஹிப்பிக் கோலத்தில் மிதியுந்தில் வந்துகொண்டிருப்பதைக் கண்ட குருசுவுக்கு உள்ளூர மகிழ்ச்சி பொங்கிப் பிரவகிக்கவும் அவனுக்குப் புன்னகையுடன் ஒரு 'சலூட்' வைத்தான். செலாவும் பதிலுக்குப் புன்னகைத்துச் 'சலூட்' வைத்து மிதியுந்தை நிறுத்தவும், ஹிப்பிக்கு ஆங்கிலம் புரியுமென்ற குருசுவின் அறிவுடன், அவன் தலைக்குள்ளிருந்த சில ஆங்கில வார்த்தைகளும் மேலெழும்பிக் குதியாட்டம் போட்டன. தன் ஆங்கிலத்தைச் சாணை பிடிக்க இது தக்க தருணமென நினைத்தவன்

"*Good evening Sir . . . Where are you coming from*" என்றான்.

"*I come from Germany my friend*"

"*Oh . . . Welcome to Sri Lanka . . .*"

இவ்வாறு அவர்களிடையே ஒரு ஸ்நேகமான உரையாடல் ஆரம்பமாயிற்று.

குருசுவுக்கு அடுத்து அவனுடன் பேசுவதற்கான வார்த்தைகள் மேற்கிளம்ப மறுத்தன. அவன் தடுமாறிக்கொண்டிருக்க செலா அவனது போத்தலைக் காட்டிக்கேட்டான்.

"What's that magic stuff my friend..."

"That's Toddy... Sir, It's our local poor peoples wine Sir... if you drink..." என்றுவிட்டு அது போதை தருமெனும் அர்த்தத்தில் சுட்டுவிரலைத் தலைக்குமேல் சுழற்றிக் காட்டினான். தான் நினைத்தவற்றை அவனால் கோர்த்து வார்த்தைப்படுத்த முடியவில்லை.

செலாவும் கள்ளைப் பற்றிக் கேள்விப்பட்டிருக்கிறான், ஆதலால் குருசின் சமிக்ஞையில் அது புரிந்ததாயினும் கள்ளைக் கண்ணால் காண்பது இதுதான் முதல் தடவை.

"Oh... I see, My name is Sela... and you. just call me Sela."

என்ற செலாவின் கண்கள் அடிக்கடி குருசின் கள்ளுப் போத்தலை வருடவும்,

"Sela do you like to taste a bit..." என்றான்.

செலா கையைக் களிசானில் துடைத்துவிட்டு நீட்ட, குருசு அதில் கொஞ்சத்தை வார்க்கவும், மணந்து பார்த்துவிட்டு அப்படியே வாயில் விட்டான். அதன் சுவை அவனுக்குப் பிடித்துப்போனது. அது பெர்லினின் ஸ்றோபெறி[3] பழங்களை வைனில் ஊறி நொதிக்க வைத்துச் செய்யும் 'Bowl' மதுவை நினைவூட்டியது.

செலாவின் கண்கள் கள்ளின் சுவையில் சொக்குவதைப் பார்த்ததும் குருசு சொன்னான்: If you don't mind... Let's go to my Cottage and drink some more. Is that Okay for you Sela Sir"

"Okay... Let's go... but don't call me Sir anymore. Just call me Sela Okay."

"All right Sela..."

என்றபடி இருவரும் கைலாகு கொடுத்துவிட்டு அவன் குடிசை நோக்கி நடக்கலாயினர். அவனது குடிசைக்குள் குறுக்கே உரப் பையைக் கிழித்து இடுதிரைபோலத் தொங்கவிடப்பட்டிருந்தது. அதற்கும் உள்ளே குறுக்காக ஒரு சேலைக்கொடியும் தொங்கியது, அதற்கும் பின்னால் ஒருபக்க மூலையில் அடுப்பங்கரையும், மண்சட்டிகளும். தகர / அலுமினியக் கோப்பைகளும் மறு மூலையில் சுருட்டி வைத்த பாய்களும் இரண்டு பிளாஸ்டிக் கதிரைகளும் பழைய டிரங்குப் பெட்டியொன்றும் மூலையில்

3. Preisbeeren Cranberries

ஒரு பாய்மரப் பறவை

சிரித்துக்கொண்டிருந்த பழைய பொதியுறையும் இருந்தன. மனைவி மார்ட்டீனாவுக்கும் தன் குழந்தைகள் றேபாவுக்கும், (7) கிளெமென்டிற்கும் (5) "இது செலா அங்கிள் நம் விருந்தாளி…" என்று ஆங்கிலேயர் பாணியில் அறிமுகஞ்செய்து வைக்கவும், அவர்களும் பதிலுக்கு "வணக்கம் செலா அங்கிள்" என்று சேர்ந்திசைத்தனர். குருசு றேபாவின் காதுக்குள் குனிந்து "ஓடிப்போய் ஃபிலோமினா மாமியிட்டை இரண்டு கிளாஸுகள் வாங்கிட்டு வாடா செல்லம்…" என்றவன் "கவனம் ஓட்டத்தில போட்டு உடைச்சுப்போடாத…" என்றும் எச்சரித்தான். றேபா சிட்டாகப் பறந்துபோய் இரண்டு கிளாஸுகளுடன் வந்தாள். குருசு மார்ட்டீனாவிடம் "மீன் சுடப்போறம்…" என்றுவிட்டுக் கண்களால் சமிக்ஞை செய்யவும் அவளும் அதைப் புரிந்து கொண்டு மீன்களைக் கோடிக்கு எடுத்துப்போய் அதற்கேற்றபடி வெட்டிச் சுத்தம் செய்ய ஆரம்பித்தாள். காய்ந்த விறகுகளை வைத்துக் குருசே அடுப்பை மூட்டிக் கொடுக்கவும் மார்ட்டீனா மீன்களுக்கு வேண்டிய உப்பு, மிளகு, மசாலா, வெஞ்சனங்களைத் தடவி அவர்களுக்குப் பதமான இணைப்புணவாகச் சுட்டுக் கொடுக்க ஆரம்பித்தாள். இரண்டு கிளாஸ்களிலும் கள்ளை நிரப்பி 'ஸியேர்ஸ்' என்று சொல்லி முட்டிக்கொண்டு குடிக்க ஆரம்பித்தவர்கள் அடிக்கடி மாறிமாறி நிரப்பிக்கொண்டனர். தன்னை யாரென்று தெரியாமலே குருசு குடும்பத்தின் உபசரிப்பும், கள்ளுக்கும் சுட்ட மீனுக்குமான கூட்டுச் சுவையும் செலாவை வேறொரு உலகத்துக்கு இட்டுச் சென்றன.

○

குருசு எளிய மீனவக் குடும்பத்தில் பிறந்திருந்தாலும் அவன் இலுப்பைக்கடவை அந்தோனியார்புரம் தமிழ்க்கலவன் (கிறித்துவப்) பாடசாலையில் அருட்தந்தை ஞானப்பிரகாசத்தின் ஆதரவிலும் அரவணைப்பிலும் பத்தாவது வரையில் படித்திருந்தான். அதனால் குருசுவுக்கு மட்டுந்தான் அந்தக் கடற்கரைக் கிராமத்தில் 100 வார்த்தைகள் வரையில் இங்கிலிஷ் தெரியும்.

அருட்தந்தையானவர் குருசின் படிப்பு முடிந்ததும் அவனைப் பூநகரிப்பாதையால் காரைநகருக்குத் தன் விசையுந்தில் கூட்டிப்போய் *CEYNOR* எனும் படகுகள் கட்டும் தொழிற்சாலையில் ஆரம்பநிலை கட்டுமான உதவியாளராக வேலைக்குச் சேர்த்துவிட்டிருந்தார். அப்போது நோர்வே அரசின் பின்னணியில் *CEYNOR Foundation* எனும் நோர்வேஜியக் குழுமமொன்று காரைநகரில் *Fibre glass* படகுகள் கட்டும் தொழிற்சாலையை இயக்கி வந்ததுடன், அவர்கள் கட்டும் படகுகளை இலங்கை மீனவர்களுக்கு மலிவான விலையிலும், வங்கிக் கடனுதவியினூடாக மாதாந்தத் தவணைமுறையில் செலுத்தும்படியாகவும்

வழங்கி உதவி வந்தது. வட – இலங்கையில் *1985* வாக்கில் அரசுக்கெதிரான விடுதலைப் போராட்டங்கள் தீவிரமடையவும் *CEYNOR* எனும் குறியீட்டுப் பெயரோடு இயங்கி வந்த அக்குழுமம் தொழிற்சாலையைக் காலிசெய்துகொண்டு புறப்படவும் குருசுவின் வேலைவாய்ப்பும் இல்லாமலானது உபகதை. *CEYNOR*இல் வேலைசெய்த நோர்வேஜிய அலுவலர்களுடன் குருசு தனக்கிருந்த ஆங்கில அறிவைப் பிரயோகிக்க ஒருபோதும் தயங்கியதில்லை. மேலும் அப்போது குருசிடம் நல்ல பணப்புழக்கமும் இருக்கவே பாப்பாமோட்டை மேனாள் சம்மாட்டியார் பத்திநாதர் தன் மகள் மார்ட்டீனாவை, ஒரு *18* முழ வள்ளமொன்றையும் சீதனமாகக் கொடுத்து, அவனுக்குக் கோலாகலமாகத் திருமணமும் செய்து வைத்தார். அவ்வள்ளத்தை மீனவர்களுக்கு வாடகைக்கு விடுவதன் மூலம் இன்னொரு வருமானமும் அவனுக்குக் கிடைத்தது.

இப்போ அதன் வெளியிணைப்பு மோட்டார் பழுதடைந்து விட்டது. ஆனாலும் வேலையில்லாத காலத்தில் மோட்டர் இணைப்பில்லாத அவ்வள்ளத்தில் துடுப்புவலிக்க உதவியாள் ஒருவரையும் கூட்டிக்கொண்டுபோய் சிறுவலைவீசி மீன்பிடித்து அன்றாடம் அரிசி, பருப்பு, காய்கறி, கள்ளுக்கு ஏதாவது ‘புலுண்டி’ வருவான்.

○

சாதா குப்பி விளக்கொன்றை மட்டும் வைத்துக்கொண்டு குருசு குடும்பம் கஷ்டப்படுவதைக் கவனித்த செலா மறுநாள் வரும்போது நாலைந்து பிறியாணிப் பொட்டலங்கள், ஒரு கல்லோயா சாராயப் போத்தல், அரை டசின் கிளாஸுகள், பீங்கான் கோப்பைகள், தட்டுக்கள், ஒரு அரிக்கேன் லாம்பு சகிதம் வந்தான். அவனை மீண்டும் பார்த்ததும் குருசுவுக்கும் மார்ட்டீனாவுக்கும் வார்த்தைகளே வரமறுத்தன. தரையில் கோணிச் சாக்குகளை மடித்துப்போட்டுக்கொண்டு அமர்ந்து ஸ்தோத்தரித்து எல்லோரும் பிறியாணியைச் சாப்பிட்டானதும் ‘செலா தான் இரண்டொரு மாதங்கள் கடற்கரை வாழ் குடும்பங்களுடன் தங்கி வாழ்ந்து அவர்கள் வாழ்வுமுறைகள், பழக்க வழக்கங்களையும் அவதானிக்கப் போவதாக’க் குருசுவிடம் சொன்னான்.

பிறகும் இரண்டொரு நாட்கள் கழித்து விடத்தல் தீவு கிராம அலுவலர் பராபரனையும் கூடஅழைத்துக்கொண்டு அங்கே வந்தான்.

“வணக்கம் ஐயா” என்றபடி வெளியில் வந்த குருசுவிடம் பராபரன் “குருசு உமக்கு ஆட்சேபணை இல்லையென்றால் உமது வீட்டுக்குப் பக்கத்தில இருக்கிற இந்தச் சின்ன வெட்டையில

இவருக்கு ஒரு கொட்டில் போட்டுக் கொடுக்க முடியுமா... இரண்டு மூன்று மாதங்கள்தான் இருப்பார். அதுக்கான தடிதண்டுகள் தளவாடங்கள் அவரே வாங்கித் தருவார்" எனவும்,

"அதவிடவும் வேற என்ன வேலைங்க ஐயா எனக்கிருக்கு" என்றான் பவ்வியத்துடன் குருசு.

அடுத்தநாள் அவர்கள் மன்னாருக்குக் குருசுவையும் அழைத்துப்போய் தேவையான கப்பு, வளைக்கான மரங்கள், தடிதண்டுகள், தகரங்கள், சப்பு, ஒட்டு, சீலிங் பலகைகள், கமுகஞ்சலாகைகள், கம்பிகள், ஆணிகளை வாங்கிக்கொண்டு ஒரு உழவு இயந்திரத்தில் வந்து இறங்கினர். உதவிக்காக ஏற்பாடுகள் செய்துவைத்த தொழிலாளர்களும் வந்து சேர்ந்த பின்னால் செலாவின் மனசில் திடுப்பென வேறு மாதிரியான சிந்தனை பொறித்தது.

'நான் இங்கிருந்து கிளம்பிய பின்னால் இந்தக் குடிசை வீணே கிடந்து அழியத்தானே போகுது. இத்தனை தளவாட சாதனங்களையும் பாவித்து நாம் குருசுவின் குடிசையையே சற்று விசாலித்து உறுதியாக்கிப் போட்டாலென்ன . . . அது அவர்களுக்கும் வாழ வசதியாகவிருக்குமே...'

குருசுவைத் தனியாக அருகிலழைத்துச் செலா தன் புதிய எண்ணத்தைப் பகிரவும் "அந்தக் கர்த்தரே அனுப்பி வைத்த தேவன் நீரே ஐயா..." என்று அவனைக் கையெடுத்துக் கும்பிட்டான் குருசு.

செலா பெர்லினிலிருந்து எடுத்து வந்த வாடியமைக்கும் கூரை, சுருட்டக்கூடிய சாளரங்களுடனும் இங்கேயே வாங்கிய தளவாடச் சாதனங்களுடனும் இரண்டே நாளில் ஒத்தாப்பில் (சாய்ப்பு) செலாவுக்காகப் பிரிக்கப்பட்ட இன்னொரு அறையுடன் இரட்டையறையும் மூலையில் அடுப்பங்கரையுங்கொண்ட அழகான அகலமான குடிசை தயாரானது. கிராம அலுவலரின் வீட்டு அறையிலிருந்த தன் சாமான்களுடன் ஒரு (மடிக்கக்கூடிய) கித்தான் கட்டில், மெல்லிய மெத்தையுடன் (ஹோல்டோல்) ஒரு கையுழவுயந்திரத்தில் வந்து அவர்கள் புதிய குடிசையில் குடியேறினான். செலாவுக்கு மரவேலைகள் செய்வதில் கொஞ்சம் பயிற்சியுமுண்டு. வாங்கிய பலகைகளில் அவனே ஒரு கதவைச் செய்து அக்குடிசை வீட்டுக்குப் பொருத்தினான். மீந்திருந்த பலகையில் குள்ளமான கால்களுடைய ஒரு சிறுமேசையும் (Teapoy) இணக்கி வைத்தான்.

சமையலுக்கு உதவும் என்று செலா எடுத்து வந்த காஸ் அடுப்புக்கு அங்கு வேலையே இருக்கவில்லை. குருசும், மார்ட்டீனாவும் செலாவை இன்னொரு அடுப்பு வைத்துச்

சமைக்க அனுமதிக்கவேயில்லை. தினமும் அவர்கள் அடுப்பில் என்ன வெந்ததோ அதையே அவனுடன் பகிர்ந்துகொண்டனர்.

○

அன்று ஞாயிற்றுக்கிழமை. அமேலியாவிடம் வெளியே செல்வதற்கு அணியும்படியாக ஒரு சுடிதாரும், முன்னொருகால் புது சாணைக்கல்லின் நிறத்தில் மின்னியபடி இருந்ததும், தற்போது வெளிறத் தொடங்கிவிட்ட ஒரு *Rayon* துணியிலான கவுனும் மட்டுமே இருந்தன. அவை இரண்டையும் எடுத்து வைத்து 'இன்றைக்கு எதை தேவாலயத்துக்கு அணிந்து போகலாம்' என்று அரை மணித்தியாலம் தீவிரமாக யோசித்தபிறகு சுடிதாரை அணிந்துகொண்டு புறப்பட்டாள்.

தேவாலயத்தில் அந்தோனியார்முன் வழக்கம்போல் முழந்தாளிட்டுப் பணிந்தாலும் அவளால் மனதொன்றிச் சேவிக்க முடியவில்லை. முன்னர் எப்போதையும்விட அவளுக்கு மற்றவர்களைப்போல நல்ல வாழ்வொன்றைக் காட்டாத கர்த்தரின்மீது கோபமே கனன்றுகொண்டு வந்தது.

'நான் வலியில் துவழ்ந்த போதெல்லாம் எங்கேதான் ஒளிந்திருந்தீர்... எனக்குக் கண்ணீர் உப்பையும் சோற்றையுந்தானே தந்தீர். அச்சமும் அவநம்பிக்கையும் கொடுமையும் துயரமும் நிறைந்த கரடுமுரடான பாதையில்தானே நடக்கவிட்டீர்... ஒரு நிம்மதியான திவ்ய வாழ்வை எப்போது தரப்போகிறீர் ஆண்டவரே' என்று சபித்தாள். ஆலயத்தின் பலிபூசை நிறைவானதும், 'அண்ணா வீட்டில் யாரோ வெள்ளைக்காரன் வந்திருக்கிறானாம்' அதையும் போய்ப் பார்த்து வரலாமே யென்று நேரே குருசு வீட்டுக்கு வந்தாள். அவர்கள் வீட்டை அடையாளங்காண அவ்வீட்டருகில் என்றும்போல் நின்றிருந்த கற்தேக்கு மரந்தான் சாட்சியாக இருந்து உதவிற்று. வீடுங்கூரையும் உயரமானதாக அவதாரமெடுத்து மரத்தாலான புதிய வாசற்கதவு, சாளரங்களுடனும் மற்றைய அயற்குடியிருப்புகளிலிருந்து வித்தியாசமாக மாறியிருந்தது அவளுக்கு ஆனந்த அதிசயமாக இருந்தது. நல்லகாலம் வாசலில் கிளெமென்ட் தன் நாய்க்குட்டி யுடன் விளையாடிக்கொண்டிருந்தான். அவனை இழுத்துக் கொஞ்சிவிட்டுப் பேசிக்கொண்டிருக்கக் கணவாயும், புலி இறால்களும் நிறைந்திருந்த குடலையையும் கள்ளு நிரம்பிய நெகிழிக் குடுவையையும் குருசு சுமந்து வந்துகொண்டிருக்க, மிதியுந்தின் தாங்கியில் இன்னொரு மளிகைச் சாமான்கள் அடங்கிய கூடையை வைத்துக் கட்டியபடி செலாவும் வந்து சேர்ந்தனர்.

அமேலியாவைக் கண்டதும் குருசு செலாவை அவளுக்கு *'She is my sister Amelie but people call her Amala,'* என்று அறிமுகஞ் செய்து வைக்கவும் அமேலியா "வணக்கம்' என்று நமஸ்கரித்தாள். பதிலுக்கு நமஸ்கரித்த செலா

'Where she lives then?' என்றான்.

'She lives in கொம்புதூக்கி *is about 6 miles from here.'*

மார்ட்டீனாவும், அமேலியாவும் அவர்கள் வாங்கி வந்த சாமான்களை உள்ளெடுத்துப்போய் மின்னல் வேகத்தில் சமையல் வேலைகளை ஆரம்பித்தனர். மாலை வெய்யில் சாய்வாக மஞ்சள் நிறத்தில் அடித்துக்கொண்டிருக்க கற்தேக்கு மரத்தின் அடியில் செலா இணக்கிய சிறு மேசையையும் நெகிழிக் கதிரைகளையும் போட்டுக்கொண்டு குருசும் செலாவும் தம் 'கள்ளு' ஜமாவை ஆரம்பித்தனர். கள்ளோடு இணைப்பாகச் சுருதி சேர்க்க இறால்களைப் பொரித்துப் பீங்கான் தட்டுக்களில் வைத்து அமேலியாவிடம் கொடுத்து அனுப்பினாள் மார்ட்டீனா. அவர்களுங்கூட வந்திருந்து கள்ளு அருந்தலாமேயெனச் செலா நினைத்தானாயினும், 'அவ்வாறு பெண்கள் ஆண்களுடன் சேர்ந்திருந்து அருந்த மாட்டார்கள்' என்பது அறிந்ததால் மௌனம் காத்தான்.

செலாவையே மேற்கண்ணால் 'குறு' 'குறு'வென வெட்கத்தோடு பார்த்துக்கொண்டு இறால்ப் பொரியலை மேசையில் வைத்துவிட்டுப் போன அமேலியாமீது அவன் சிந்தனைகள் தொடர்ந்தும் கவிந்தும் படுத்தின. அவளைப் பற்றி மேலும் விசாரிக்கலாமாவென மனம் உந்தினான்.

"Hey Cruz… you said nothing about Amelie before… is she your Sibling Sister?"

குருசுக்கு அது புரியவில்லை. செலா திரும்பவும் விளக்கமாகக் கேட்டான்

"You both are children of a Parents..?"

"Oh No… We both have same father but 2 different mothers, my father had 2 Wives you know", என்றுவிட்டுச் சிரித்தான். பின் அவன் முகமும் குரலும் மாறின. அது அவன் ஏற்றிக்கொண்ட போதையினால் அல்ல. குருசு மேலும் பேசலானான்:

"என் தங்கை அமேலியா இருக்காளே… அவளையைப் போலொரு தேவதையை நீ சொர்க்கத்திலகூடப் பார்க்கேலாது… ஒரு உன்னதமான பெண் ஸ்படிகம். 20 வயதிலேயே

அவளைக் கொம்புதூக்கியில் *Jericho* என்றொரு கடலோடி வீரனுக்குக் கட்டிக்கொடுத்தோம். திருமணமாகி 3 மாதமிருக்கும். ஒருநாள் அவன் 14 வயதுடைய இன்னுமொரு பையனையும் உதவிக்கு அழைத்துக்கொண்டு கடலுக்குப் போனவந்தான். அவ்வப்போது கடலில் நீரோட்டங்கள் மாறுகையில் உண்டாகும் சுழிகள்தான் வந்து அவர்களை உள் இழுத்தது அமிழ்த்திச்சோ, அல்ல கடற்படையினர்தான் ஏதும் 'விஷமம்' பண்ணினாங்களோ தெரியேல்லை. அவர்கள் இன்னும் வீடு திரும்பவில்லை. வருஷம் மூணாகுது ... *'Only heaven knows ...'* என்றுவிட்டுக் கைகளை மேலே காட்டவும், கண்களால் நிரம்பி மணலில் சொட்டின.

அடுத்த அடுத்த நாட்களில் குருசு யாரோவொரு சம்மாட்டியாரின் படகில் வேலைக்கு ஆட்கள் தேவையென்று தகவல் வரவும் இரவில் கடலுக்குப் போனான். இவ்வாறு குருசு இரவில் கடலுக்குப் போகும் நாட்களில் செலாவும் அவனோடு கூடவே செல்வான்.

பகலில் தன் *Ruck - Sack*ஐ முதுகில் போட்டுக்கொண்டு மிதியுந்தில் தெற்கு நோக்கிச் சிலாபத்துறை வரையிலும் போய் கரையோரமாகக் கரையிலிருந்து பார்வை எல்லைக்குட்பட்ட தூரங்களில் கட்டுமரங்களிலிருந்து சிறுவலையால் மீன்பிடிப்பவர் களையும், கரையில் அமைக்கப்பட்டிருக்கும் தடுப்பு அடைப்பு களுக்குள் அத்தாங்கால் முயல்பவர்களையும், கரப்பு போடுபவர்களையும், தூண்டில்கள் போடுபவர்களையும், நண்டு பிடிப்பவர்களையும் அவர்கள் பிடித்து வந்த மீன்களைக் காயப் போடுவதையும், வலைகளைத் திருத்துவதையும், வேடிக்கை பார்ப்பான்.

மீன்பாடுகள் எப்போதும் முசுவாக இயங்கிக்கொண்டே யிருக்கும். சற்றே பெரியபாடுகளில் மீனவர்கள் சிறிய கொட்டில்கள் அமைத்துக்கொண்டு குடும்பமாக இருந்து தென்னோலைகளில் இணைக்கப்பட்ட தட்டிகளிலும், பழைய வலைகளை மரக்குற்றிகளுக்கிடையில் இழுத்துத் தொட்டில் போலக் கட்டி அவற்றின் மேலும் மீன்களை உப்பிட்டுக் காயப் பரவிவைப்பார்கள். அவர்கள்பாடு கள்ளும் பாட்டுமாக அமர்க்களமாக இருக்கும்.

முதல் இரண்டு மூன்று நாட்கள் வெய்யிலில் மீன்கள் தம் ஈரப்பிடிப்பை இழந்துகொண்டிருக்கையில் அவை காலும் கந்தம் தாங்க முடியாததாக இருக்கும். நான்கைந்து நாட்கள் வெயிலில் உலர்ந்து அவை கருவாடாக மாறத் தொடங்கியபின் அவற்றின் வாசம் விருப்பத்துக்குரியதாகவும், பசியைத் தூண்டுவதாயுமிருக்கும். குடும்பங்குடும்பமாகப் பெண்களும்

சிறுவர்களும் அவற்றைத் திருடர்கள் காகம் நாய் பூனைகளிட மிருந்து காப்பாற்றக் காவலிருப்பார்கள். பள்ளிபோகும் வயதிலுள்ள 'சிறுவர்களின் காலங்கள் இவ்வாறு கடற்கரைகளில் கழிவதையும், அவர்களின் உழைப்பு சுரண்டப்படுதலையும் எப்படி அரசு அனுமதிக்கிறது' என்றும் செலா சிந்திப்பான்.

அது வைகாசி, ஆனி மாதம். கடலில் அலைகளும் குறைவாக இருக்கும், மீனும் குறைவாக இருக்கும். மீன்கள் இனப்பெருக்கம் செய்யும் காலமாகிய அக்காலத்தைத் தமிழில் கடலின் 'ஆனித்தூக்கம்' என்பார்கள். அக்காலத்தில் வடக்கு நோக்கிப் போனானாயின் பள்ளமடுப் பகுதிகளில் கரைவலை இழுப்பார்கள். ஆழம் குறைவான ஒரு இடத்தில் சில கட்டுமரங்களைப் பிணைத்தோ, பெருமரங்களையோ மிதக்கவிட்டு (இதைப் 'பாதை' என்பர்) அதில் நீண்ட வலையின் ஒரு அந்தலையைக் கட்டிவிட்டு, மறுமுனையை வள்ளத்தில் எடுத்துக்கொண்டு அரைவட்டமடித்து விரித்துவிட்டுவந்து கரையில் தயாராக நிற்கும் ஆட்களிடம் வலையின் மறு அந்தலையை நீண்ட கயிறுகளில் பிணைத்துக் கொடுப்பார்கள். தலைமை மீனவன் 'சரி, இனி இழுக்கலாமென'ச் சமிக்ஞை கொடுத்ததும் எல்லோரும் 'ஏலேலோ ... ஏலேலோ' என்று கூவியபடி வலையின் இரண்டு கரைகளிலும் இணைக்கப் பட்ட கயிறுகளில் பிடித்து இழுப்பார்கள். செலாவும் தன் மிதியுந்தைக் கரையில் வைத்துவிட்டு அவர்களுடன் சேர்ந்து இழுப்பான். வலைமடியில் அகப்படும் மீன்கள் அனைத்தும் துடித்தபடி கரையில் வந்து குவியும். குவிந்த மீன்களை இழுத்த அனைவருக்கும் பிரித்துக் கொடுப்பார்கள். கொடுத்து எஞ்சிய மீன்களை வலையின் உடமைக்கார மீனவர்கள் உள்ளூர் வியாபாரிகளுக்கும், சிறிய குவியலாகக் குவித்துவைத்துச் சில்லறையாகவும் விற்பார்கள். ஒருமுறை செலாவும் தனக்குக் கிடைத்த மீன்களை ஒரு வயரில் கோர்த்து ஆசையுடன் எடுத்துப்போகவும் கடற்கரையில் விளையாடிக்கொண்டிருந்த சிறுவர்கள் 'வெள்ளைக்காரன் மீன்களை எங்கடா கொண்டு போகிறான்' என்று வேடிக்கைப் பார்ப்பதற்காக அவனைப் பின்தொடர்ந்து ஓடி வந்தனர். செலா மிதியுந்தைக் குருசு வீட்டில் நிறுத்தவும் அனைவரும் திரும்பி ஓட்டமெடுத்தனர்.

ஒருநாள் குருசு செலாவைக் கூட்டிக்கொண்டு போய்த் தனக்கு மாமன் சீதனமாகக் கொடுத்ததும், தற்போது பாவனையில்லாமல் பள்ளமடுவில் தலைகீழாகக் கவிழ்த்துப் போடப்பட்டிருந்த தன் வள்ளத்தைக் காண்பித்தான்.

"இதை மறுபடியும் உயிர்ப்பிக்க என்ன செய்ய வேண்டும் குருஸ்?"

“வள்ளத்தை அரத்தாள் போட்டு *(Sandpaper)* சுத்தமாக்கிக் குங்குலியம்/அரக்கு உருக்கிப் பூச வேண்டும், அரக்கு படிந்து கெட்டிப்பட்ட பின்னால் மேலே ஒரு படை தார் உருக்கிப் பூச வேண்டும். விரும்பினால் அதுக்கும் மேலே பெயின்ட் அடிக்கலாம்... அதெல்லாம் வசதியைப் பொறுத்தது”

“ஒரு யமஹா அவுட்போட் மோட்டாரும் வாங்கிப் பொருத்திவிட்டேனானால் நானே தனியாகக் கடலுக்குப் போய் வருவேன் சேர்... ஒருத்தர் உதவியும் தேவையில்லை. ஆனால் என் தற்போதைய பொருளாதார நிலையில் எதுவும் ஆகிற காரியமில்லை” என்று பெருமூச்செறிந்தான்.

“சேர் என்று என்னைச் சொல்ல வேண்டாமென்று பல தடவை சொல்லிட்டன்”

“Ok Sir.... Sorry Sela.”

“ஆகாத காரியமென்று எதுவுமில்லை. சரி குருஸ்... வள்ளத்துக்கு அரக்குப் பூசிப் பெயின்ட் அடித்துத் தரக்கூடிய ஆசாரிமார்களை நாளைக்கே போய்ப் பார்ப்போம்”

“என்ன சொல்றீங்க செலா...”

“ஆமாமா... நாளைக்கே போய்ப் பார்க்கிறோம்”

குருசுவின் கண்கள் நிரம்பி வழிய அவன் உணர்ச்சியில் பேச்சற்றுச் செலாவைக் கட்டிப்பிடித்து விம்மினான்.

ஆசாரிமார் வந்தனர். அடுத்த நாலே நாட்களில் வள்ளம் வர்ணத்துடன் தயாராகி அதற்குச் ‘சாகரகுமாரி’ என நாமமும் சூட்டப்பட்டது.

குருசுவும் செலாவும் புறப்பட்டு இரவு மெயில் வண்டியில் கொழும்புக்குப் போய் 40 குதிரை வலுவுள்ள *(Yamaha) Out boat motor*ம், நைலோன வலையொன்றும் வாங்கி வந்தனர். கூடவே செலா ஒரு டசின் அரிக்கன் லாம்புகளும் வாங்கிவந்து குருசு வீட்டின் அயலிலுள்ள எல்லா வீடுகளுக்கும் கிளெமென்டையும் றேபாவையும் கூட்டிப்போய்க் கொடுத்தான்.

‘சாகரகுமாரி’ வெள்ளோட்டம் புறப்படுகிறாள் என்பது தெரிந்தவுடன் அயலில் எல்லோரும் ‘நான்’ ‘நீ’ யென்று உதவிக்கு வர முண்டியடித்தனர். முதமுறை *Yamaha*வைப் பூட்டிக்கொண்டு செய்த வெள்ளோட்டத்தில் ஏகப்பட்ட மீன்பாடு. நிறைய விளையும், வன்சூரனும், அதளும், சீலாவும் பட்டன. குருசு சாகரகுமாரியையும் செலாவையும் மாறிமாறி முத்தமிட்டோய்ந்தான்.

ஞாயிறுகளில் சாகரகுமாரிக்கு ஓய்வுகொடுத்துவிட்டு. செவ்வாய், வியாழன், சனியில் குருசு கடலுக்குப் போனான். மற்ற நாட்களில் அவனது விசுவாசத்துக்குரிய நண்பன் சிந்தன் வந்து வாடகைக்கு எடுத்துச் சென்றான். சிந்தன் வரும்போது அடுத்த நாளைக்குக் குருசுவுக்குத் தொழிலுக்குத் தேவையான பெற்றோலையும் அவனே தன் மிதியுந்தில் எடுத்துவந்து உதவிகரமாக இருந்தான்.

○

குருசு அதிகாலையில் கடலுக்குப் போகும் நாட்களில் செலாவும் அவன்கூடப் போய்வருவான். பதினொரு மணிக்கெல்லாம் திரும்பிவிடுவார்கள். வள்ளத்தைக் கரையில் ஏற்றியதும் வலையில் சிக்கியிருக்கும் பெரிய சிறிய மீன்கள் அனைத்தையும் பிரித்துக் கூடைகளில் போடுவதற்குக் கரையில் நிற்கும் ஆண்கள் பெண்கள் சிறுவர்களும் உதவி செய்வார்கள். பள்ளியில்லாத நாட்களில் மார்ட்டீனாவும் குழந்தைகளையும் கூட்டிக்கொண்டு பாட்டுக்கு வந்து காவலிருப்பாள். பிடித்ததில் ஒரு பகுதியை உதவி செய்தவர்களுக்குப் பிரித்துப் போடுவான் குருசு.

ஒவ்வொரு ஞாயிறும் அந்தோனியார் கோவிலுக்குப் போயிட்டுத் திரும்பும்போது அண்ணா வீட்டுக்கும் வந்துபோன அமேலியா, இப்போது வாரத்தில் இரண்டு மூன்று தடவைகள் வரலானாள்.

அமேலியா தன்னைப் பார்க்கும் போதெல்லாம் அவள் கண்களில் கனலும் தாபத்தைச் செலா உணர்ந்து கசிந்தான். அவளது கண்களை எதிர்நோக்க முடியாமல் தனக்குள் தள்ளாடித் துவண்டான்.

அமேலியாவின் 'பளிச்'சென்ற முகவாகு மட்டுமல்ல அத்தனை வறுமையிலும் ஒரு தடகள வீராங்கனைக்குரிய உடற்கட்டும், உரோமானியச் சிற்பங்களைப்போல் பிரமாணங்களுக்கமைய வடித்த பிட்டக் கோளங்கள் நீர்மேல் வலந்தைகளென ஒயிலாயசைய, பூமிக்கு நோகாமல் நடக்கும் அவளது நடையின் தோரணையும், உடல் மொழியும் செலாவின் உணர்வுப்புலங்களை மெல்ல மெல்ல இரகசியமாக ஆக்கிரமிக்கத் தொடங்கிவிட்டிருந்தன.

அவள் அங்கே வந்த ஒவ்வொரு முறையும் அந்த ஒரே சல்வாரையே அணிந்து வந்ததைக் கவனித்தவனுக்குத் 'தான் அவளுக்குப் புதிய உடுப்புகள் ஏதாவது வாங்கிக் கொடுக்க வேணுமென்று விருப்பமாகவும், ஆனால் அதைக் குருசு எவ்விதமாக எடுத்துப்பானோ என்று தயக்கமாகவும் இருந்தது.

இருந்தும் அன்று இரவு 'கள்ளின் ஜோதியில்' கலந்திருந்தபோது வந்த துணிச்சலில் கேட்டேவிட்டான்:

"குருசு நான் அமேலியாவைப் பற்றி ஒன்று உன்னிடம் கேட்கலாமா..."

"தாராளமாகக் கேளு செலா... அவள் ஸ்படிகத்தைப் போல ஒளிவுமறைவுகளற்ற ஒரு மாதரசி"

"நான் அமேலியாவுக்குக் கொஞ்சம் உடுப்புகள் வாங்கிக் கொடுக்க விரும்புகிறேன்... அதைப் பற்றி என்ன நினைக்கிறாய்..?"

"அடடா... ஒரு தேவதூதனைப் போல வந்து நீ எங்கள் குடும்பத்துக்கு எவ்வளவு செய்துப்புட்டே..., அவளுக்கொரு உடுப்பு வாங்கித் தருவதை இந்த அண்ணன் வேணாம்பேனா... என்ன சின்னப்பிள்ளைக் கேள்வி இது" என்றுவிட்டு மீண்டும் அவனது கிளாஸை நிரப்பினான்.

"இல்லைப்பா... தமிழ்ப் பெண்கள் பிற ஆண்கள் ஆடைகளோ சேலையோ வாங்கித் தருவதை ஏற்கமாட்டார்களென்று அறிஞ்சிருக்கிறேன்... அதால ஒரு முன்னெச்சரிக்கை... தற்காப்புக்காகக் கேட்டேன்..."

"அந்நியன் என்று உன்னை எண்ணவேயில்லை... என்னுயிர் உறவானாய்..." குருசு தகரக் குரலில் ஒரு 50 களின் சினிமாப் பாட்டை எழுப்பியவன், அதைத் தொடர முடியாமல் உடைந்தான்.

"இந்தக் கடன்களையெல்லாம் உனக்கு எந்தப் பிறவியில தீர்க்கச் சொல்லித் தேவன் விதிச்சிருக்கானோ..." நெகிழ்ந்து கலங்கினான். செலாவுக்கு எதுவும் புரியவில்லை.

○

"மீன்பிடியைத் தொழிலாகக் கொண்ட மக்களில கொஞ்சம் வசதியானவர்கள் இப்பிரதேசத்தில் எங்கே வாழ்கிறார்கள்" என்று கேட்டான் செலா.

"வசதியானவங்க நாலைந்து படகுகள் வைத்து ஆட்களை வேலைக்கமர்த்தி வசதியாக வாழுற சம்மாட்டியார்கள் எல்லாம் வங்காலை, மன்னார்த் தீவு, பேசாலைப் பகுதிகளிலதான் இருக்கிறார்கள். அங்கே எனக்கு நிறைய நண்பர்களும் உறவுகளும் இருக்கிறார்கள், ஓகே... நாளைக்கே நாம சாகரகுமாரியில ஒரு உல்லாசச் சவாரி போவோமா அங்கே..." என்றான் குருசு.

மறுநாள் குருசுவும் செலாவும் மார்ட்டீனாவும் குழந்தைகளும் புதுக்குமரியாகிப் புது மோட்டருடன் மினுக்கிக்கொண்டு நின்ற சாகரகுமாரியில் அமர்க்களமாகப் புறப்பட்டனர்.

செலா தன் *Casio Exilim EX-ZR100 High-Speed Digital* கமெராவை எடுத்துத் தன் முதுகுப் பையினுள் வைத்துக்கொண்டான். அரை மணித்தியாலந்தான் ஆனது. புளியந்தீவுக்கும் தள்ளாடிக்கு மிடையால் ஒரு கால்வாயைப் போல ஒடுங்கிய கடலினூடு குமாரி வங்காலைக் கரையை அடைந்துவிட்டிருந்தது புது அனுபவமாக இருந்தது.

சாகரகுமாரியை வங்காலைக் கரையில் ஏற்றியதும் பலரது கண்களும், அவளையே மொய்த்தன. மீன்களைக் குவித்து வைத்துக் கூவி விற்றுக்கொண்டிருந்த குருசின் நண்பன் சீமோன் இவர்களைக் கண்டதும் ஓடி வந்தான்.

"மச்சான் ஆர் வெள்ளை... ஆரும் *CEYNOR* பார்ட்டியோ?"

"சாய்... அது *CEYNOR* பார்ட்டி இல்லை, சொன்னாலும் உனக்கு உடன புரிஞ்சிடும்... சும்மாகிட... பிறகு சொல்றன்"

"யாரெண்டாலும் பார்த்துக் குடும்பத்துக்க அமுக்கிடு..." என்றான் அர்த்தத்துடன்.

"நீ உன்ர யாவாரத்தைக் கவனி... நாங்கள் இப்பிடிப் பாடுகளைப் பார்த்துக்கொண்டு வரப்போறம்..."

செலா உற்சாகமாகித் தன் கமெராவை எடுத்துச் சாகரகுமாரியையும், மீன் வியாபாரிகளோடு அந்தப் பாட்டில் கண்ட அனைத்தையும் சுட்டுத் தள்ளினான். மற்றெந்தப் பாடுகளைவிடவும் வங்காலைக் கரையில் பெரிய வள்ளங்கள் பல நிறுத்தப்பட்டிருந்தன. மணற்பாட்டைக் கடந்து போனால் அடுத்தடுத்து நிறைந்திருந்த கல்வீடுகள் அவர்களின் வளத்தை யும் வசதியையும் வெளிக்காட்டின. அந்த மணல்வெளி பூராவும் மீனவர்கள் ஆண்களும் பெண்களுமாக வெயிலைப் பொருட்படுத்தாது அங்கங்கே இருந்துகொண்டு தத்தம் வலைகளைத் திருத்திக்கொண்டிருந்தனர்.

அழகான பாடு ஆதலால் சுற்றுலா வந்த வெளிநாட்டுக்காரர் களும் அங்கே நிறைந்திருந்தனர். அவர்களோடான வியாபாரத்தைக் குறிவைத்துச் சிறிய திறந்தவெளி உணவகங்கள் பரந்தும் நிறைந்துமிருந்தன. பட்டிக் உடைகள்விற்கும் கடைக்காரர்களும், இளநீர் விற்கும் வியாபாரிகளும் கூவியபடி இருந்தனர். செலா றேபாவுக்கு இரண்டு அழகிய கவுன்களும், கிளெமென்டுக்கு இரண்டு களிசான்களும் பொருத்தமான டி–ஷேர்ட்டுகளும் வாங்கிக் கொடுத்தான். 'அமேலியாவும் கூட வந்திருந்தாளேயானால் அவளுக்கும் பட்டிக் கவுன்கள் வாங்கியிருக்கலாம்... இன்னும் சந்தோஷமாக இருந்திருக்குமே' எனச் செலாவின் மனம் அடித்துக்கொண்டது.

பின் எல்லோரும் உணவகம் ஒன்றுக்குப் போய் ஸ்டூல்களில் அமர்ந்து பொரித்த நண்டுகளும், இறால்களும் வாங்கிச் சாப்பிட்டனர். இவர்கள் சாப்பிட்டு முடிப்பதற்குள் வியாபாரத்தை முடித்துக்கொண்டு சீமோன் அங்கே ஓடி வந்தான்.

"இதை ஏன் இப்ப அவசரப்பட்டுச் சாப்பிடுறிய . . . எல்லோரும் வீட்டை வந்து சாப்பிட்டிடுத்தான் போகோணும் சரியா . . . இன்றைக்கு எங்க வீட்டில குடல்க்கறி . . . மென்டிஸ் ஸ்பெஷலுமிருக்கு . . ." என்று கண்ணைச் சிமிட்டினான்.

தெருவிலோ கடற்கரையிலோ பார்த்த ஒரு நண்பனையும் அவன் குடும்பத்தையும் வீட்டுக்கு விருந்தாட அழைத்து உபசரிக்கும் இவர்கள் வித்தியாசமானவர்கள். அப்பண்பு செலாவுக்கு முற்றிலும் புதுமையாக இருந்தது.

சாப்பிடும்போது பழைய கதையை மீண்டும் தொடக்கினான் சீமோன்.

"எப்பிடியோ வெள்ளையை மடக்கி மாப்பிள்ளையாக்கிட்டி யானா எங்கேயோ போவிடுவாய் குருசு . . . *CEYNOR* ஐ மூடிட்டுப் போகக்குள்ள அந்த ஒபிஷர் ஹாவார்ட், நம்ப நிக்கலாஸுக்கு ஒரு *Fibreglass* போட்டையே தூக்கிக் கொடுத்திட்டுப் போகேல்லெயே . . . அவங்களுக்கு உதெல்லாம் ஒரு சிம்பிள் மேட்டர் கண்டியோ . . ."

"ஏற்கெனவே அவன் நிறையவே எங்களுக்குத் தந்திட்டான் . . . நிறையக் கடன்பட்டிட்டம். எல்லாம் கர்த்தர் விரும்பிய அளவில இருக்கட்டும். அளவுக்குமீறி ஆசைப்பட்டால் அவரே எல்லாத்தையும் திருப்பி எடுத்திடுவார் சீமோன். அவன் அவங்கட நாட்டில பெரிய ஒபிஷராம் . . . ஏதோவொரு ஆராய்ச்சிக்காக வந்திருக்கிறான். நாங்கள் ஏணி வைச்சாலும் எட்டாத உயரங்கண்டியோ. அந்தக் கதையை விடு" என்று சினந்தான் குருசு. மென்டிஸ் போத்தல் காலியாகி மாலை கவியத் தொடங்கவும் அவர்கள் படகை நோக்கிப் புறப்பட்டனர்.

❍

இன்று மாலை மிதியுந்தில் கடற்கரைக்குத் தன் உதைபந்தை எடுத்துப்போய் சிறுவர்களுடன் சேர்ந்து விளையாடிவிட்டுப் பந்தையும் அவர்களுக்கே கொடுத்துவிட்டு இருட்டுக்குள் வந்த செலாவின் கால் சிறு கிடங்கொன்றினுள் இறங்கி மடங்கியதில் கணுக்காற் குளச்சுக்குள் சுளுக்கிக்கொண்டுவிட்டது. ஒருவாறு ஒற்றைக் காலால் மிதித்துமிதித்து வீடு வந்து சேர்ந்தான். அவன் நொண்டிக்கொண்டு நடக்க முடியாமல் வருவதைக் கவனித்த குருசு செலா உடம்பைக் கழுவிக்கொண்டு வந்ததும் மீன் கிறில்

151

ஒரு பாய்மரப் பறவை

போடும் வலையை அடுப்பில் வைத்து அதில் சில பாவட்டை இலைகளை வாட்டிச் சூடாக அவன் காலை நீவிவிட்டு, அவ்விலை களை வைத்தொரு துணியால் சுற்றிக் கட்டியும் விட்டான். கொஞ்சம் வலி குறைந்ததைப்போல இருந்தது.

"ஒண்ணுக்கும் யோசிக்காத செலா... இதுக்கு அமேலியாகிட்ட அருமையான வைத்தியமிருக்கு... சிலாபத்துச் சோமசுந்தரம் என்கிற மலையாளத்து மூலிகை வைத்தியருடைய தைலமொன்று வைத்திருக்கிறாள். அதைப் போட்டு இரண்டு தரம் நீவி விட்டாளாயின் நாளைக்கே குணமாயிடும். அப்படியான மஜிக் மருத்துவ விரல்கள் அவளுக்கு" என்றான்.

அடுத்தநாள் பொழுது புலரவும் குருசு செலாவின் மிதியுந்தை எடுத்துக்கொண்டு கொம்புதூக்கிக்குப் போய் அவளை எண்ணெய்க் குப்பியோடு ஏற்றி வந்தான். பதினொரு மணியாகிவிட்டிருந்தது. றேபாவும், கிளெமென்டும் பள்ளிக்கூடம் போயிருக்க மார்ட்டீனா வார்த்துக் கொடுத்த தோசையைச் செலா விண்டு மாசிச் சம்பலுடன் தறைந்துகொண்டிருந்தான்.

அமேலியா வீட்டுக்குள் நுழைந்ததும் செலா,

"Good morning... What should I pay for the beautiful doctor who came from pretty far away?"

(இம்மாந் தொலைவிலிருந்து வரும் அழகான டொக்டருக்கு நான் என்ன கட்டணம் தரவேண்டும்?)

எனவும் அமேலியா அழகாக வெட்கப்பட்டாள்.

"அட அமலா வெட்கப்பட்டு இன்றைக்குத்தான் பார்க்கிறேன்... அப்படி என்னதான் சொன்னாரு செலா..? என்ற மார்ட்டீனா,

"உங்களுக்கு டீ வார்க்கவா" எனவும்,

"எனக்கு வேண்டாம் அண்ணி... இப்போதான் வழியில அண்ணா எனக்கு 'பண்'ஸும் டீயும் வாங்கித் தந்தார்" என்றுவிட்டு,

"சுளுக்கை எப்படீண்ணா இங்கிலிஷில சொல்றது..?" என்றாள்.

"அது தெரிஞ்சா... நான் எதுக்குச் சாமத்தில எழும்பித் தோணி வலிக்கப் போறன், பேசாம மன்னாருக்கு *D.M.O.* ஆகியிருப்பேன்ல..?"

என்றபடி குருசு செலாவின் கித்தான் மடக்குக் கட்டிலை வெளியே கொண்டுபோய் கல்தேக்குமர நிழலில் வைக்கவும் செலா அதில்போய் அரைக்காற் சட்டையுடன் கால்களை நீட்டிப் படுத்துக்கொண்டான்... அமேலியா அடுப்பில் கொஞ்சம் வெந்நீர் வைத்து வெள்ளைத் துணியொன்றை அதில் அமுக்கிப்

152 பொ. கருணாகரமூர்த்தி

பிழிந்துவிட்டு அவனது காலை முதலில் துடைத்து விட்டாள். அமேலியா சிறுமேசையை நகர்த்திக்கொண்டுபோய் அவன் கட்டிலருகில் போட்டுவிட்டு அதன்மேலொரு துவாலையை மடித்துப் பரவினாள். கால் உலரவும் கட்டிலில் ஓரமாக அமர்ந்து செலாவின் காலைத் தூக்கி அதன்மேல் வைத்துவிட்டுக் கெண்டைக்கால் தசையிலிருந்து மேற்பாதம் விரல்களென்று எடுத்துவந்த தைலத்தைப் போட்டுத் தடவினாள். தான் அங்கு நின்றால் அமேலியா அவனைத் தொடுவதற்குச் சங்கடப்படலா மென்றெண்ணிய குருசு ஒரு பீடியை எடுத்து வலித்துக்கொண்டு சற்று விலகி நின்றவன் ஒரு யோசனையுடன் "இதோ வர்றேன்" என்றுவிட்டு மீண்டும் மிதியுந்தில் ஏறிப் போனான்.

அமேலியா தைலத்தை விரவிக் காலின் மொளியைச் சுற்றிச் சூடு கிளம்ப மெல்லமெல்லத் தேய்த்துவிட்டு மேற்பாதத்துக்கும் ஒவ்வொரு விரலுக்கும் தனித்தனியே தடவிவிட்டு அவற்றை இழுத்துப் பார்த்தாள். ஒன்றிலும் நெட்டி முறியவில்லை. குளச்சில் 'சுளுக்கு' இருப்பதால்தான் 'நெட்டி' முறியவில்லையென்பது அவளுக்குத் தெரியும். செலாவுக்கு இலேசாக வலித்தாலும் அமேலியாவின் விரல்களின் ஸ்பரிசத்தால், ஒரு தேவதை தன்னைத் தொட்டு வருடிக்கொடுப்பதான கிறக்கத்தோடு கண்களைச் சொருகிக்கொண்டு வேறொரு உலகத்தில் சஞ்சரிக்கலானான். அரைமணிக்கும் மேலான வருடலைத் தடவக் கொடுத்த கன்றைப்போலச் சுகித்திருந்தவனின் பாதத்தையும் புறவடியையும் இரண்டு கைகளாலும் இறுக்கமாகப் பொத்திப் பிடித்துக்கொண்டு "*Pardon me*" என்றுவிட்டுத் திடுப்பென மேல்நோக்கி லேசாக மடிக்கவும் 'சடக்'கென முறிந்த பெருநெட்டியில் சுளுக்கும் எடுபட்டது. 'அவ்வா' என்று அலறியவனுக்கு முகமெல்லாம் வியர்த்துக் கொட்டியது.

"ஓகே . . . ஓகே . . . கடவுள் கிருபையால் உனது 'சுளுக்கு' சரியாகிவிட்டது" எனச் சிரித்தவள் தன் நெற்றியிலும் நெஞ்சிலும் தொட்டுச் சிலுவைக்குறி இட்டுக்கொண்டாள்.

அமேலியா அன்று வீட்டுக்குத் திரும்பவில்லை, அங்கேயே தங்கிக்கொண்டாள். குருசு திரும்பி வரும்போது இரண்டு விடலைக் கோழிக் குஞ்சுகளை வாங்கி வரவும் மார்ட்டீனா செலாவுக்கு மிளகு, வெஞ்சனம் தூக்கலாகப் போட்டு அருமையான 'சூப்'பொன்று வைத்துக் கொடுத்தாள். இவர்களது உபசரிப்பும் தாபரிப்பும் ததும்பும் அக்குடிசையேதான் 'பூலோகத்தின் சொர்க்கம்' எனப்பட்டது அவனுக்கு.

அடுத்தநாள் காலை குழந்தைகள் இன்னும் தடுப்புக்கப்பால் முடங்கியபடி தூங்கிக்கொண்டிருந்தனர். குருசும் மார்ட்டீனா வும் எழுந்ததும் வழக்கம்போல் அருகிலுள்ள காட்டுக்கு

வெளிக்குப் போய்விட்டதை உறுதிசெய்துகொண்டு, அமேலியா வந்து செலாவின் கட்டில் விளிம்பில் அமர்ந்து "குட் மோனிங்" என்றபடி அவனது செவிலியென்கிற உரிமையோடு அவன் காலைத் தூக்கித் தன் மடியில் வைத்து வீக்கம் வற்றியுள்ளதாவெனப் பரிசோதித்தாள். இப்போது வீக்கம் செவ்வீதமும் வற்றியிருந்தது. "*The pain is vanished, Thank you my dear doctor*" என்றவன் அவள் மடியில் வைத்த காலை சில்மிஷத்துடன் உட்தொடைப் பக்கமாக லேசாக அமுக்கித் தன் மோகத்தைத் தெரிவித்தான். அமேலியாவிடம் ஆட்சேபம் எதுவுமில்லை. அவன் மோகத்தின் சமிக்ஞைகளும் இவள் தாபத்தின் சமிக்ஞைகளும் பரிந்திசைக்கவும், அவள் வலது கையைப் பிடித்திழுத்து அதில் முத்தமிட்டான். அமேலியா அதற்கும் இசையவும் திடுப்பென அவளை எட்டி வாரியிழுத்து நெஞ்சோடு அணைத்து அழுத்தி முத்தமிட்டான். எதிர்பாராத தழுவலிலும் முத்தத்திலும் செலாவின் மோகம் மெழுகிய அமேலியாவின் கட்டுடல் அவனது அணைப்பின் பிடிக்குள் பரவசத்தில் அதிர்ந்ததைச் செலா அனுபவித்துச் சுகித்தான்.

'தேவன்தான் இந்தச் செலாவின் மூலம் தனக்கேதாவது சேதியை விடுக்கிறானோ'வென அமேலியா சிந்தித்தாள். என்றாலும் அதுக்கு 'இத்தனை உயரத்தில் இருக்கும் ஒருவனையா ...' அவளுக்கு எல்லாமும் கனவில் நடப்பதைப் போலிருக்கவும், இறகெனப் பவனத்தில் மிதந்து அலைவுற்றாள்.

அப்பாவின் சாரத்தால் தலைமுதல் பாதம்வரை போர்த்திக் கொண்டு படுத்திருந்த கிளெமென்ட், மார்ட்டீனா திரும்பியதும் அவள் காதில் குசுகுசுத்தான்: "அம்மா ... அம்மா ... செலா மாமா அமலாத்தைக்கு உம் ... உம் ... உம்மா கொடுத்தவர் ..."

"உஷ்ஷ் ... அது அவள் அவருக்குத் தைலம் பூசி நோவைச் சுகப்படுத்திவிட்டவளல்லோ ... அதுக்குத்தான் குடுத்தவர் ... நீ அதெல்லாம் பார்க்கக்கூடாது ... கண்ணை நோண்டிப்போடுவன் ... எழும்பிப் பல்லை மினுக்கிட்டுப் பள்ளிக்கூடம் போடா சோம்பேறி" என்று கண்களை உருட்டி முழுசி மிரட்டினாள்.

செலாவும் சாரம் உடுத்திக்கொண்டு கோலாப் போத்த லொன்றுள் தண்ணீர் எடுத்துக்கொண்டு மிதியுந்தில் தொலைவாகப்போய்க் காலைக்கடனை முடித்துக்கொண்டு வரவும் குருசு அவன் மிதியுந்தை எடுத்துப்போய் எல்லாருக்கும் வெள்ளையப்பம், சீனிச்சம்பல், பாலப்பங்கள் வாங்கி வந்தான். மார்ட்டீனா எல்லோருக்கும் பால் தேநீர் வைத்துக்கொடுத்தாள். சாப்பாடானதும் றேபாவும் கிளெமெண்டும் பள்ளிக்கூடத்துக்குப் போகும் அயற்சிறுவர்களின் கும்பலுடன் சங்கமித்தனர்.

அமேலியாவும் சிற்றுண்டியானதும் "அண்ணா நான் பத்துமணி பஸைப் பிடிக்கோணும்" என்றாள்.

குருசு "ஏம்மா... வந்ததுதான் வந்தாய் இன்னும் இரண்டு நாள் இருந்துட்டுப் போனால் என்ன" எனவும்,

"இல்லேண்ணா . . . ஒரு கலியாணத்துக்குப் போகிற பெடிச்சியின்ர தையல் வேலையொன்று முடிச்சுக் கொடுக்க வேணும், அதைக் கொடுத்திற்று நான் நாளையின்டைக்கு வாறன்"

செலாவுக்கு உரையாடலின் சாராம்சம் புரியவும் குருசிடம்,

"Is she going, Why so hurry..." என்றான்.

"Yes Sela... She got some embroidery work to complete there."

"Oh... A multi talented Angel... amazing, என்றவன் *"Oh Now it's my time to pay her Fee",* என்றுவிட்டு நான்கு ஐநூறு ரூபாய் தாள்களை எடுத்து அவளிடம் நீட்டவும், திகைத்துப்போன அமேலியா "இல்லையில்லை... அம்மாடி, நான் இதுக்கெல்லாம் பணங்காசு வாங்கிறேல்லையென்று அதுட்டச் சொல்லண்ணா" என்றுதுடுப்பு வலித்துவலித்து அகன்ற மார்போடிருந்த தமையனின் பின் ஒளிந்தாள்.

செலா அவளருகிற்போய் *"This is not a Medical Fee, but have it as my delayed Easter Gift for you, Please have it"* என்று கெஞ்சவும்...

"ஓமம்மா... அவன் உன்னைக் கண்ட நாள்முதல் உனக்குத் தான் ஏதாவது பண்ண வேண்டுமென்று எங்கிட்டச் சொல்லிக் கொண்டிருக்கான். வாங்கம்மா வாங்கிக்கோ. குறையில்லை" எனவும் நடுங்கும் கரங்களில் அவள் அதை வேறுபக்கம் பார்த்தபடி வாங்கிக்கொண்டாள்.

புறப்பட்டுப் போகமுதலே அவனிடம் 'தன் ஓரவிழிப் பார்வையால் உள்ளதெல்லாம் சொல்லி'விட்டுச்சென்ற அமேலியா வாக்களித்தபடி இரண்டேநாட்களில் சுறாப் பிட்டும் அவித்து எடுத்துக்கொண்டு, புருவங்களை வில்லாகப் பண்ணி நயனங்களை அகட்டி எழுதிப் புதிய சுடிதாரின் பட்டுச் சல்வார் காற்றில் பறக்கப் பகட்டிக்கொண்டு தோரணையாக வந்திறங்கினாள்.

❍

செலாவுக்கும் அமேலியாவுக்குமிடையே ஒரு நுட்பமான இரசாயனம் தொழிற்படத் தொடங்கியிருப்பதை அவதானித்த மார்ட்டீனாவும் இரவு படுக்கையில் குருசின் காதுகளுக்குள் சொன்னாள்:

“அமலி சுறாப்பிட்டோடு வளைஞ்சுகொண்டு வந்து நிற்பதைப் பார்க்க அவ செலாமேல ஆசைப்படுறா போலயிருக்கு”

“ம்ம்ம்... வேணுன்டா அவனையே வைச்சிருக்கட்டுமே... நானா வேணாங்கறேன்.”

“என்ன ... ஒரு ‘மாமா’ மாதிரி விட்டெறிஞ்சு பேசறீங்க... அப்போ அமலி எங்க பிள்ளையில்லையா...” என்றுவிட்டு அவன் நெஞ்சில் மாறிமாறிக் குத்தினாள்.

“காடை கௌதாரியைக் கேட்டாக்கூடப் பரவாயில்லை... நம்ம தரத்துக்கு ஒருத்தி ராஜாளிக்கு ஆசைப்படலாமா... நடக்கிற காரியமாடி இது... அவனுக்கும் அப்படி ஆசையிருக்கா என்டதல்லோ கேள்வி...”

அன்று மாலையே செலா வெகு துணிச்சலாயும் நாசூக்காயும்,

“நானும் அமேலியாவும் கடற்கரைக்குப் போய்க் கொஞ்சம் பேசலாமென்று இருக்கிறோம். அதையிட்டு குருஸ் குடும்பத்துக்கு ஒன்றும் ஆட்சேபணை இருக்காதே?” என்றான்.

‘செலாவும் அமேலியாவை அளைஞ்சு அனுபவிச்சிட்டு வெள்ளையர் பாணியில் ‘அம்போ’வெனக் கழற்றிவிட்டிட்டுப் போனால் என்னாவது...’ என்றொரு கணம் குருசு திடுக்கிட்டுக் குழம்ப, அம்மௌனத்தைச் சம்மதமாக எடுத்துக்கொண்டு அவர்கள் கடற்கரைப் பக்கமாகப் போனார்கள்.

செலாவும் அவ்வப்போ மென்னீலம், கபிலம், பச்சை, சாம்பரென்று வகைவகையான கண்களால் கொத்துப்படாமலில்லை. அவற்றின் வெம்மை ஒரு தினிசு. ஆனாலும் அமேலியாவின் கருந்திராட்சைக் கோகெயின் கண்களோ மன்னார்க்குடாவில் தகித்த சூரியன்களை விடவும் அவனது இரத்தத்தைச் சூடாக்கித் தீராத லாகிரிக் கிறுகிறுப்பைத் தந்து அவளைப் பிரியமுடியாமலுமாக்கவும், தினமும் இருவரும் கடற்கரைக்கு அப்பாலும் பிணைந்து சுற்ற ஆரம்பித்தார்கள். அமேலியா அவனை,

‘வாங்க... பள்ளிமுனையில உங்களுக்கு ஒரு களங்கட்டிப்பாடு என்றொரு அதிசயமான பாடு இருக்கு. கூட்டிக் கொண்டு போய்க் காட்டிறேன்’ என்றாள்.

சுடர்கள் எரியும்போது வளர்ந்தும் கலந்தும் ஜெகஜாலங்கள் நிகழ்த்திக்கொண்டேயிருக்குமல்லவா... அதேவாறு அமேலியா மழலை ஆங்கிலம் பேசுகையில் அவளது முகம் கண்மூடாமல் பார்க்கும்படி சுடர்ந்துகொண்டிருப்பதைப்போல் செலாவுக்குப்

பட்டது. அலமருந்திருந்தவனை ஒரு தானியில் (ஆட்டோ) அழைத்துப் போனாள்.

பரந்த மணற்கடற்கரையைக்கொண்ட அப்பாட்டில் என்ன விசேஷமென்றால், கடலும் வெகு தூரத்துக்கு முழங்கால் வரையிலான ஆழந்தான். அலைகளுங்குறைவு. மீனவர்கள் சங்கு முகத்திலுள்ள புரியின் வடிவத்தில் *(Spiral / Hairspring)* கூரான கழிகளை 50–60 மீட்டர் விட்டமுள்ள புரியாக நெருக்கமாகக் கடலின் தரையில் குத்திவைத்து அக்கழிகளைச் சுற்றி வலைகளை இணைத்துவிடுவார்கள். அன்றாடம் கடலின் அலைகளோடு கரைநோக்கி வந்த மீன்கள் மெல்லமெல்ல இந்தச் சுருளுருவான வலைவியூகத்தின் மத்தியைச் சென்றடைந்துவிடும். ‘கெம்மின்கூட்டு’க்குள் அகப்பட்ட மீன்கள்போல அவற்றுக்குத் திரும்பிக் கடலின் திசையில் தப்பி ஓடிவிடத் தெரியாது. சுருள் மத்தியில் தேறிவிட்ட மீன்களை மீனவர்கள் பறிகளைக் கொண்டுபோய் வாரிக்கொள்வார்கள்.

மன்னார்த் தீவிலிருக்கும் பங்கொட்டுக்கொட்டிலிலும் கடல் ஆழமாக இருக்கவில்லை. அங்கேயும் பிடிக்கப்பட்ட சங்குகளின் தசைகளைத் தனியாகத் தோண்டி எடுத்துச் சேகரஞ்செய்தார்கள். இன்னும் தரையில் நண்டுகளைக் கையால் பிடித்தும் மீன்பறிகளில் சேகரித்தார்கள்.

புரியுருவில் வலைகள் நிறுத்தப்பட்டிருந்த கோலத்தைப் பார்த்து அதிசயித்தான் செலா. அந்தி மெல்லமெல்லக் கடலுள் சாய்ந்து அழகுகாட்டி மாலைக்குப் பொன் பூசத் தொடங்கிற்று. அமேலியாவின் சொக்கஏேற்று முகத்தில் பட்டுத் தெறித்த மாயக்கதிர்கள் செலாவினுட் புகுந்து கிளர்த்தவும், ஓங்கில் *(Dolphin)* மாதிரித் துள்ளித் தெறித்துக்கொண்டிருந்தவளை லாவகமாகத் தூக்கிக் கரையேற்றியிருந்த வள்ளமொன்றுக்குட் போட்டு ஆய்வு செய்யலானான். அதில் அவளிடம் மேன்மேலும் பல இன்பச் சுனைகளைக் கண்டு, இகத்திலிருக்கும் சுகங்கள் அனைத்தும் இவளிடமே இருக்குமோவென்ற கனவில் மயங்கித் தியங்கினான். அமேலியா சொன்னது நிஜந்தான். அன்று பள்ளிமுனையில் அவனுக்கு ‘எல்லாமும் ஆனந்த – அதிசயங்களாகவே’ இருந்தன.

அன்றே அமேலியாவிடம் செலா தமிழர்களின் ஏற்பாட்டுத் திருமணங்கள் எப்படி இருக்கும் என்பதை விலாவாரியாகக் கேட்டறிந்தான். அவர்கள் எப்படிப் பெண் கேட்டுப் போவார்கள், அப்படிப் போகும்போது என்ன என்னவெல்லாம் எடுத்துச் செல்வார்கள் என்கிற விவரங்களையும் கேட்டான். சூரியன் சுழியோடிக் களிப்பதற்காகக் கடலுக்குள் மூழ்கவும், அடிவானத்தில் கனத்த மேகங்கள் குவிந்து இரவைக் காய்த்துப் புவனமெங்கும்

நீக்கமறத் தொங்கவிடத் தொடங்கவும் இணை அங்கிருந்து மனமின்றிக் கிளம்பியது.

○

எங்க கிராமத்தில் திரணை தவாளிப்புகளோடு அம்சமாய்க் குதிர்ந்த ஒரு அணங்கை, அந்நியன் ஒருவன் கொத்திக்கொண்டேகுதல் அத்தனை இலேசாமோ... ஒரு வில்லனாவது இருக்கமாட்டானா..? இருந்தான். அவன்தான் கப்ரியேல். அமேலியாவைவிட இருமடங்கு வயசானவன். பிரதி ஞாயிறும் காலையிலோ மாலையிலோ அமேலியா அந்தோனியார் கோவிற்பூசைக்கு வருவாளாதலால் இவனும் சினைக் கிடாரி மாதிரி சும்மா சும்மா அந்தோனியார் கோவிலையே பந்தய–மிதியுந்தொன்றில் *(Racing bike)* சுற்றிக்கொண்டிருப்பான். அமேலியாவின் குரலைக் கேட்டாலோ, தரிசனம் கிடைத்துவிட்டாலோ அவனுக்குள் நெம்பத் தொடங்கிவிட இருப்புக் கொள்ளாது தவிப்பான். 'ஈ'... 'ஈ...' என்று இளித்துக்கொண்டும், வழிஞ்சு சொட்டிக்கொண்டும் அவள் பார்வையில் படும்படியாகத் தேவநற்காரியஸ்தனாகித் தரையைப் பெருக்குவது, மெழுகு திரிதாங்கிகளைச் சுத்தஞ் செய்வது, பூஜை மாடத்தைத் துடைப்பதைப்போல எதையாவது நோண்டிக்கொண்டிருப்பான்.

43ஆவது அகவையிலுள்ள சின்னச் சம்மாட்டியான அவனுக்கு ஏலவே மனைவியும் பள்ளிக்கூடம் போகும் மூன்றோ நாலோ பிள்ளைகளுமிருக்கு. நாலைந்து வள்ளங்கள் வைத்துத் தொழில் நடத்துவதோடு பல மீன்பாடுகளையும் ஊராட்சிச் சபையிடம் ஆண்டுக் குத்தகைக்கு எடுத்துமிருந்தான். அப்பாடு களில் வந்திறங்கும் மீன்களில் வள்ளக்காரர்கள் ஒரு குறிப்பிட்ட வீதத்தை அவனுக்குத் தரவேண்டும். புதிதாகக் கேரளத்துக் கஞ்சா மூடைகளிலும் கைவல்யத்தைக் காட்டுகிறானென்றும் ஒரு கதையுண்டு. ஆதலால் அவனிடம் நல்ல பணப் புழக்கமிருந்தது. வாழ்நாளில் விவிலியத்தை ஒருதடவைகூட முழுமையாகப் படித்திருக்க மாட்டான். ஆனாலும் தன் பணக்கொழுப்பால் ஒளிவிழா நேரங்களில் சொரூபங்களுக்கு மின்விளக்குகள் போட்டுக்கொடுத்தலன்ன தேவ நற்கிரியைகள் செய்து சாமர்த்தியமாக அந்தோனியார் கோவில் திருமறைச் சபைக்குள்ளும் நுழைந்துவிட்டிருந்தான். இன்னும் நாலெழுத்து கூடப்படித்திருந்தால் அரசியலுக்குள்ளும் நுழைந்து விட்டிருக்கக்கூடிய கில்லாடிப் பயல்.

கோவிலுக்கு வந்த அமேலியாவை ஒருநாள் தனியாக மடக்கி நூல்விட்டுப் பார்த்தான்.

"ஹே... அமலாக் கண்ணு... நீ பேசாம எங்கூட வந்திடேன். நான் உனக்கு அந்தோனியாபுரத்திலேயே தனியாயொரு

வீடுங்கட்டித்தந்து அதிலயுன்னை, ஒரு ராஜகுமாரி மாதிரி வைச்சுப்பேன்”

“உஷ்ஷ்ஷ… ஓனாங்குப் பயலே… மரியாதையா மூடிட்டுப் போ… அண்ணேன்ட காதில விழுந்திச்சென்டால் உன்னைக் கூறுகண்டம்போட்டு அந்தோனியாபுரத்திலேயே புதைச்சுக் கல்லும் வெச்சிடுவார் ஜாக்கிரதை… த்தூ…”

குருசு அறிந்தால் அவனைக் ‘கூறுகண்டம்’ போட்டிடுவானென்பது கப்ரியேலுக்கும் தெரியும். அதுக்குப் பிறகு அவள்மேல் திரைந்த ஆசையோடு கொஞ்சநாள் வாலை ஒட்ட மடித்துவைத்துக்கொண்டிருந்தான்.

‘இப்போ அமலா வெள்ளையன் ஒருத்தனோட கடற்கரைப் பக்கமாக சைக்கிள்ல சுத்திறாளாம்’ என்றவுடன் அவனுக்குக் கபாலத்துட் கொதித்தது. தன் சகாக்களுடன் சேர்ந்து அவளைப் பற்றிப் புரளிகளைக் கட்டிக் காற்றில் விட்டான். செலாவுடனான அமேலியாவின் ஊடாட்டத்தை நேரில் பார்த்தவர்களும் அதுபற்றி வெளிப்படையாகப் பேசினால் குருசுவுடன் ‘சருவுப்பட’வருமேயென்ற பயத்தால் மறைவாகக் ‘கிசுகிசு’ப்பதில் இன்பம் துய்த்தனர்.

‘குருசு வீட்டோட கூத்திவீடு நடத்திறான்… அமலாவைக் காட்டிக்காட்டி அந்த வெள்ளையனிட்டைக் காசுகாசாய்ப் பிடுங்குறான், உரிக்கிறான். அவன் குடும்பத்தையே ‘மசுவாசம்’ செய்ய வேண்டும். தேவநற்காரியங்கள், கிரியைகள், பூசைகள் எதிலும் பங்குபற்ற அனுமதிக்கப்படாது.’

மூப்பன், பங்குத்தந்தை வரையில் முறைப்பாடு போய்விடவும் அவர் குருசுவைத் தன்னை வந்து சந்திக்கும்படி ஆளனுப்பினார்.

ஒருகாலம் குருசுவைக்கொண்டு கடத்தல் விஸ்கி வாங்குவித்த பங்குத்தந்தை அவனிடம் அடக்கிவாசித்தாலும் அம்மறை மாவட்டக் குருவானவரென்ற முறையில்: “வெள்ளையனை எல்லாம் வீட்டில அடுக்காத குருசு… அதால உன் குடும்பத்தின் பேர்தான் கெட்டுப்போகும்… எங்க திருச்சபைக்கும் அவமானம். அவனை மெல்ல விரட்டிவிடு” என்று உபதேசிக்கவும் கடுப்பான குருசு,

‘அவன் வெள்ளைக்காரன்தான்… ஏதோவொரு தேசத்தில யிருந்து கர்த்தரே எங்களை உய்விக்கவென்று அனுப்பிவிட்டாப்பல இங்க வந்து எவருடைய நிர்ப்பந்தமுமில்லாமல், தன்னியல்பான பரோபகார குணத்தால எங்கள் குடும்பத்துக்காக ஏதேதோ உதவிகள் எல்லாம் செய்கிறான். அதுதான் உண்மை. மறுக்கேல்லை. குருசு தலையெடுக்கிறது ஊரிலுள்ள போக்கத்தவங்களுக்குப் பொறுக்கலையென்டால்… ஊரோட சேர்ந்து, உயர்பீடத்தில

இருக்கிற அருட்தந்தை நீங்களும் குருசு அவனுக்குத் தன் தங்கையைத் தூக்கிக்கொடுக்கிறானோ, பொண்டாட்டியைக் கூட்டிக்கொடுக்கிறானோ என்றெல்லாம் சந்தேகப்படலாமா ஃபாதர்... கர்த்தருக்கு எப்படிப் பதில் சொல்வீங்க... அப்படித்தான் செலாவெங்கிற அந்த மனுஷன் அமேலியாவைத்தான் வைச்சிக்கிறான்னாக்கூட ... நாம நினைச்சா அவளை அந்த வெள்ளையனுக்கே கட்டிவைப்போமே தவிர ஊர்ப் பராரி களின் ஊளைக்காக அவனை அப்படியெல்லாம் விரட்டிட மாட்டோம் ஃபாதர்...' என்று கோபமாகக் கத்திவிட்டு எழுந்து வந்துவிட்டான்.

'அமேலியாவும் தாம்பத்திய சுகத்தைக் கொஞ்சமாக வேணும் கண்டவள் ... அவளுக்கும் உள்ளே கனன்றுகொண்டு ஆசைகள் இருக்குந்தானே ... அவளைச் செலாவைப்போல ஒரு நல்ல ஜீவன் ஊர் அறியாதபடி விரும்பினால் வைச்சுக் கொள்ளட்டுமே ...' என்று யதார்த்தமாக எண்ணியது பாபமா கர்த்தரே ... அதற்காகத்தான் கப்ரியேல் சைத்தானை இந்தப் பிள்ளைகள் செலா – அமேலியா நேசத்துக்கு வேறொரு வர்ணம்பூசி எங்குடும்பத்தை நாறடிக்க ஏவிவிட்டிருக்கீரா கருமகர்த்தரே ... ஃபாதர் சொன்ன மாதிரி குடும்பப் பெயர் நாறத்தான் போகுதோ ... விஷயம் எம் சமூகத்தில் ஒரு பிரச்சினையாக மையங்கொள்ளுதோவென்ற அச்சமும் அவனுள் வேர்கொள்ளத் தொடங்கவும் மனம் கிலேசமுற்றான் குருசு.

❍

மறுநாள் மாலை மஞ்சள் வெயில் விரவி மினுங்கத் தொடங்க வும் ... இரண்டு தானிகளில் பராபரனும் செலாவும் பட்டு வேஷ்டி கட்டிக்கொண்டு, பராபரனின் சகோதரியும், அத்தையும் இரு வெள்ளித் தாம்பாளங்களில் வெற்றிலை, பழம் பாக்கு, பூக்கள், பலகாரங்கள், பட்டுச் சேலைகள், துணிமணிகள், வாசனாதிகள் நிறைத்து ஏந்தியபடிவந்து குருசு வீட்டு வாசலில் வந்திறங்கவும் குருசுவும் மார்ட்டீனாவும் அமேலியாவும் பசங்களும் அவர்களைத் தடல்புடலாக வரவேற்று உள்ளே அழைத்துச் சென்றனர். பின் மெல்லமெல்ல அயல்வீட்டு உறவுகளும் ஒவ்வொருவராக வந்து கூடவும் குருசுவின் புதுவீடு அப்போதே கல்யாணக் களைகட்டத் தொடங்கியது.

❍

***அகநாழிகை*, ஒக்டோபர் 2022**

10

தாத்தா ஒரு மாதிரி

சம்பு பாதருடைய கொப்பாட்டனின் கிளைவழி முறையில் சகோதரனாக வரும் பஞ்சாபிகேசன் என்பாரின் மகள் லலிதா என்கிற லலிதாகுமாரிக்குக் கும்பகோணத்தில் இன்றைக்குத் திருமணம். மாப்பிள்ளை ஐடி பொறியாளராம். மும்பையில் ஒரு குழுமத்தில சேர்ந்து ஆறேமாசந்தான், அதுக்குள்ள அமெரிக்காவிலொரு கணினிக் குழுமம் எப்போ வந்து பணியிலே சேருறேள்னு மெசேஜ் அனுப்பிட்டே இருக்குதாம். லலிதாவும் இங்கிலிஷ் லிரறேச்சர் பி.ஏ. முடிச்சிட்டிருக்காள். இணை விரைவில் இணைந்துபோய் அமெரிக்காவில் செட்டிலாகி விடுவார்களாம்.

தாத்தா வீட்டிலே எது விஷேசமின்னாலும் இரண்டு மூன்று நாளைக்கு முதலே குடும்பத்தோடு அமர்க்களமாய் வந்து நின்று எதிலும் ஒரு குறைவு மில்லாமல் நிறைவாய்ச் செய்து கொடுத்துவிட்டுப் போகிற அக்குடும்பத்தின் முதற்கொண்டாட்டத்தைச் சாட்டுப்போக்குச் சொல்லித் தட்டிக்கழிக்க முடியாதல்லோ. தாத்தாவின் குடும்பத்தில் பாட்டி மிஸிஸ் சம்புபாதர், மகன் விச்சு, மிஸிஸ் மைதிலி விச்சு, மகள் சியாமளா அவள் புருஷன் + வாண்டுகள் எல்லோருமே திருமணத்துக்குப் போயிருந்தார்கள்.

தாத்தாவுக்கு ஆறுமாச முன்னேதான் லேசாக மைல்ட் ஸ்ட்ரோக் ஒன்று வந்து கடவாயைக் கொஞ்சம் இழுத்தது. தீவிர வைத்தியத்தில் வாய்

குணமாகி என்ன இப்போ முன்னரைவிடவும் அலாதியாகப் பேசுகிறார். திருமணத்துக்குத் தாத்தாவையும் தொடரியில் கூட்டிப் போவதானால் அவரையும் ஒரு பயணவுறையைப் போலப் பக்குவமாய் ஏற்றியிறக்கி எடுத்துப்போய் எடுத்துவர வேண்டும். அல்லது அவருக்காக ஒரு சீருந்தையாவது ஏற்படுத்த வேணும். பெற்றோல் விலையில அதுக்கு 3000 ரூபா தனியாக வேணும். அதுக்கு அந்தப் பணத்தை மொய்யாக எழுதி விட்டால் அவாளுக்காவது பிரயோசனப்படுமேயென்று நடைமுறையில் யோசித்து முடிவெடுத்துவிட்டு இவருக்குக் காலையாகாரமாக இட்லி சாம்பார், சட்னி, மிளகாய்ப் பொடி எல்லாம் எடுத்துவைத்துவிட்டு அவரை வீட்டில் கன்வேஸ் கட்டிலிலேயே விட்டுப் போனார்கள்.

தாத்தாவருகில் கை எட்டுக்குள்ளாக வேண்டிய அவ்வாரத்துப் பத்திரிகைகள் கல்கி, கலைமகள், விகடன், தண்ணீர்ச் சொம்பு, மூக்குப்பொடிச் சிட்டிகை, தலைவலி மாத்திரைகள் எல்லாம் எடுத்துத் தயாராக வைக்கப்பட்டன.

வீதிக்கு எதிர்த்த சாரியில நாலாவது வீட்டில இருக்கிற சாந்தம்மாவை மத்தியானம் ஒரு சுண்டு சாதம் வடிச்சுக் குடுடீன்னு பாட்டி சொல்லி அரிசி, பருப்பு, காய்கறிகள், பச்சமிளகாய், பூண்டு, துருவுபலகை அரிவாள்மணை எல்லாம் வெளியில் தயாராக எடுத்துவைத்தார்கள்.

காலையில் மாங்கல்யதாரணம், மதியம் உடனேயே ரிஷெப்சனுமாம். சாப்பாட்டுப் பந்திகள் மொய் எழுதுவதற்கான வரிசைகள் ரொம்ப நீளாமலும் இருந்து தெரிந்தவர்கள் யாராவது இவர்களைப் பொழுதோட ரயிலடியில விட்டுவிட்டாலோ அல்லது டாக்ஸியோ ஆட்டோவோ கிடைத்துப் புறப்பட முடிந்தாலோ மாலை ஏழு எட்டு மணிக்குள்ளாற கொஞ்சம் கட்டுச்சாதம் பலகாரங்களோட வந்திறங்கிவிடலாம் என்ற பாட்டி மிஸிஸ் குமுதலேகா சிரையரின் ஊகத்தோடும், அவசியம் கல்யாண வீட்டுக் கட்டுச்சாதத்தையும் பாயாசத்தையும் கொணர்ந்து கொடுத்து அப்பாவுக்குச் சுகரை ஏத்தணுமா என்ற சியாமளாவின் நியாயமான கவலையோடும், கல்யாணத்துக்காகக் கொண்டுபோகிற நகைகள் அத்தனையையும் குண்டுமணி குறையாமல் பக்குவமாய்த் திருப்பிக் கொணர்ந்து சேர்த்திடணுமே என்ற அக்கறையில் பயணவுறையைச் சிக்காராகக் கட்டிப்பிடித்த மருமகள் மிஸிஸ் மைதிலி விச்சுவின் கவலையோடும் ஏழே காலுக்கே டாக்ஸியை வரவழைத்து ரயிலடிக்குப் புறப்பட்டது கல்யாணக் கோஷ்டி.

போதாததுக்கு எதிராத்தில 32 வயதாகியும் வேலைவெட்டி கல்யாணங்காட்சி ஒன்றுமில்லாமல் இருக்கிற ரகோத்தமன் அப்பப்ப வந்து தாத்தாவோட பேசிண்டிருக்கப் போறான். என்னமோ தத்துவ விசாரமாம், மணிக்கணக்கா கேட்கிறவாளுக்கு எதுவும் புரியாம இருவரும் சலம்பிண்டேயிருப்பாள்.

ரகோத்தமன் காலையில் எழும்பிப் பல்தேய்த்து முகங்கழுவி ப்றெஷாகி டீயெல்லாம் அவனே போட்டுக் குடித்து டீஷேர்ட்டை மாற்றிக்கொண்டு வீட்டு வாசலில் வந்து நின்று பள்ளிக்கூடம், காலேஜ் போகிற அரைத்தாவணி அலரகவைகள், வேலைக்குப் போகிற முழுத்தாவணி சுடிதார் மடந்தைகள், அரிவையர், தெரிவையர் எல்லாத்தையும் வருடி வழியனுப்பிவிட்டு ஏறுவெயில் ஏறத்தொடங்கவும் தாத்தா வீட்டுக்குப் போக எண்ணினான். தாத்தா வீட்டுக்குள் நுழையமுன் அவனுக்கு டீ குடித்த வாயுக்கு ஒரு சிகரெட் பிடிக்கத்தான் மனம் பிரீதிப்பட்டது. ஷேர்ட் பாக்கெட்டில் வெள்ளைச் சல்லி இல்லை, சரி தாத்தாவின் மூக்குப்பொடிச் சரையிலிருந்து ஒரு சிட்டிகை எடுத்துக் கிறுகிறுப்பை ஏற்றுவோம் என்று வீதியைக் கடந்துபோய் கேட்டைத் திறந்து கொண்டு உள்நுழைந்தான்.

தாத்தாவின் இயற்பெயர் சம்புபாதாசிரியர். இவருக்குத் திருவாதவூரில் பிறந்ததினாலோ என்னவோ எந்தக் கட்சியிலும் இல்லாமலே தன் வெறும் விசுவாசத்தினால் அரிமர்த்தன பாண்டியனுக்கே மதியுரைக்கவல்ல முதலமைச்சராகச் சேவகம் செய்த பாரெங்கும் கியாதியான மாணிக்கவாசகரின் பெயரை விடுத்துச் சம்புபாதாசிரியர் எனும் பெயரைச் சூடிய தாத்தாவின் அப்பாவிடம் நிச்சயம் ஒரு நியாயமான காரணம் இருந்திருக்கத்தான் வேண்டும். ஆனால் அந்தப் புரட்சிக்காரக் கொள்ளுத் தா।த்தாவிடம் யாரும் அக்காரணத்தை இனி விசாரித்தறிந்துவிட முடியாது, சம்புபாதருக்கே இப்போ 73 அகவைகளாகுது... அவருமிருந்தால் செஞ்சுறியும் அடித்திட்டுத் தண்டால் எடுத்துக்கொண்டிருந்திருப்பார்!

தாத்தா பிரிடிஷ் காலத்து மெட்றிகுலேஷன் பாஸ் பண்ணிய விவேகமான மனிதர். தேச கால வர்த்தமான நடப்புகள், சமூக உலக ஒழுங்குகள் அறிந்தவர். என்ன சனாதன சாங்கியங்களில் இன்னும் கொஞ்சம் ஒட்டுதலிருக்கு. ஆனாலும் யாரிடமும் அவற்றை எதிர்பார்க்கவோ நிர்ப்பந்திக்கவோ மாட்டார். அரசு ஊழியராகப் பொதுக் கட்டுமானத் துறையில் இருந்த காலத்தில் அவரது நண்பர்கள் அவரைச் சம்புவென்றோ சாம்புவென்றோ அழைக்க, இவரைப் பிடிக்காதவர்கள் மறைவிலும் தன் காதுபடவும்

`சிரையர்' என்று அழுத்தமாகச் சொல்வார்களென்றும் தாத்தாவே சொல்லியிருக்கிறார்.

"குட் மோர்ணிங் தாத்தா..." என்றுகொண்டு எட்டவிருந்த நெகிழி நாற்காலியைத் தூக்கி அவர் அருகில் போட்டுப் பதுமையாக அமர்ந்தான். பதிலுக்கு இவனுக்கு "குட் மோர்ணிங்" சொல்லிவிட்டு இடைவெளி இல்லாமல் வீட்டில் எல்லோரும் இன்றைக்குக் கும்பகோணம் பஞ்சாபிகேசன் வீட்டுத் திருமணத்துக்குப் போயிருப்பதை விவரித்தபோது அப்போதுதான் கேள்விப்படுவதைப்போலச் சுவாரஸிய மாய்க் கேட்டான். இடையே ஸ்டூலில் தனித்திருந்த அவரது மூக்குப்பொடிச் சிட்டியை உரிமையுடன் நகர்த்தி ஒரு சிட்டிகை எடுத்து இழுத்துக்கொண்டான். அது தும்மல் வருவதைப்போல அவன் முகத்தைக் கோணவைத்துப் பாவனை காட்டிவிட்டுப் போய்விடவும், இரண்டாவது தடவையும் எடுத்துச் சற்று ஆழமாக இழுக்கவும் இம்முறை நிஜமாகவே தும்மல் வரவும் எழுந்துபோய் வாசலருகில் தாழ்வாரத்தில் தும்மிவிட்டு மீண்டும் கதிரையில் வந்தமர்ந்து தாத்தாவின் விவரணத்தை முன்னரைப் போன்ற சுவாரஸியத்துடன் கேட்டான். 'அதையும் விட்டால் அவனுக்குத்தான் வேறுவேலையே இல்லையே'.

தாத்தா அவனுக்குச் சற்றுச் சுவாரஸியத்தைக் கொடுக்குமே யென நினைத்தாரோ... மனமிரங்கி இப்போது தன் 'டாப்பி'க்கை மாற்றியமைத்தார்.

"ஏண்டா ரகு... எப்போதான் நீ எங்களுக்குக் கல்யாணச் சாப்பாடு போடப் போறே... பருவத்தில் பயிர்செய்னு இருக்கு, எதுக்கும் பருவத்தைத் தப்ப விட்டிடாதப்பா. பார்த்திட்டிருக்கப் பறந்து போயிடும்"

தாத்தா அக்கறையாக அவனுடைய கல்யாணத்தைப் பற்றி விசாரித்ததில் பூத்த சந்தோஷம் செல்லமாய்ப் பொங்கி ரகோத்தமனது உட்கபாலத்துள் மொத்தியது. அவனுக்கும் உள்ளூரப் புளகந்தான் என்றாலும், அதுபற்றி அக்கறைப்படாதவன் மாதிரிப் பிகு பண்ணினான். தாத்தா திரும்பவும் அதையே அழுத்தவும்...

"ஒரு சின்ன வேலைகூடக் கிடைக்காமல் எப்படி மாமா ஒரு பொண்ணை ஆத்துக்கு இட்டாந்து... அவளையும் நம்மகூடச் சேர்த்து வைச்சுப் பட்டியடைக்கறது..."

ரகோத்தமன் எல்லோரையும் போலத் 'தாத்தா' என்று சொல்லாமல் 'மாமா' என்றது தாத்தாவுக்கும் புளகமாயிருந்தது.

“அந்த மாப்பிள்ளைநாயக்கன்பட்டியில (தஞ்சாவூர்) இருந்து பேசிவந்த பெண்ணை வேணாமின்னிட்டியாமே ஏன்டா... வர்ற பொண்ணு ராசியானவளாயிருந்தா அவளது ராசியின் வெளிச்சத்துக்கே உன்வீடு துலங்க ஆரம்பிச்சிடும்பா... உனக்கு வேலை அந்தஸ்த்தெல்லாம் கெடைக்க வெச்சு எங்கேயோ உயரத்துக்குத் தூக்கின்டு போயிடும்டா... இப்படி வலிய வர்ற மகராசிகளையெல்லாம் தட்டிக்கழிச்சிண்டேயிருந்தா ஒனக்கு ஒரு புது வழி திறப்பதெப்போ... கொஞ்சம் புத்தியோட சிந்திக்கணும்டா... எனக்குக்கூட மாமியைக் கட்டிண்டப்புறந்தான் ஜாப்பே பெர்மனென்டாகி புரோமோஷன், டிரான்ஸ்பர் எல்லாம் ஒண்ணாகக் கிடைச்சிச்சு...”

புதுக்கோட்டையில எலெக்டிரிகல் ஃபோமனாக இருக்கிற தாத்தாவின் ஃப்ரெண்டு ஒருத்தர்தான் “பத்தில செவ்வா யிருக்கிற பொண்ணுவேய் 26 நடக்குது... வரன் திகையாம அலையறாங்க... நல்ல வசதியான குடும்பம்வேய்... சீர் சினத்தி ஒண்ணுக்கும் கொறைவில்லை. ஏதாவதொரு டிகிரி முடிச்சிருக்கிற, குடிகூத்தி இல்லாத பையனா இருந்தாச் சொல்லும் புண்ணியமாய்ப் போம்வேய்” என்று இவரைக் கேட்டிருந்தார்.

“ஒரு நல்ல பையன் இருக்கான்வேய்... டிகிறியெல்லாம் முடிச்சிருக்கான். தன்னை மார்க்சிஸ்ட் என்கிறான். அப்பப்ப கொஞ்சம் கொம்யூனிசமும் பேசுவாப்பல... பரவாயில்லையா...”

என்ன இஸமோ இளவோ எதென்னாலும் பேசட்டும். அதெல்லாம் பின்னால அவள் பாத்துப்பாள். இந்தக் காலப் பொண்ணுங்களுக்கா தெரியாது... பசங்க வாயை அடைக்கிற வித்தை... என்றவருக்குச் சம்பந்தத்தில நேரடியாத் தன்னுடைய பங்களிப்போ தலையீடோ இருக்குன்னா மடுத்திடுவாங்கிறதுக் காகத் தான் ஒதுங்கிநின்று ரகோத்தமன் வீட்டைக் கைகாட்டி விட்டவரே தாத்தாதாங்கறது ரகோத்தமனுக்குத் தெரியாது.

“பொண்ணு வீட்டுப் பணத்தில முகூர்த்தம் வைச்சு, தாலி வாங்கி, ஹோமம் வளர்த்து, அவவீட்டுப் பணத்தில கல்யாண மண்டபம் பிடிச்சு, சமையல் போட்டு, பந்தி போட்டுக் கல்யாணம் வைச்சா மாப்பிள்ளைன்னு எனக்கு அங்கே என்னதான் மரியாதை இருக்கும். காலத்துக்கும் மாமன் மாமி மச்சான்மார் சொல்றதையே கேட்டிண்டு ஒழுக்குச்சட்டி மாதிரி அவங்க வைக்கற இடத்திலேயே கிடந்துண்டு அட்ஜஸ்ட் பண்ணிட்டு வாழணும். அதெல்லாம் என்னால முடியாது. நேக்குப் பிடிக்காது. அப்படியொரு வாழ்க்கைன்னா வேண்டாம் மாமா...”

“நீ சொல்றதிலுள்ள டிஸ்—எஸ்டீம் ஃபீல் எனக்குப் புரியாமலில்லை ரகு. அவங்க கொஞ்சம் வசதியான ஆட்கள்

போல இருக்கு. அவங்கப்பா அரிச்சந்திரனே State Bank of Indiaஇல எக்கவுண்டன்டாக வேர்க் பண்ணிட்டு ஏர்லி றிடையர்மென்ட் எடுத்திட்டு சவூதிக்குப்போய் Saudi Ryad Bankகில 5 வருஷம் வேர்க் பண்ணிட்டு வந்திருக்காரு. ஏகப்பட்ட பணமிருக்கு. ஆனா அவாகிட்ட அந்தத் திமிரெல்லாம் பேச்சில நடப்புல கிடையாது. ரொம்பப் பௌவ்யமான மனுஷாள். தம்பொண்ணுக்கொரு வரன் திகைஞ்சு வந்தாப் போதுமின்னு தவமாய்த் தவமிருக்கா... பொண்ணோட அண்ணா ஒருத்தன் ஸ்டேட்ஸில வேற இருக்கானாம். பார்த்தியா ஒனக்கு வரப்போற பாக் – சப்போர்ட்டை.

நீயும், நான் மார்க்சிஸ்ட்டு, சீதனம் வாங்கறதெல்லாம் ஃப்யூடலிஸம், மானுட விரோதம் அப்பிடின்னு வரட்டுத் தத்துவங்கள் பேசி முரண்டு பண்ணாத... மார்க்சிஸத்திலகூட வெல்த் ஓரிடத்தில குவியக்கூடாது எங்கறதுதானே உங்க டொக்றீன். குவியிற வெல்த் இல்லாதவங்க தேவைக்கு மூவ் ஆகணும். அதாவது உபரியா நிக்கிற மலைகளால மடுக்கள் நிரவணும்... எதுன்னாலும் ஐஸ்வர்யமோ மிடிமையோ வாறதுன்னா லோகத்தில எல்லாருக்கும் சமமாக வரணும். அப்பிடித்தானே...”

இப்போது ரகோத்தமன் அவரை முறைத்தான்.

“சாரிப்பா... சும்மா டமாஸு பண்ணினேன். மாற்றங்கள் காலத்தோட வந்தேயாகும். அதுதான் என்னோட இன்ரபிறிடேசனும், புரிதலும் . ஓரிடத்தில இருக்கிற வெல்த்தை அவங்களா மனம் ஒப்பித் தர்றப்போ அதை வாங்கி யூரிலைஸ் பண்ணி ஒருத்தன் மேல் வாறதுங்கறதுதான் புத்திசாலித்தனம். அதொன்னும் பெரிய தப்போ மானிட அறங்களுக்கு விரோதமோ இல்லப்பா...

அப்படி உதவுவதை இஸ்லாத்தில அனுமதிச்சிருக்கு, ஒருத்தனுக்கு அவனுடைய வியாபாரம் மேலவர உன்னால உதவ முடியும்னா உதவு, அந்த உதவிக்காக அவங்கிட்ட வட்டி வாங்காத அப்படீன்னு. அப்படி ஈமானுள்ள ஒரு மிக்கோன் மீமகன் உதவுறான்னு எடுத்துக்கோ... மீன் படுறப்போ சாதுர்யமா உன் வலையை வீசிக்கோ... பி பிராக்டிகல் மேன்.

கொம்யூனிஸ்ட் எங்கிறே... அப்புறம் நீயும் பிஸினெஸ் அன்ட் ஃபினான்ஸ் மனேஜ்மென்ட்தானே படிச்சிருக்கே... ஃபினான்ஸ் எவன் கையில இருக்கு அது கப்பிட்டலிஸ்ட் கையிலதான் இருக்கு இருக்கும். உனக்கு எதுக்கு அவங்க சமாச்சாரம்... பார்த்தியா மாற்றம் உன்னிலேயே ஆரம்பிச்சு விட்டிருக்கறத... இட்ஸ் த சேஞ்ஜ்... பா, ஐ இன்சிஸ்ட் ஓன்”

“என்ட ரிசல்ட்ஸுக்கு அதுதான் படிக்கக் கிடைச்சுது அது நம்ப எடியுகேஷன் சிஷ்டத்தில இருக்கிற கோளாறு மாமா... அதுதான் பேசிக்கில இருந்து முழு சிஸ்டத்தையே மாற்றி அமைக்கணுங்கறோம்”

“அதை விடுத்து நாலு சிவப்புப் பழுப்புப் புத்தகங்களை அதிலே என்னதான் இருக்குன்னு பார்க்கப் படிச்சுவைக்கலாம் தப்பில்லே. நான் குரானும் பைபிளும் முழுக்கப் படிச்சிருக்கேன். அதில ஒண்ணுந் தப்பில்லே. கோட்பாடுகளுக்குள்ளயே சிக்குண்டு அதுக்குள்ளயே கிடந்தாயானா அதுலேயிருந்து விடுதலையாக நோக்கு வயசாகிடும் கண்ணா... அப்புறம் நோக்கு இடுப்பும் எழும்பாதுப்பா...” என்றவர் விட்டுவிட்டு,

“கோட்பாடுகள் தத்துவங்கள் சித்தாத்தங்கள் எல்லாமே ஓடங்கள் மாதிரி. எல்லாம் எமக்கு ஒரு ஏரியைக் கடக்க மட்டுந்தான் தேவை. கடந்தப்பறமும் அவற்றை முதுகில சுமந்திட்டுத் திரியவேண்டியதில்லைன்னு ராகுலசாங்கிருத்தியானே சொல்லி யிருக்கார் படிச்சிருப்பே. மானுடத்துக்கு உடனடிப் பயன் மதிப்போ, பொருளியல் வார்த்தையில் இலாபமோ தராத எந்தச் சிந்தாந்தத்தையும் காவிட்டிருக்க வேண்டியதில்லை என்றுதான் நானும் நினைக்கிறேன். மனுஷன் சிந்திக்கதெரிஞ்ச விலங்கு, அவனது சிந்தனைகளும் காலத்தோட கொஞ்சம் மாறிக்கொண்டிருக்கணும், அதுதான் அவன் சிந்திக்கிறாங்கிறதன் அடையாளம். நீகூட இப்பவே கொஞ்சம் ஸ்மார்ட்டா யோசிச்சுத் துணிவா முடிவுகளை எடுக்கலாம்... லோகமே லௌகீகம். அதுவே லௌகீக சமாச்சாரங்களைச் சுற்றிட்டுத்தான் இயங்குது. எந்தப் பெத்தவங்களும் தம் குழந்தைகளைத் தாழ்ந்துபோக விட்டிடமாட்டாங்க. நம்மளோட ஒப்பிட்டா நாயக்கன்பட்டிக்காரங்க ஒரு எலிட் ஃபமிலி, உன்னை நல்லாய்க் கவனிச்சுப்பாங்க... பேசாம ஒத்துக்கிடு... ராஜா மாதிரி வாழலாம்... சீரியஸாத்தான் ஸொல்றன் மகிழ்ச்சியான தாம்பத்திய வாழ்க்கையைப் பூரணமா அனுபவிக்கிறதுக்கு உனக்கு இளமையும் கொஞ்சம் வேணும்பா... முப்பதிலேயிருந்து நாப்பது கண்ண மூடித் திறக்கக்குள்ள வந்திடும். தத்துவங்களைப் பேசிண்டே இளமையைத் தொலைச்சிட்டேன்னா அப்றம் உன்னை யாரும் சீண்டமாட்டாக. அதுக்குமேல தாம்பத்தியமும் நீ நினைக்கிற மாதிரிச் சுவைக்காது... வாழ்க்கையெல்லாம் வண்வே றூட்டப்பா... திரும்பி வராது, இன்னொருமுறை வாழ்ந்து பார்க்க முடியாதப்பா... பென்ஷன் வயசிலே அப்புறம் இப்பிடிப் பண்ணியிருக்கலாமே அப்படி வாழ்ந்திருக்கலாமே யென்று கோபுரத்து உச்சியில ஒக்காந்த மூஞ்சூறாட்டம் கிடந்து யோசிப்பே...”

‘மின்னல் போலாகும் இந்த வாழ்க்கையே...’ என்ற சினிமாப் பாட்டை லேசாக ஹம்மிங் செய்து பார்த்தார். சுரத்தை மேலே ஏற்றப் பிராணகோஜங்கள் ஒத்துழைக்கவில்லை, விட்டுவிட்டார்.

ரகோத்தமன் இரண்டு கைகளையும் மேலே உயர்த்தி, சோம்பேறித்தனமாய் ஒரு கொட்டாவி விட்டான்.

“நன்னா யோசிச்சுப் புத்திசாலித்தனமான முடிவாய் எடு கண்ணா”

“இப்போ இன்னிக்குக் கும்பகோணத்தில கல்யாணம் பண்ணிக்கறாளே லலிதா செவப்பா, நெகுநெகுன்னு உயரமா, அழகாயிருப்பா ... உனக்கு மாட்ச்லெஸ் மாட்ஸாயிருப்பா, அவள் அப்பன் பஞ்சாபிகேசன் என்னை ஹொஸ்பிட்டல்ல ஸொகம் வெசாரிச்சு வந்தப்போ நானும் மெல்ல உனக்கு லலிதாவைக் கொடுத்தா என்ன, ரொம்ப மரியாதையான குடும்பத்துப் பையன் அப்படீன்னு கேட்டுப் பார்த்தன். அவனும் உனக்குத்தான் ஜாப் எதுவும் இல்லையே, உத்தியோகம் புருஷ லக்ஷணம்னு சொல்லி மறுத்திட்டான்பா ... ஐ ட்றைட் மை பெஸ்ட் ... ரொம்பக் கொம்பெல் பண்ணப்போ ‘வேணுன்னா நீர் உம்மோட மகள் சியாமளியைக் கொடுமேன்’ என்றான். என்னால மேல அவன வலியுறுத்த முடியல்ல. அவ பொறந்ததில இருந்து ‘பக்கத்தாத்து ரகு அண்ணா ... ரகு அண்ணா’ன்னு ஒரு சகோதர பாசத்தோட பழகிட்டிருக்கான்னு வெளங்க வைச்சேன்... எதையும் அவனால புரிஞ்சுக்க முடியலை...”

பேசிக்கொண்டிருந்ததில் ரகோத்தமனுக்கு மீண்டும் டீயும் நிகொட்டீன் தாகமும் எடுத்தன. வெட்கத்தை விடுத்துத் தாத்தாவிடம் கேட்டான்:

“மாமா இருந்தால் ஒரு 2 ருபீஸ் கொடுங்களேன், அடுத்த வாரம் தந்திடறேன்...”

“உனக்கு அது சிகரெட்டுக்குத்தான்னு நேக்குத் தெரியும்... அந்த ஹால்ல சுவத்து ஹாங்கர்ல தொங்கிற என் ஜிப்பா பாக்கெட்டில பர்ஸிருக்கு, அதில 10 ருபீஸ் எடுத்துக்கோ ... வரும்போது எனக்கு ஒரு ஹிண்டுவும், மூக்குத்தூட்சரையும் வாங்கிட்டு வா...” என்றார்.

அதிலிருந்த 10 ரூபாத் தாளை எடுத்துக்கொண்டு ரகோத்தமன் பிரதான வீதியைக் கடந்து அம்பேத்கார் லேன் முக்கிலுள்ள சிறிய ஹொட்டலை நோக்கி நடந்தான். தாத்தாவுக்குத் தானும் இளமையில் சிலகாலம் படிப்பு முடித்து வேலையில்லாமல் இருந்தபோது டீக்கும் நஷ்டாவுக்கும் சிகெரெட்டுக்கும் சில்லறை இல்லாமல் தவித்தது நினைவுக்கு வந்து மறைந்தது.

ரகோத்தமன் இரண்டு வடையும் டீயும் சாப்பிட்டுவிட்டு ஒரு சிஷேர்ஸ் பாக்கெட்டும் வாங்கிப் புகைத்துக்கொண்டு தாத்தாவுக்கும் இரண்டு வடைகளும், எடுப்பு டீயும் எடுத்து வந்தான்.

டீயைக் குடித்து வடையைச் சாப்பிட்டு ஹின்டு பத்திரிகையைப் பாதியைப் படித்துமுடிக்கையில் தாத்தாவுக்குக் கண்கள் சோர்ந்து குறாவத் தொடங்கின. கொஞ்ச நேரத்தில் தூங்கிப்போனார். கண்விழிக்கவும் ரகோத்தமன் ஹின்டுவை வைத்துப் புரட்டிக் கொண்டிருந்தான், இவர் கண்விழித்ததைக் கண்டதும் சொன்னான்:

“அந்த மாப்பிள்ளைநாயக்கன்பட்டிப் பொண்ணு வீட்டுக்காரங்க அடிக்கடி ஆட்களை அனுப்பிக்கொண்டிருக்காங்கடா... எதனாச்சும் சொல்லுடான்னு அப்பாவும் தினம் சத்தம் போடுறாரா... நானும் ஜாதகம் பொருந்திச்சின்னா மேற்கொண்டு ஆகவேண்டியதைப் பாருங்கன்னு வீட்டில சொல்லிட்டன் மாமா.”

“வெறி குட் டிஸிசன் பா... நீ அமோகமா இருக்கப் போறே... கோ... எஹெட், டோன்ட் லுக் பாக்”

○

ரகோத்தமன் பேசிக்கொண்டிருந்திட்டுப் போய்விட்டான். வீட்டில பாட்டி, பிள்ளைகள், பேராண்டிக் குருமானுகளின் இரைச்சல் எதுவுமில்லாமல் வீடே அமைதியாக இருக்கவும் தாத்தாவுக்கு மீண்டும் தூக்கம்தூக்கமாய் வந்தது. இடையில் எழுந்து இரண்டுதரம் பாத்றூம் போய்வந்தார். மூணுதரம் மூக்குப்பொடி போட்டார்.

சமையல்கட்டிலிருந்து இடைக்கிடை பாத்திரங்கள் தட்டுமுட்டுப்படுற சத்தமும் தேங்காய் துருவுற சத்தமும் வந்தன. சாந்தம்மாள் வந்திட்டாள்போல.

○

“மாமா அந்த மாப்பிள்ளை நாயக்கன்பட்டிப் பாட்டி ஜாதகம் பிரமாதமாய்ப் பொருந்தியிருக்குன்னு வந்திருக்காம்... எப்போதைக்குப் பரிசம் போடலாம்னு அவசரப்படுத்தறாங்க மாமா...”

இதைச் சொல்லிவிட்டு ரகோத்தமன் லேசாய் வெட்கப் பட்டான்.

“பார்த்தியா நான் சொல்லலை... உனக்கு இனி நல்லகாலம் பொறந்தாச்சு . . . இனி நீ தொட்டதெல்லாம் தொலங்கப் போகுது . . . இனியுன் வாழ்க்கையே ஒளிவெள்ளமாய் ஜொலிக்கப்போவுது பார்...” எனவும் மகிழ்ந்துபோன ரகோத்தமன் “என்னை ஆசீர்வதிங்க மாமா” என்று வந்து அவர் பாதங்களைத் தொடவும் அடிமனதிலிருந்து கவித்துவத்துடன் வாழ்த்தினார்.

“எல்லாம் வளம் நலம் பெறும்... ஜெயம் நிஜம் வரும் அமோகமாக இருப்பே நீ ராஜா”

“தாங்ஸ் மாமா”

சம்புபாதர் தாத்தாவுக்கு மீண்டும் புல்லரித்தது.

“அவங்களுடை பொருளையோ ஆஸ்தியையோ அபகரிச்சிட்ட மாதிரி எதுக்கு நீ எடுத்துக்கணும், அவங்க உனக்கொரு பிடிகொம்பை நீட்டுறாங்க, நீ அதைப் பிடிச்சிட்டு மேல எம்பி வர்றே... அதில ஒரு தத்துவச் சீரழிவும் இல்லப்பா... நடைமுறைதான்”

தங்கம் சவரன் 600 தான் விற்றது, கல்யாணச் செலவுகளுக் கென்று அவர்களுக்கு இனாமாக 10 லட்சம் நல்கியது அரிச்சந்திரன் குடும்பம்.

‘காலத்தோட என்னதான் மாறாது’ என்று மனதிலே நினைத்துச் சிரித்துக்கொண்டார். ஜாம்ஜாமென்று ரகோத்தமனுக்கும் பிரியகரிக்கும் கல்யாணம் நிறைவேறியது. பிரியகரி உலகம் தெரிந்த சூட்டிகையான பொண்ணு, புதுக்கவிதைகள் எல்லாம் எழுதுவாள்.

கல்யாணத்துக்குப் பந்தல்போட அரிச்சந்திரன் உபரியாக அனுப்பிவைத்த வேலைக்காரர்களில் இரண்டு பேரை ரகோத்தமன் இட்டுவந்து தாத்தா வீட்டின் பின்கொல்லையைக் கொத்துவித்துப் பயற்றையும், வெண்டியும் ஊன்றுவித்தான்.

திருமணம் நடந்தேறியதும் இணையர் ஒருமாதம் ஹனிமூனுக்குச் சிம்லாவுக்கும், ஆக்ராவுக்கும் போய்த் திரும்ப மாமன்காரன் ரகோத்தமனுக்குத் தனக்குச் செல்வாக்குள்ள குழுமமொன்றில் ஃபினான்ஸியல் கொன்ஸல்டன்ட் ஆக வேலையும் தயார் பண்ணி வைத்திருந்தார்.

○

இரண்டாம் ஆண்டில் அவர்களுக்குப் பெண் குழந்தையும் பிறந்தது. அனைத்து ஐஸ்வர்யங்களுடனும் பிறந்த மஹாலக்ஷ்மியல்லவா... அவளுக்கு ஐஸ்வர்யாவென்றே பெயரும் வைத்தார்கள். அந்தத் தெருவுக்கே செல்லக் குழந்தை அவள்.

தத்தித்தத்தி வளர்ந்து வரவும் முன்பள்ளி போய்வந்தாள். படிப்பிலும் டான்ஸிலும் சுட்டி. இன்னும் போதாததுக்குக் குதிச்சுக்கொண்டு டேக்வொன்டோ, யோகா வகுப்புகளுக்கும் போய் வந்தாள். பசளைமேட்டில வளர்ந்த செங்கீரை மாதிரி அப்படியொரு வளர்த்தி. பளிச்சென்று இருப்பாள். கால்ல ஸ்கேட் றோலரைக் கட்டிக்கொண்டு எல்லா இடத்திலும் நிற்பாள்.

முந்தாநாத்துத்தான் பொறந்து லோகத்தைப் பார்த்து அலங்கமலங்க முழிச்சிண்டிருந்தாள் போலிருக்கு . . . இப்போ பத்தாவது படிக்கிறாப்பல. அயல்ல படிக்கிற மற்றக் குழந்தைகளுக்கு அப்பாவைப் போலவே கணக்கு, இங்கிலிஷ் எல்லாம் சொல்லிக்கொடுப்பாள். சமூக சேவகியான அவளுக்கு சம்புபாதர் தாத்தா பாட்டிமேலயும் அப்படியொரு பாசம். வர்றப்போவெல்லாம் அவங்க கழுத்தைக்கட்டிக் கொஞ்சாமல் போகமாட்டாள்.

மாலையானதும் லேசான மழையொன்று வந்திறங்கி ஊரின் தூசை அமர்த்திவிட்டுச் செல்ல காற்றில் சீதளம் தவழ்ந்துகொண்டிருக்க மாலை சுறுசுறுப்பும் பொலிவுமானது. பின் மெல்லமெல்லச் சூரியன் தன் இறுதிக் கதிர்களையும் இழுத்து மடித்து வைத்துக் கொண்டான்.

எட்டரை மணியானது. டாக்ஸியொன்று கல்யாண விருந்தினர்களை மெல்லவந்து இறக்கிவிட்டுப் போனது. ரகோத்தமன் தொலைக்காட்சியில் புதிதாக அட்சர சுத்தமாகச் செய்திகள் வாசிப்பவளின் உதட்டசைவுகளை அதிசயித்துப் பார்த்து இரசித்துக்கொண்டிருந்தான்.

டாக்ஸியை விட்டிறங்கி நேராகச் சமையற்கட்டுக்குள் நுழைந்த பாட்டி திரும்பி வந்து,

“ஏனுங்க எதுவுஞ் சாப்பிடல்லே... எல்லாம் அப்படியே வெச்சு வெச்சாப்பல கெடக்கு... பசி கெடந்து ப்ளட் ஸுகர் கொறைஞ்சு தலையைச் சுற்றி விழுந்திட்டா அப்புறம் என்னாவது...”

“என்ன ஸொல்றே நீ . . . நான்தான் ஜோராய்ச் சாப்பிட்டேனே... எதிர்த்தாத்து ஐஸ்வர்யா போட்டுத் தந்தாளே...”

“எந்த ஐஸ்வர்யாங்க...”

“உதில கும்பகோணம் போய் வர்றதுக்குள்ளாற ஐஸ்வர்யாவை மறந்துட்டே பார் . . . அவதான் ரகோத்தமன் பொண்ணு. அவன்ட கலயாணத்துக்குக்கூட நாமபோய் அக்ஷிதை போட்டோம்ல, ஐஸு ருதுவானப்போகூட அவன் பொண்டாட்டி பிரியகரியோட சேர்ந்து வந்து நம்ப கால்லதானே

விழுந்து 'மாமாவும் மாமியும் நம்மாத்துக்கு வாங்கோ... ஐஸு ருதுவாயிட்டா... குழந்தைக்குத் தண்ணி வார்க்கப் போறோம்... வந்து ஆசீர்வதியுங்கோ'ன்னு நம்பளை இட்டுப்போனாளே... அதுக்குள்ளாற மறந்திட்டியாடி ஐஸ்வர்யாவை... மண்டுக் கெயவி, நோக்கு வரவர ஞாபகமறதி ஜாஸ்தியாயிடுத்து"

தாத்தா தன் தலையில் அடித்துக்கொண்டார்.

"நேக்கு இன்னிக்கு ஸ்கூல் இல்லை தாத்தா ஃப்ரீயாத்தான் இருக்கேன்னு மதியம் அவளா வந்து எனக்குன்னு எல்லாத்தையும் பார்த்துப்பார்த்துச் சமைச்சாளே... மணத்தக்காளி வத்தக்குழம்பு, சேனைக்கிழங்குக் கூட்டு, பொன்னாங்காணிக் கீரை, சேப்பங்கிழங்கு வறுவல், காய்கறிப் புரட்டல், தயிர்ப் பச்சடி, மிளகு ரசம், அப்பளம்னு ஒரு அவுளும் இலையில் விடாமச் சாப்பிட்டேனா... என் சமர்த்துத் தாத்தான்னு என் தலையை வேற தடவி 'இன்ஸுலினை மறந்திடாதீங்க'ன்னுட்டுப் போனாளே என்ன ஸொல்றே நீ... நான் சாப்பிடலையா..."

"என்னங்க எந்தச் சின்னப்பொண்ணு ஒங்களுக்குச் சமைச்சுப் போட்டா... அப்போ சாந்தம்மாள் வரல்லியா..." எனவும்,

இலேசான சந்தேகத்தில் தன் கையைத் தூக்கி முகர்ந்து பார்த்தார்.

"என்ன சேப்பங்கிழங்கை வறுத்தாளா... அதை ஆத்தில கண்ணால பார்த்தே மாமாங்கமாச்சே... டேய் விச்சு... இந்த அப்பா என்னவெல்லாம் சொல்றார்னு கேளடா... ரகோத்தமன் பொண்ணு ஐஸ்வர்யா மதியம் வந்து தனக்கு வகைவகையாய்ச் சமைச்சுப் போட்டாளாம் தானும் சப்புக்கொட்டித்துன்னாராம்"

பொதியுறைக்குள்ளிருந்த நகைப்பெட்டியை அலமாரியுள் வைத்துப் பூட்டப்போன மிஸிஸ்.மைதிலி விச்சுவுக்கு 'இனி இந்தாத்து நகையெல்லாம் மைதிலிக்குத்தான்' என்று யாரோ சொல்வதுபோலக் கேட்கவும் தலைவாசலுக்குத் திரும்பி வந்தாள்.

விச்சுவின் குழந்தை அம்பாவும் சியாமளியின் பையன் அபயனும் போய்த் தாத்தாவின் மடியில் தாவி ஏறினார்கள்.

"ஏய் சியாமி சமையற்கட்டில... இன்னும் கெட்டியாய்ப் பால்ப் பாயாசமிருக்கு... இந்தப் பசங்களுக்குத்தான் கொஞ்சம் சூடுபண்ணி ஊத்திக்கொடேன்" என்றார் தாத்தா.

"நாங்கள் திரும்பத் தாமதமாயிடுச்சா . . . கொஞ்சம் மனம் கலங்கிப் பதகளிச்சிட்டா போலயிருக்கு... நாளைக்கு நோர்மலாயிடுவார் ஒண்ணும் பயப்பட வேணாம்மா..." என்ற

விச்சுவைப் பாட்டியும், மிஸிஸ். மைதிலி விச்சுவும், சியாமளியும் நம்பிக்கையுடன் பார்த்தனர்.

தாத்தா வீட்டில் அமர்க்களமாயிருக்கே... கல்யாணக் கோஷ்டி திரும்பியாச்சுப் போலிருக்கு... போனால் இரண்டு பட்ஷணங்களாவது பொத்தலாமென்று டீ ஷேர்ட்டை எடுத்துப்போட்டுக்கொண்டு அவர்கள் வீட்டுக் கேற்றைத் திறந்து நடையில் அவசரங்காட்டாது,

"எப்படிப் பாட்டி, விச்சு அண்ணா பயணங்கள் சௌகரியமாய் இருந்திச்சா... ரயிலெல்லாம் கரெக்ட் டைமுக்கு வந்திச்சா..." என்றபடி உள்ளே நுழைந்த ரகோத்தமனைப் பார்த்து,

"அதெல்லாம் நல்ல சௌகர்யமா இருந்திச்சுப்பா... என்னாவே உம் பொண்ணு ஐஸ்வர்யாதான் தாத்தாவுக்கு மதியம் சமைச்சுப் போட்டாளாமே... எங்களுக்குந் தெரியாம இத்தன காலம் எங்கவே மறைச்சு வெச்சுருந்தீர் உம்ம பொண்ணையும் பொண்டாட்டியையும்..." என்ற பாட்டியைப் புதிராகப் பார்த்து அலங்கமலங்க முழித்துக்கொண்டு நின்றான் அவன்..!

○

அம்ருதா – 187, ஜூன் 2023

11

பெயர் தெரியாத மனிதன்

ஐந்துமணி வரையில் யாழ்நகரை வெதுப்பிக் கொண்டிருந்த வெயிலோன் ஐந்தரையாகவும் இன்றைக்கு ஊழியம் போதுமென்று நினைத்தவன் போல் மரங்கள் கட்டிடங்களின் பின்னால் கடலை நோக்கிச் சரிந்திறங்க ஆரம்பித்திருந்தான். தேய்ந்த ஓவியங்கள்போல வானத்தில் சில ஓவியங்கள் தோன்றத்தொடங்கிய வேளை. எனக்குத் தெரிந்த அந்த மனிதர் மின்சார நிலைய வீதியில் கிழக்கு முகமாகச் சென்றுகொண்டிருப்பதைக் கண்டேன்.

நீங்கள் மலையாளப் படங்களுக்குப் பரிச்சயமான நடுவயதுக்காரராயிருந்தால் ஜி. அரவிந்தனின் 'சிதம்பரம்' படத்தில் ஸ்மீதா பட்டீலின் கிராமத்துக் கணவனாகவும் மாட்டுப் பண்ணையைப் பராமரிப்பவராகவும் வரும் ஶ்ரீனிவாஸனைத் தெரிந்திருப்பீர்கள். அசப்பில் இவருக்கும் ஶ்ரீனிவாஸனைப் போலவே ஆறடி உயரத்திலான கரிய திருமேனி. சற்றே நீண்ட முகவாகு. அப்போது விஞ்சிப்போனால் முப்பத்தைந்து வயதிருக்கும். நாலைந்து நாட்கள் தாடியுடனான முகத்தில் சோகத்தையோ மகிழ்ச்சியையோ வெளிப்படுத்தாத நிர்மலமான கண்கள். அவர் கட்டியிருந்த நீலநிறத்தில் வெள்ளைக் கட்டங்கள் போட்ட லங்காச்சாரத்துக்கு மேற்பாதங்களைத் தொட இன்னும் மூன்று நான்கு அங்குலங்கள் வேண்டியிருந்ததனால் அவரது கணுக்கால்கள் தெரிந்தன. மேலே சற்றே நீர்க்காவியேறிய ஒரு கொலரில்லாத வெள்ளைப் பனியன் அணிந்து ஒரு மலிவான துவாலையை மப்ளர்போல நீள்வாக்கில் மடித்துக் கழுத்தைச் சுற்றிப் போட்டுக்கொண்டு

ராணி தியேட்டருக்கு அணுக்கமாயிருந்த கடைகளை வேடிக்கைப் பார்த்தபடி இரப்பர் செருப்புகளை இலேசாக இழுத்துத் தேய்த்தபடி வீதியோரமாகச் சென்றுகொண்டிருந்தார். பத்து வருடங்கள் கழித்து அவரைத் திடீரெனப் பார்த்ததும் எனக்கு மகிழ்ச்சியாக இருந்தது. அந்த எளிய மனிதர் என் 15 வயதில் ஒரு இக்கட்டிலிருந்து என்னை மானம் போகாமல் தடுத்தாட்கொண்ட சகபந்து.

"அண்ணே அண்ணே" என்று கூப்பிட்டபடி அவர் பின்னால் ஓடினேன். அவரோ தன்னை யார் 'அண்ணேயென்று கூப்பிடப்போகிறார்கள்' என்று நினைத்திருப்பார்போல ... 'கூப்பிடுவது தன்னையல்ல' என்கிற பாவனையில் திரும்பியே பாராமல் தன்பாட்டுக்கு மெல்லச் சென்றுகொண்டிருந்தார். ஓடிப்போய் அவரை நான் முன்மறிக்கவும்,

"என்னையா கூப்பிட்டீர்" என்றவர் என்னை யாரோ இயக்கப் பெடியன் 'பங்கர் வெட்ட வாய்யா' என்று இழுத்துப் போகப் போகிறானோவென்று பயந்தாரோ என்னவோ ... மிரட்சியும் கலவரமும் கலந்து என்னை விநோதமாகப் பார்த்தார்.

"ஆமா ... உங்களைத்தான்" என்று அவரை நோக்கிப் புன்னகைத்தேன். அதில் அவரது கலவரம் கலையத் தெம்பாக,

"நீர் யார் தம்பி... உம்மைத் தெரியலையே என்ன விஷயம்" என்றவர் கடைவாயில் ஒரு சிறு குச்சியிருந்தது.

முன்பொருமுறை வன்னியில் இப்படி வாயில் குச்சி வைத்துக்கொண்டு வேலைசெய்து கொண்டிருந்த ஒரு மலையகத் தொழிலாளியிடம் 'எதுக்கு கபாலி வாயில்' குச்சி வைத்திருக்கே' என்று கேட்டபோது 'வாயில பீடியோ, ஒரு பொயிலக்காம்போ வைச்சிருந்தாக்க வாய் ஊறிக்கிட்டே இருக்குமா... பசிக்காதுங்க..." என்று சொன்னது ஞாபகத்துக்கு வந்தது.

"அண்ணே உங்களுக்கு என்னைத் தெரியாததில் அதிசயமில்லை ... ஆனால் எனக்கு உங்களைத் தெரியும், உங்களை மறக்கவும் முடியாது"

"எப்படி... உம்மை நினைவில்லையே..." என்று நெற்றியைத் தேய்த்தார்.

"உங்க கையால நான் பலமுறை சாப்பிட்டிருக்கேண்ணை"

"எங்கே எப்பிடி..."

"நீங்கள் முந்தி அனுராதபுரம் பராசக்தி விலாஸில வேலை செய்தனீங்களல்லோ"

அவர் ஆமென்றோ இல்லையென்றோ சொல்லவில்லை. கண்களிலிருந்த அதிர்ச்சி மறைய என் முகத்தை உற்றுப் பார்த்தார்.

"அதிப்ப பத்து வரியமாச்சு ... அப்போ நீர் சின்னப் பெடியனாய் இருந்திருப்பீர். ஞாபகத்தில் இல்லை அப்பன்"

"சரி வாங்கண்ணே ... மலாயா கஃபேயில போய் ஒரு டீ குடிப்பம்"

"என்னட்டைப் பெரிசாய் சக்கரமில்லை ..." சங்கோஜப் பட்டார்.

"அண்ணே ... நாந்தானே உங்களைக் கூப்பிடுறன், காசில்லை எண்டுறியள் ... சும்மா வாங்கோ"

அரைமனதுடன் திரும்பி வந்தார். மலாயா கஃபேக்குள் நுழைந்ததும் பார்த்தேன். அப்போது அவர் வாயிலிருந்த குச்சியைக் காணவில்லை. கஃபேயில் அவ்வளவு கூட்டமில்லை. தொங்கு மின்விசிறி மட்டும் 'கிறீச்' 'கிறீச்'சென்று தாளலயத்தோடு சுற்றிக்கொண்டிருந்தது. ஒரு பக்கமாக இருந்த மேசையில் நாம் எதிர் எதிராக அமர்ந்தானதும், கீரை வடைக்கும் போண்டாவுக்கும் டீயுக்கும் 'ஆக்ஞை' கொடுத்தேன்.

"அண்ணை தாராளமாய் வேண்டியதைச் சாப்பிடுங்கோ. வேறேதாவது சாப்பிடிறதென்றாலும் சொல்லுங்கோ"

அவர் எடுத்துக் கடித்த வடையை ஆட்டி "இதுவே போதும்" என்றார்.

"உங்க சொந்த ஊர் எங்கே அண்ணே ... டவுணுக்கு ஏன் வந்தனீங்கள் ..." என்று இரட்டைக் கேள்வியாய்ப் போட்டேன்.

"பொன்னம்மா மில்லில வேலை ஏதோ இருக்கென்று அறிஞ்சு வந்தன். அந்த வேலைக்குப் பொறுப்பான ஆள் எங்கேயோ மோட்டார் சைக்கிளில் போயிருக்கிறாராம் ... ஆறுமணி போலதான் வருவாராம். அம்மட்டும் அங்கே என்ன பண்ற ... அதுதான் சும்மா இப்படி இந்தப் பக்கம் வந்தன். ம்ம்ம்ம் ... சொந்தவூர் எழுவைதீவு, எட்டு மணிக்குக் கடைசிபோட் ... விட்டிட்டால் பிறகு போகேலா"

"எப்ப அண்ணை பராசக்தி விலாஸ் வேலையை விட்ட நீங்கள் ..."

"எழுவத்தேழு கலவரத்தோடை பராசக்திக்கும் நெருப்பு வைச்சிட்டாங்கள். அது சிங்களவருக்குச் சொந்தமான கட்டிடம் என்றபடியால் மேலுக்கும் தீ பரவமுதலே அணைச்சுப்போட்டாங்களாம். ஆனால் நான் கலவரங்களுக்கு முதலே அங்கிருந்து கழன்றிட்டன். அதால அடிகிடி யொன்றும்

விழேல்ல . . . தப்பிட்டன்” முதன்முதலாக இலேசாகப் புன்னகைத்தார்.

“ஏன் என்னாச்சு… ஏன் கழட்டின்னீங்கள்”

“வேறயென்னவாயிருக்கும்… முதலாளிமாரோட சம்பளப் பிரச்சினைதான்”

“எனக்குக் குடும்பமோ பிள்ளையோ என்றிட்டு மாசாமாசம் சம்பளத்தை நான் வாங்காமல் விட்டதில ஒரு வரியத்தான் சம்பளம் முதலாளியிட்ட தொங்கப் பார்த்துது. ஆறுமாதம் நடையாய் நடந்து அலையாய் அலைஞ்சு ஒருமாதிரி ஆறுமாதத்துக்குரியதை வாங்கியிட்டன். இன்னொரு ஆறு மாத சம்பளம் ஆயிரத்தை நூறு ரூபாய் மட்டில தொங்கிப்போச்சு. ரயிலில போய்வரவே 25 ரூபாவேணும். தெரியுந்தானே . . . டெலிபோன் எடுத்தாலும் மூனா என்னோட கதைக்கப்பஞ்சிப் பட்டார்… பிறகு எங்கே, தொலையட்டும் என்று விட்டிட்டன்…”

அவருடன் பேசிக்கொண்டிருக்கையில் ஸ்ரீனிவாஸன் ஒருநாள் ஆபத்துபாந்தவனாய் எனக்குச் செய்த உதவியின் நினைப்பு எனக்குக் கழுத்துவரை வந்துவந்து போனது. அதை அவருக்குச் சொன்னாலே நெஞ்சை வந்தடைத்த அம்முட்டு விலகும் போலிருக்கவும் சொல்லலானேன்.

“அண்ணை நான் ஒருநாள் இரவு உங்க பராசக்தியில 10 இடியப்பமும் மீன்குழம்பும் சாப்பிட்டுவிட்டு ஒரு 01.50ஐக் கொப்பியில் எழுதியிட்டு வெளிக்கிட . . . நீங்கள் கொப்பியை எடுத்துப் பார்த்திட்டு ‘தம்பி கிழங்குக் குழம்புதான் 50 சதம், மீன் குழம்பு ஒரு ரூபா, அதனால கணக்கு 2.00 ரூபா’யென்று சொல்லித் திருத்தின்னீங்கள். முதலாளியிட்டைக் காட்டிக் கொடுக்கேல்லை. அதை என்னால் மறக்க முடியாதண்ணை”

“அந்த முதலாளியும் அப்பிடியொன்றும் சுத்தபத்தமான ஆட்கிடையாது. அவர் தரவழிக்கு நாம நேர்மையாய் இருந்திருக்க வேண்டியதில்லை” என்றார்.

“அவர் திருடனாகவே இருந்திட்டுப் போகட்டும். அது நமக்குப் பொருட்டல்ல. ஆனால் நாமல்லோ நேர்மையாய் இருக்கோணும். நாம வழுக்கிற இடமல்லோ எம்மைத் தொந்தரவு செய்யும்” வார்த்தைகளை மேவிவிட்டேன்…

நான் சொன்னதை அவர் வீறமைவாக எடுத்ததாகத் தெரியவில்லை. சற்று இடைவெளி விட்டுக் கேட்டார்.

“தம்பி இப்போ என்ன செய்யிறீர்”

“நான் இன்னும் இரண்டு கிழமையில ஜெர்மனிக்குப் போக இருக்கிறன். அதுக்கான தயாரிப்புகள் பண்ணிக்கொண்டிருக்கிறன்”

“அதிகமான ஆட்கள் இப்போ வெளியிலதான் பறக்கினம்”

“இவ்வளவு காசைக்கொட்டி அங்கே போக எனக்குமென்ன ஆசையே... வேற வழியுந்தெரியேல்ல அண்ணை”

சிற்றுண்டியானதும் அவரிடமிருந்து விடைபெற முன்னர்,

“அண்ணை உங்களைச் சந்தித்த இந்த நாளின் நினைவாக ஒரு சின்ன ஞாபகப் பரிசு தந்தால் வாங்குவியளோ” என்றேன்.

“அதுதானே இத்தனை காலங்கழிச்சும் என்னை நினைவு வைச்சு டீயும் வடையும் வாங்கித் தந்திருக்கிறீர்... பிறகென்ன...” என்றார்.

நான் இரண்டு 100 ரூபாத் தாள்களை எடுத்து மடித்து அவரிடம் நீட்டினேன்.

“சும்மா கைச்செலவுக்கு வைச்சுக்கொள்ளுங்க”

“வேண்டாம் தம்பி... இப்பத்தான் உமக்கு நிறையச் சிலவு சித்தாயங்களிருக்கும். பிறகு நான் உம்மை எப்ப கண்டு இதைத் திருப்பித் தாறது” என்றவர் அதை வாங்காமல் தன் இரு கைகளையும் இறுக்கமாகப் பொத்தியபடி இருக்கையை விட்டு எழும்பினார்.

“இல்லையில்லை... நீங்கள் இதை எனக்குத் திருப்பித் தரவே வேண்டியதில்லை. இது உங்களுக்கான என் அன்பளிப்பாக்கும்”

“நீர் வெளிநாட்டுக்குப் போய்ச் சம்பாதிக்கத் தொடங்கிய பிறகென்றாலாவது பரவாயில்லை... இப்ப இதை வாங்கி வைச்சுக்கொள்றது எனக்குச் சரியாகப் படேல்லை” என்றபடி தன் கைகளை இன்னும் இறுக்கமாகப் பொத்திப் பிடித்தார். கடைசிவரையும் அவற்றை என்னால் விரிக்கவைக்க முடியவே யில்லை.

அன்றைய சந்திப்பில் அவரது பெயரை நான் கேட்காமலிருந்திருக்க மாட்டேன். என் வயசோடு அது ஆவியாகிவிட்டது. அவரை ஞாபகப்படுத்த ஸ்ரீனிவாஸன்தான் இருக்கிறார் என்றில்லை. இன்றைக்கும் என் தீராத கனவுகளில் நான் சரியாக விடையிறுத்திராத ஆங்கில, வேதியியல், கணித வினாத்தாள்கள், வந்து நின்றாடித் துயில் கலைப்பதுண்டு. அதை நிகர்த்த அளவுக்கு நான் பெயர் மறந்துவிட்ட அந்த மனிதரும் வந்துபோய்க்கொண்டேயிருக்கிறார்... காரணம் தெரியாமலே!

○

ஞானம் சஞ்சிகை – 246, நொவெம்பர் 2020

12

அப்பாவின் நிமித்தம்

மனோகரன் மாஸ்டர் எண்பது அகவைகளை நெருங்கிக்கொண்டிருக்கிறார். யோகாசனம், தியானம் என்றெல்லாம் பண்ணிக் கயிறு மாதிரி அவரே கட்டமைத்த வலித்த சிவந்த தேகம். அணில் மாதிரி இன்னும் துருதுருவென்றிருப்பார். கண்களில் பிரத்தியேகக் காந்தி, தன் கூர்த்த ஊடுருவும் பார்வையாலேயே நாங்கள் செய்யும் குழப்படிகளை ஒப்புக்கொள்ள வைத்திடுவார். இளமைக் காலத்திலிருந்தே ஞாயிற்றுக்கிழமைகளில் எவருடனும் பேசமாட்டார். மௌனவிரதம். அவருடைய தந்தை நீலகண்டனுக்கு மட்டுவிலில் தோட்டம், துரவு, வயல்காணிகள் என்று ஏராளம் சொத்துக்கள் இருக்கவும் வசதியாக வாழ்ந்தவர். ஒரே மகனான அவருக்கு யாழ் மத்தியக் கல்லூரியில் உயர்தரம் படிக்கிற காலத்திலேயே *B.S.A - Bantam* வகை விசையுந்தில் போய்வரும் வசதி. உயர்தரம் சித்தியடைந்ததும் மனோகரனை வங்கம் கல்கத்தா சாந்திநிகேதன் பல்கலைக்கழகத்துக்கே அனுப்பி ஆங்கிலம் + ஆங்கில இலக்கியத்தில் முதுமானிப் பட்டம் பெறவைத்தார். மனோகரன் 60இல் யாழ்ப்பாணத்தில் பட்டதாரியாக வந்திறங்கவும் வேறு கல்லூரிகள் அவரைக் கொத்திவிடாமல் புத்தூர் ஸ்ரீசோமாஸ்கந்தக் கல்லூரியின் தர்மகர்த்தாக்கள் சபையினர் தந்தை நீலகண்டனுடன் பலாலி விமான நிலையத்துக்கே மாலை பூச்செண்டு நாதஸ்வரம் மேளதாளம் சகிதம்போய் அவரைக் கல்லூரிக்கே

அழைத்துவந்துவிட்டார்கள். தத்துவம், தர்க்கம், ஆங்கில இலக்கியம் அவரது முதன்மைப் பாடங்கள். பிறகென்ன பணி ஓய்வுபெறும் வரையில் ஸ்ரீசோமாஸ்கந்தக் கல்லூரியிலேயே ஆசிரியப் பணியாற்றினார். நான் அறிவியல் கற்கைநெறியில் பயின்றமையால் அவரிடம் ஆங்கிலத்தைத் தவிர வேறு பாடங்களைப் பயிலும் வாய்ப்பு எனக்குக் கிட்டவில்லை. அக்காலத்திலேயே *Austin A30* என்கிற அருகலான வகைச் சிற்றுந்தொன்றை ஐக்கிய இராட்சியத்திலிருந்து இறக்குவித்தார். சீமை முயல்போன்ற அதன் பதுமையும், மயிலின் அகவலையொத்த மிருதுவான ஒலிப்பானும் இன்னும் காதுகளில் ஒலிக்கிறது.

நான் 70களில் கல்லூரியை முடிக்கும்போது அங்கே உப அதிபராக உயர்ந்திருந்தார். அப்போதும் பிரமச்சாரிதான். அவரது பிரமச்சரிய வாழ்வு பற்றி ஊரில் பலவிதமான கதைகள் இருந்தன.

அவர் வங்கத்தில் படித்தபோது முதலாண்டிலேயே உடன்படித்த ஒரு பெர்ஸித்தேவதையின் ஜொலிப்பில் மயங்கிப் போனதாகவும், பிரக்ஞை மீண்டெழுந்து அவளை அணுகித் தன் மையலைத் தெரிவித்தபோது அவளும் 'பிகு' பண்ணாமற் சம்மதித்துவிடக் குதூகலித்து அதுபற்றி இவர் அப்பாவுக்கு எழுதினார். கிழவரோ 'அட்டட்டா மட்டக்களப்பே...' என்று கெம்பிக் குதித்து 'அப்படி ஒரு எண்ணமிருந்தால் நீ அங்கேயே தங்கிவிடு, இங்கே எங்கட முற்றத்துக்கே நீ வரவேண்டியதில்லை, உன்னை நாங்கள் பெறவில்லையென்றே இருப்பம்' என்று நிர்த்தாட்சண்யமாய் மடுத்ததாகவும், அதனால் தம் கனவைக் கலைத்தவரைப் பழிவாங்கவே இன்னும் பிரமச்சரியம் காக்கிறார் என்பது அதிலொன்று.

மற்றது அவர் வங்கத்தில் பௌத்த மடம் ஒன்றில் சேர்ந்து அதன் குருபீடத்திடம் சந்நியாசம் வாங்கிக்கொண்டதாகவும் இருந்தது. அவர் எமது ஆசிரியர், நாங்கள் மாணவர்கள்/பொடிப்பசங்கள் என்றிருந்தோமே தவிர அவர் தனிப்பட்ட வாழ்க்கை பற்றி அவரிடம் நேரடியாகப் பேச வக்கானவர்களாக எவரும் இருந்தோமில்லை.

எங்க பாட்டி ஒருநாள் புத்தூர்ச்சந்தியில் பேருந்துக்காகக் காத்துக்கொண்டிருக்கையில் தன் சிற்றுந்தில் வந்த மாஸ்டர் இவரையும் ஏற்றிக்கொண்டு வந்திருக்கிறார். பாட்டியின் வாய் சும்மாக் கிடக்குமா, மாஸ்டரின் தாயும் தானும் பள்ளித் தோழிகள் என்பதை நினைவுபடுத்தி அவரிடம் கதைகொடுத்தவர் வீடு அண்மிக்கவும் வண்டியை விட்டிறங்க முதல் ஞாபகமாக,

"ஏன் தம்பி நீங்கள் இன்னும் கலியாணங்கட்டேல்லை" என்றிருக்கிறார்.

"எணை ஆச்சி... நேரம் கிடைக்கேல்லையணை, இருந்தால் கட்டியிருக்கமாட்டனே" என்றாராம்.

நீலகண்டனும் இயற்கையேகிய பின் தன் 40 அகவையில் அரைத்தாடிக்குள் வெள்ளிகள் காலிக்கத் தொடங்கிய பின்னரே மனோகரன் ஒருவாறாகத் திருமண பந்தத்தை விழைந்தார். அப்போது மனோகரன் மாஸ்டர் ஆத்திகரா, நாத்திகராவென்று யாரும் எதிர்வு கூற முடியாது. அவரது ஊரான மட்டுவிலில் தேசப் பிரசித்திபெற்ற பன்றித் தலைச்சிக் கண்ணகை அம்மன் கோவிலிருக்கிறது. அக்கோவிலை அண்மித்து ஒரு 300 மீட்டர் தொலைவில்தான் மாஸ்டர் வீடும் இருக்கிறது. ஆனால் அம்மன் கோவில் விதானம் வேய்ந்திருப்பது ஓட்டினாலா, செம்பினாலாவென்று அவருக்குத் தெரியாது. யாரும் அவரிடம் அம்மனின் மூலஸ்தானம் வடக்கே பார்த்திருக்கோ, கிழக்கே பார்த்திருக்கோவென்றால் விழிப்பார்.

அவரின் திருமணம் தாலி, ஹோமம், பூசை, புரோகிதங்கள் எதுவுமில்லாமல் இரண்டு ரோஜா மாலைகளுடன் மட்டும் நிறைவேறியது. பெண் தாய்வழியில் தூரத்து உறவென்று பேசிக்கொண்டார்கள். அடுத்தடுத்து இரண்டு ஆண் குழந்தைகள் பிறந்தன. தலைப்பிள்ளை ஹெகெல் பேராதனைப் பல்கலைக்கழகத்தில் பொறியியல் இரண்டாமாண்டு படித்துக் கொண்டிருக்கும்போது 1999இல் ஹெகலுட்பட 3 தமிழ் மாணவர்கள் மண்ணோடோ, நீரோடோ, பவனத்தோடோ கலந்து காணாமற் போயினர். அப்போது அதை ஜே.வி.பி. மாணவர்களின் வேலையென்றனர். பத்துநாட்கள் கழித்து மேலுஞ்சில ஜே.வி.பி. மாணவர்களும் காணாமற் போகவே அது இராணுவத்தின் / அரசின் மாயக்கரங்களின் கைங்கரியம் என்றனர். அவர்களுக்கு என்னதான் நேர்ந்ததென்று இற்றைவரை எவருக்கும் தெரியாது. அந்த மாறாத துயரம் பெற்றவளை விரைந்து பவனத்தில் கரைத்துவிட்டது.

அடுத்தவன்தான் சித்தார்த்தன். அவனுக்குப் பல்கலைக்கழகம் புக வாய்க்கவில்லை. மிலெனியத்திலிருந்து ஜெர்மனிக்குப் புலம்பெயர்ந்து வாழ்கிறான். பெர்லினில் காய்கறிகள், பச்சைப் பட்டாணி, பிஞ்சுச்சோளம், தகரப் புட்டிகளில் அடைக்கும் சிறிய தொழிற்சாலை ஒன்றில் வேலை பார்க்கிறான். விரைந்தே குடியுரிமை கிடைத்துவிட்டதால் ஆறுமாதங்கள் முன்பதாகத்தான் ஊரிலிருந்தே மனைவி ஒருத்தியையும் இறக்குமதி செய்துள்ளான். வர்ஷிணி என்று பெயர். அவள் மொழியியல் பாடசாலை

ஒன்றில் ஜெர்மனும் ஃப்ரெஞ்சும் படிக்கிறாள். சித்தார்த்தனுக்கு இணையாக மாமனைக் கண்ணுக்குள் வைத்துப் பார்ப்பதுடன் மாலையில் அவரிடம் ஆங்கில இலக்கியமும் படிக்கிறாள். கெட்டிக்காரி.

மனோகரன் மாஸ்டருக்கு இதயம் நல்ல ஆரோக்கியத்துடன் இயங்கிக்கொண்டிருக்கிறது.

"உங்கள் 100 வயதுக்கு மேலும் அது ஜோராக இயங்கப் போகுது சார்" என்று இதய மருத்துவர் உத்தரவாதங்கொடுத்திருக் கிறார். மற்றும்படி வயதுக்குரிய சர்க்கரை வியாதியோ, குருதி உயர்வு–தாழ்வு அழுத்தமோ, கொழுப்பளவின் ஏற்றவிறக்கங்களோ, மூட்டுத் தேய்வுகளோ எதுவுமில்லை. இலேசாக உடம்பை வைத்திருக்கிறார். அண்மையில் காரறாக்ட்[1] சித்திர சிகிச்சை செய்வித்து கண்களில் நெகிழி வில்லைகள் பொருத்தியிருக்கிறார். பார்வையும் பளிச்சென்றிருக்கு. தினமும் நாலைந்து கிலோமீட்டர் மெதுநடைபோய்வருவார். வைத்தியர்கள் ஆலோசனைப்படி தினமும் படுக்கைக்குப் போகமுதல் விட்டமின் B12 / மக்னீஷியம் குளிசைகளையே வர்ஷிணி கட்டாயப்படுத்திக் கொடுத்தாலே குடிக்கிறார்.

வர்ஷிணி வருவதற்கு இரண்டாண்டுகளுக்கு முதலே மாஸ்டர் ஜெர்மனிக்கு வந்துவிட்டார். ஏனைய விருத்தர்களைப் போல வீட்டுக்குள் முடங்கிக் கிடக்காமல், ஜெர்மனியின் பிரதான பல்கலைகள் அமைந்துள்ள நகரங்கள் ஹைடெல்பேர்க், மான்ஹைம், கார்ள்ஸ்றூக, கார்ள் மார்க்ஸின் பிறந்த நகரம், றியர், வாணிப நகரங்கள் ஃப்ராங்பேர்ட், ஹம்பேர்க், புகழ்பெற்ற இசைக்கலைஞர்கள் வாழ்ந்த பணிசெய்த இடங்கள், மார்ட்டின் லூதர் நகரமான விட்டென்பேர்க், அருங்காட்சியகங்கள், இரும்புத்தாது / நிலக்கரி வயல்கள் நாஜிகளின் கொலைக்களங்கள் என்று ஒன்றும் விடாமல் பார்த்தார். ஜெர்மனியில் தன் பயண அனுபவங்களைக் கட்டுரைகளாக வடித்து ஆங்கிலப் பத்திரிகைகளுக்கும், டில்லியின் *The Little Magazine*க்கும் எழுதினார். இன்னும் பூர்த்தியாகாத பல கட்டுரைகள் அவரிடமுள்ளன.

அவர் பொழுதுகள் எழுத்து, வாசிப்பென்று ரம்மியமாகக் கழிந்தாலும் ஏனோ அவருக்குத் தொடர்ந்து இங்கே வாழப் பிடிக்கவில்லை.

அவுஸ்திரேலியாவில் அவரது பால்யகால நண்பனான சரவண பவானந்தன் வாழ்ந்தார். அவரும் ஓய்வுநிலை ஆசிரியர்தான். தன் மகள் குடும்பத்துடனும் அவர்களின்

1. மாரடைப்பு.

பெயரர்கள் பெயர்த்திகளுடனும் சந்தோஷமாக வாழ்ந்து வந்தார். அவருடன் வீடியோ இணைப்பில் அடிக்கடி மனோகரன் மாஸ்டர் பேசிக்கொள்வார். அவரிடமும் தான் ஊருக்குத் திரும்பவுள்ளதைச் சொன்னபோது அவர் அதிசயித்து,

"நீர் உங்கத்தைய குளிரைக் கண்டுதான் பயப்படுகிறீர்போல கிடக்கு, அங்கே கடும் குளிர் தொடங்க இங்கே வந்துவிடுமன். அப்போ எங்களுக்குக் கோடையாக இருக்கும்" என வருந்தி அழைத்ததில் கடந்த குளிர்காலத்தில் புறப்பட்டு அவுஸ்திரேலியா போய் ஆறு மாதங்கள் சிட்னி, மெல்போர்ன், அடிலைட், டார்வின் என்று ஒரு மெகா சுற்றுச் சுற்றிவந்தார்.

இப்போது என்ன புதிய கக்கிசமென்றால் மெல்போனின் கடந்த குளிர்காலத்தின்போது சரவண பவானந்தன் உடம்புக்கு முடியவில்லையென்று ஒருநாட்கூடப் படுக்கையில் கிடவாமல் திடுப்பென இயற்கையுடன் கலந்துவிட்டார்.

அதன்பிறகு மனோகரன் மாஸ்டரின் "ஊருக்குப்போக வேணும்" மந்திரமும் இரவுச் சாப்பாட்டு மேசையில் அடிக்கடி உச்சாடனம் பெறத் தொடங்கின.

"ஏனப்பா... நாங்கள் உங்களுக்கு என்ன குறை வைத்தோம்... இங்கே வாழ்றதில என்ன பிரச்சினை உங்களுக்கு"

"உங்களையிட்டான குறை எனக்கொன்றுமில்லை மகன். இந்த நாட்டின் இயற்கை, காற்று, அறைகளைச் சூடாக்கிக் கொண்டு புல்லோவர்களை மாட்டிக்கொண்டு வாழுற வாழ்க்கை எனக்குள்ளான இயற்கையோடு ஒருங்கிசையுதில்லை. ஏதோ *Astronauts Kits*களை மாட்டிக்கொண்டு வாழ்ற மாதிரிக் கிடக்கு. அப்படியொரு வாழ்க்கை எதுக்கென்றிருக்கு. வாழ்ந்ததுபோதும். இனிச் சாதிக்க ஒண்டுமில்லை. எனது கடைசி மூச்சு நான் வாழ்ந்த சூழலிலேயே நிற்கவேணும்... *Try to understand me my child.*"

"எங்களுக்கும் கடைசிவரை நீங்கள் எங்களுடனேயே இருக்கவேணும் எங்கிற எங்கட ஆசை உங்களுக்கு நோ மாட்டர்... நத்திங்... அப்படித்தானே அப்பா"

'என்னுடைய பென்ஷன் (50,000 ரூபா) இன்னும் 10 பேரை வைத்து அங்கே தாபரிக்கப் போதும். 40–50 வரையிலான தென்னை மரங்களின் வருமானம் இருக்கு. சுபத்திராவைக் கூப்பிட்டேனென்றால் ஓடிப் பறந்துவந்து சமைத்துத் தந்திட்டுப் போகிறாள்' என்பார் அடிக்கடி. சுபத்திரா அயலில், சில ஆண்டுகளாக இவருக்குச் சமைத்துக் கொடுத்த ஒரு மாவீரனின் மனைவி. தான் திரும்பி வரும்வரையில் அவள் வளவுக்குள்ளான

தென்னை மரங்களின் வருமானத்தைப் பயன்படுத்தலாமென்றும் அனுமதித்திருந்தார்.

"இல்லை மகன்... நீங்கள் என்னைப் பார்க்கமாட்டீர்கள் என்றில்லை... நாந்தான் உங்களோடு இருக்க முடியாதவனாக இருக்கிறேன்"

"இவர்களின் மொழி, நீங்கள் வீடுவந்து சேரும்வரையில் எனது தனிமை... இதுகளைத்தான் என்னால தாங்க முடியாமலிருக்கு. என்னுடைய பென்ஷனே எனக்குப் போதும். உங்களுக்கு ஃபினான்ஸியல் பேர்டன்ஸ் எதையும் நான் தரமாட்டேன்"

"உங்களுக்குத் தாறது எங்களுக்கு பேர்டனா அப்பா... ஏன் அப்படி நினைக்கிறீங்கள்... பேர்டங்கிற கதையை விடுங்க, சரவண பவானந்தன் அங்கிளுக்கு நடந்ததைப் பார்த்தீங்களா... அவங்க வீட்டில அவ்ளோ பேரிருந்தும் அவர் தூக்கத்திலேயே போயிருக்கார். அவங்களுக்கு மற்றநாள் காலையிலதான் தெரியும். அப்படியொரு *Ridiculous phenominen*[2] எங்களுக்கும் வேணுமா, நாங்களும் துடிக்கணுமா... சொல்லுங்கப்பா"

மாஸ்டர் பிறகொன்றும் பேசவில்லை. தனக்கு ஒரு டம்ளர் காரட் ஜூஸ் மட்டும் போதுமென வர்ஷிணியிடம் வாங்கிக் குடித்துவிட்டு அமைதியாகப் படுக்கைக்குப் போனார்.

இரவு படுக்கையில்,

"ஊரில போய்த்தான் தான் சாகவேணுங்கறத மாமா ஒரு செண்டிமென்டல் அன்ட் பிறிஸ்டிஜ் இஸுவா எடுக்கறார் போலிருக்கு" என்றாள் வர்ஷிணி.

"அடியேய்... உந்த வார்த்தைகளை மட்டும் அவர் முன்னால் இன்னொருதரம் எடுத்துப்போடாத... மனுஷன் தர்க்கம் தத்துவம் இரண்டிலும் ஸ்பெஷியல் மாஸ்டர் ஹோல்டராக்கும்... உதெல்லாம் அவருக்கு மூக்குப்பொடி போடுற மாதிரி"

மனோகரன் மாஸ்டரின் பிடிவாதம் வென்றது. ஒருநாள் கொழும்பு நோக்கிப் பறந்த ஸ்ரீலங்கன் ஏர்லைன்ஸ் விமானத்தில் ஏறிப் பறந்தார். பன்றித் தலைச்சி அம்மன் கோவில் கிணற்றில் நல்ல தண்ணீர் மொண்டுகொண்டு வந்த சுபத்திரைக்கு மனோகரன் மாஸ்டரை வாடகைக் காருள் பார்த்ததும் தான் காண்பது 'ஏதும் காட்சிப் பிழையோ' என்றிருந்தது. வண்டிக்குப் பின்னால் ஓடிவந்தாள். அவர்கள் வீட்டு வாசலில் வண்டி நிற்கவும் இரண்டே இரண்டு பயணவுறைகளைச் சாரதி எடுத்துக் கொடுக்க அதிலொன்றைச் சுபத்திரை வாங்கிக்கொண்டாள்.

---

2. அபத்தமான நிகழ்வு

ஒன்றில் உலகமெங்கும் அவர் சேகரித்த அரிய புத்தகங்கள். மற்றையதில் அவரது எளிமையான உடுப்புக்கள்.

"என்னய்யா இப்படி மின்னாமல் முழங்காமல் வந்து திடுக்கிடுத்திறியள்"

வழமையான ஒரு புன்னகை மட்டும் அவரிடமிருந்து பதிலாக வந்தது.

"ஐயா இப்படி விறாந்தையில இருங்கோ... பத்து நிமிஷத்தில வீட்டைக்கூட்டிச் சுத்தமாக்கிவிடுறன்" எனவும் அவர் பொதியுறையிலிருந்த திறப்புக் கோர்வையைத் தேடி எடுத்துக்கொடுக்கவும், தண்ணீர் பனுக்கி வீடெங்கும் பெருக்கலானாள்.

காலை வெயில் ஏறிக்கொண்டிருந்தது. மாஸ்டர் வந்துவிட்ட சேதி நொடியில் அயலெங்கும் பரவிட ஒரு சிறு கும்பலே அங்கு கூடிவிட்டது. அதிலொரு இளைஞனைக்கொண்டு இளனி இறக்குவித்து ஆசையாகக் குடித்தார்.

மனோகரன் மாஸ்டர் எப்போதுமே காலையுணவு சாப்பிட மாட்டார். சுபத்திரா மதியம் காய்கறியுடனோ, சிறியவகை மீன்கிடைக்குமென்றால் மீனுடனோ மதியம் ஒரு சமையல் பண்ணிக்கொடுத்துவிட்டு, இரவுக்கு ஒரு புளிக்கஞ்சியோ, மெதுவாக வேகவைத்த கூழ் மாதிரியான (Stew) ஒரு திரவ உணவோ பண்ணிக் கொடுப்பாள். காலை மாலை வீட்டையும் முற்றத்தையும் பெருக்கி வைப்பதுவும் அவள் பணி. மாதம் 15,000 ரூபா அவளுக்குக் கொடுப்பார். அவளும் அவளது இரண்டு பிள்ளைகளும் அதைக்கொண்டு பிழைத்துக்கொள்வார்கள். மனோகரன் மாஸ்டர் ஊர் திரும்பியதில் சுபத்திரையைவிடச் சந்தோஷப்பட்ட பிறிதொருவர் இருக்க முடியாது.

இரண்டு வாரங்கள் கழிந்தன. அதேமாதிரியான காலை வெயில் ஏறிக்கொண்டிருக்கையில் அதே வாடகைக் காரில் சித்தார்த்தனும் வர்ஷிணியும் நான்கு பயணப் பொதிகளுடன் வந்திறங்கினர்.

"நீங்கள் எங்களோட இருக்கும்போது எங்களுக்கு ஒரு இணக்கமான ஹோம் ஃபீலிங் இருந்ததப்பா... ஏர்ப்போட்டில் உங்களைப் பிரிந்த கணத்திலிருந்து நமக்காக நாம் வாழுவது ஒரு அர்த்தமற்ற வாழ்க்கையாய்த் தோணுதப்பா. நீங்கள்தானே சொல்லித் தந்தீங்கள்... மனுஷர் தமக்காகத்தமக்காக வாழும் பொருண்மிய வாழ்க்கை அர்த்தமற்றது, யாக்கையாற் பயன் என், பிறன் சுகம் பெறப் பயனாய் வாழாக்காலென்று...

ஒரு பாய்மரப் பறவை

நீங்கள் இங்க நாலு சுவர்களையும் மாறிமாறிப் பார்த்துக்கொண்டிருக்க உங்ககூட இல்லாம நாங்க அங்கே தனியே வாழக்கூடிய வாழ்க்கை வெறுமையா அபத்தமாய்த் தெரியுதப்பா... இந்த யாழ்ப்பாணத்திலயே இன்னும் 4 லட்சம் பேர் வாழுறாங்கதானே... அவர்களோட நம்மையும் சேர்த்து வாழ்க்கையை எப்படியோ நகர்த்திடலாமென்ற நம்பிக்கை வந்திட்டுதப்பா... வந்திட்டம்"

சித்தார்த்தன் பேசப்பேச அவனை விநோதமாகப் பார்த்தபடி கல்லாய் உறைந்துகொண்டிருந்தார் மனோகரன் மாஸ்டர்.

○

ஞானம் சஞ்சிகை – 280, செப்டெம்பர் 2023 கொழும்பு

13

நேர்த்தியன்

முகநூலில்தான் எங்கள் நட்பு ஆரம்பித்தது. என் வலைப் பக்கத்தில் நான் பதிந்தவை அனைத்தையும் அவள் படித்து வருகிறாள் என்பதில் எனக்கும் அவள்மேல் ஒரு 'அது' வளர்ந்திருந்தது உண்மைதான். அதை எளிமையாக 'அபிமானம்' எனலாம். ஆனாலும் அதைப் பூரணமாக விளக்கவல்ல பிறிதொருசொல் வேறேதாவது மொழிகளில் ஒருவேளை இருக்கலாம். எனக்குத்தான் தெரியவில்லை.

சாஸ்திரிய இசை முதற்கொண்டு எனக்கு என்னவெல்லாம் பிடிக்குமோ அவையெல்லாம் பிலஹரிக்கும் பிடித்திருந்தன. அசப்பில் பாலுமகேந்திராவின் ஷோபா சாயலில் 'கிருதி பாட்' டென்று ஒரு இளம் கர்நாடக இசைப் பாடகி ஸ்படிகக் குரலில் அசத்துகிறாரே கேட்டிருக்கிறீரோ வென்று கேட்கையில், அவள் அப்போது கேட்டுக் கொண்டிருந்த 'கிருதி பாட்'டின் *Gaana Kairali*யின் கச்சேரியின் சத்தத்தை மேலே வைத்து என்னை அசத்தினாள்.

அநேகத் தருணங்களில் எனக்கு இரண்டாம் ஜாமத்திலும் அவளுக்கு அலுவலக விடுமுறை நாட்களின் அதிகாலையிலுமாக நாம் பேசினோம் பேசினோம்... வானத்தின் கீழகப்படும் அனைத்து விடயங்கள் பற்றியும் நிறையவே பேசினோம். அவளும் நிறைய வாசிப்பவளாக இருந்தாள். கிளாஸிக்கல் வகையிலான எழுத்துக்கள் தென்னமெரிக்க, ரஷிய, ப்ரெஞ்ச், ஆபிரிக்க

இலக்கியங்களென்றாலும் இன்னஇன்ன எழுத்தாளர்களைத்தான் படிப்பதென்றில்லை, கிடைத்த எல்லோரையும் படிப்பவளாக இருந்தாள். சில கேள்விப்பட்டேயிராத எழுத்தாளர்களின் பெயர்களைச் சொன்னபோது நான் அசந்தே போனேன். பழகியவொரு நண்பரிடமோ, புதிதாகப் பழகுபவரிடமோ என்னைப் பற்றிய பிம்பத்தை உயர்த்திக் கட்டமைக்க நான் பொய்களைக் கூறிவைப்பதில்லை. உண்மையில் எனக்கு அவர்களில் பலரைத் தெரியாதென்பதைச் சொல்லிவைத்தேன்.

இவள் என்னை மிகைமதிப்பீடு செய்து வைத்திருக்கிறாளோ வென்று தோன்றும்போதெல்லாம் நானாகவே என்னைப் பற்றிய உண்மைகளைத் தெளிவாகச் சொல்லிவைத்திடுவேன். இந்த இரண்டு ஆண்டு காலப் பழக்கத்திலும் என் எழுத்து களுக்கு வெளியிலான எந்தத் தகவலையும் குடிசார் நிலை, குடும்பம், தொழில், வருமானம் என்று அவள் என்னிடமிருந்து பெற்றுக்கொள்ள முயன்றதில்லை. முகநூலின் சுய விபரத்தில் இருந்த தகவல்களே போதுமானவையாக இருந்திருக்க வேண்டும். முகநூலில் நட்பாகச் சேர்த்துக்கொண்ட புதிதில் அவளது சுய விவரத்தில் அவள் தர்மபுரி மாவட்டத்தில் ஒரு ஏற்றுமதிக் குழுமத்தில் கணக்கியல் துறையில் பணிபுரிவதாக இருந்த மாதிரியொரு ஒரு சிறு ஞாபகம். தர்மபுரி என்றால் அங்கே ஔவையார் வாழ்ந்தார் என்பதைத் தவிர அம் மாநிலம் பற்றி எனக்கு வேறொன்றுந் தெரியாது.

பின் நாட்களில் சுய விபரத்தை எவரும் பார்க்க முடியாதபடி பூட்டியிருந்தாள். அனாமதேயங்களிடமிருந்து பெண்களுக்குச் சுய விபரத் தகவல்களால் தொந்தரவுகள் இருப்பது தெரிந்ததுதான். அதனால் நானும் ஏன் எதுக்காகவென்று அவளை மேலே அதுபற்றி உசாவவில்லை.

இந்த ஆண்டின் ஆரம்பத்தில் நான் இந்தியாவுக்கு வரவிருப்பதாக முதலில் சொன்னபோது நான் தமாஷ் பண்ணுவதாகவே நினைத்தாளாம். என் கணவியோ தன் பதின்ம வயதிலேயே பெர்லினுக்கு வந்துவிட்டவளாகையால் அவளுக்கு இந்தியச் சுற்றுலாவில் அத்தனை நாட்டமில்லை. அவளது சகோதரியின் மகளுக்குக் கனடாவில் நடக்கவிருக்கும் திருமணத்துக்காகத் தன் விடுமுறை நாட்களைச் சேமித்துக் கொண்டிருந்தாள். பிள்ளைகளின் நீண்ட கல்லூரி விடுமுறைகள், நான் விடுமுறை களிக்கவிருந்த மாதத்தை விடவும் வேறாக இருந்தன.

நான் தனியாகத்தான் இந்திய விடுமுறையைக் களிக்கவிருந்தேன். முதல் வாரம் எப்படியும் சென்னைப்

பொ. கருணாகரமூர்த்தி

புத்தகச் சந்தையுடன் போய்விடும். இரண்டாம் வாரம் என் இலக்கிய நண்பர் செம்பருதி திருவண்ணாமலையில் தன்னுடன் கழிக்கவேண்டுமென்ற அவரது ஏற்பாட்டுக்கமையத் தன் பணிகளையும் சினிமா முயற்சிகளையும் வகுத்துள்ளாராம். இன்னும் அவர் எடுக்கப்போகும் *Anthology* வகையிலான ஒருமணி நேரப் படத்துக்கான உருவாக்கத்தில் திரைக்கதை அமைப்பதில் தன்னுடன் 4 நாட்கள் தனியாகச் செலவழிக்க வேண்டுமென்றும் ஏலவே கேட்டுக்கொண்டுமுள்ளார்.

அவருடைய மலையாள இலக்கிய நண்பரொருவர் என் சில கதைகளைத் தன்னார்வத்தில் மலையாளத்தில் மொழிபெயர்க்க ஆரம்பித்திருந்தார். அவரும் நான் அவசியம் தன்னுடன் இரண்டு நாட்கள் போடனூரில் (கோயம்புத்தூர்) ஒரு கிராமத்தில் தங்க வேண்டுமென்றும் என் கதைகள் பற்றி மேலும் சில விளக்கங்களைத் தான் நேரில் கேட்டறிய வேண்டுமென்றும் கேட்டிருந்தார்.

பிலஹரி தான் இம்முறை சென்னைப் புத்தகச் சந்தைக்கு வரவில்லையென்றும், கடந்த இரண்டு சந்தையில் வாங்கியதில் 50க்கும் மேலானவை இன்னும் 'கன்னியாகவே இருக்கின்றன' என்றாள்.

கண்காட்சி உங்களுக்கு ரொம்பத் தொலைவோ என்றதுக்கு "உங்கள் நாட்டிலாயின் ஒரு 3 மணிநேர டிறைவ்... இங்கே எங்களுக்குக் குறைந்தது 5 மணிநேரம் பிடிக்கும்" என்றுவிட்டு எவ்வளவு தொலைவென்றாலும் உங்கள் சுற்றுக்கள் காரியங்கள் எல்லாம் முடிந்தபின் எனக்கும் 2 நாட்களாவது ஒதுக்குங்கள், நான் உங்களைப் பார்க்கணுமே" என்றாள். அப்போதும் தன் ஊரைச் சொல்லவில்லை. நானே அவளிடம் போவதா அல்லது அவள் என்னிடம் வருவாளா, அவள் வீட்டிலேயே தங்க வசதியுண்டா, நான் ஹொட்டல் முன்பதிவு செய்யணுமா என்பதெல்லாம் பேசாப் பொருளாக இருந்தன.

எனது ஆறுவார விடுமுறை, முதல் இரண்டு வாரங்களையும் சென்னையிலும் விழுப்புரத்திலும் கழித்துவிட்டுத்தான் திருவண்ணாமலைக்குப் போவேன் என்பதை நான் அவளுக்கு முதலிலேயே சொல்லியிருந்தேன். பிலஹரிக்கு என்னை விழுப்புரத்தில் சந்திப்பதெனில் அது பாதித் தொலைவுதான். ஏன் அப்போது சந்திக்க முயல / முடியவில்லை என்பதுவுந் தெரிய வில்லை. அவளுக்கு அத்தருணம் ஏதோ அசௌகரியமானதாக இருந்திருக்கலாம்.

சென்னை வந்திறங்கியதும் நேரே தொடரியில் விழுப்புரம் போய் முன்பதிவு செய்திருந்த வாடிவீட்டில் நாலு நாட்கள் தங்கி, சில கிராமங்களைத் தனியாவே சென்று சுற்றிப்

பார்த்து மதியச் சாப்பாடு சமைத்துக் கொடுத்த ஒரு அம்மா வீட்டுத் திண்ணையிலமர்ந்து நாட்டுக்கோழிக்கறியும் சோறும் சாப்பிட்டுவிட்டுத் திருவண்ணாமலைக்கு வந்துவிட்டேன்.

மேற்கத்தைய இசை பற்றிய பேச்சு எப்போது வந்தாலும் *Johann Sebastian Bach*ஐப் பற்றி ஏதாவது சொல்லாமல் முடிக்கமாட்டாள். நானும் கோதுமை வயலில் காற்றடிக்கையில் கதிர்களின் அலைகள் சாய்ந்தும் நிமிர்ந்தும் எழும்பியும் ஆடுவதைப் போலிருக்கும் *Bach*இன் சில சிம்போனிகளை மட்டும் கேட்டிருக்கிறேன். உம்மைப்போல் ஆழமாகத் தொடர்ந்து போனதில்லை என்று சொல்லிவைத்தேன். வரும்போது அவளை ஆச்சரியப்படுத்துவதற்காக 18 செ.மீ. உயரத்தில் மேசையில் வைக்கக்கூடிய வெண்பளிங்குக் கல்லினாலான *Johann Sebastian Bach*இன் அரையுருவச் சிலை ஒன்றையும், *"The Best of Bach"* எனும் *10 Compositions* அடங்கிய *MP3 Album* ஒன்றையும் வாங்கி வந்தேன்.

செம்பருதியோ மிகவும் 'முசு'வான மனிதர். ஒரு கல்லூரியில் பகுதி நேரமாகவோ / வருகை தரு ஆசிரியராகவோ 'நாட்டுப் புறவியலில்' விரிவுரையும் செய்துகொண்டிருந்தார்.

அத்துடன் பதிப்புத் துறையிலும் ஈடுபாடுண்டு. ஏதோ வொரு வெளியீட்டகத்துடன் ஒப்பந்தம் செய்துகொண்டு பதிப்பு வேலைகள் செய்துகொண்டிருக்கிறார், அதுபற்றி எதுவும் என்னுடன் விபரமாகப் பேசக்கூடிய சந்தர்ப்பம் இன்னும் அமையவில்லை. சினிமாவுக்குக் கதை / திரைக்கதையென்று செய்துகொண்டிருந்தவர் இப்போது சினிமாவுக்குள் சில முற்போக்குப் பாத்திரங்களை ஏற்பது போன்று கால்களைச் சற்று ஆழமாக ஊன்றியிருந்தார். பட்ஜெட் படங்களைத் தயாரிப்பவர்களுக்கு ஆக்கப்பூர்வமான ஆலோசனைகள் வழங்குவது என்பன அவர் தன்னார்வ ஊழியங்கள்.

திருவண்ணாமலையில் ஒருநாள் அவருடனான மதிய உணவின்போது 'கொஞ்சம் . . . இருங்க தோழர் . . . இந்தச் சகாவுகளோட உதில பொள்ளாச்சி வரை போய்விட்டு வந்திடுகிறேன்' என்றுவிட்டுப் புறப்பட்டார். அந்தி சாய்ந்த பின்னாலும் ஆளைக் காணோம். தொலைபேசினால் . . . "சாரி தோழர் . . . அப்படியே சகாவுகளோட வண்டியில திருச்சூர் வரைக்கும் வந்திட்டோம் . . . எப்பிடியும் இரவுக்குள்ள அங்க வந்திடுவேன். உங்களை ஹன்னாவை நல்லபடி கவனிக்கச் சொல்லியிருக்கேன், ஒண்ணும் யோசிக்க வேணாம், நான் வந்திடுவேன்" என்றார்.

இந்த ஹன்னா யாரென்றும் சொல்ல வேண்டும். இளங்கலை முடித்துவிட்டிருந்த பெண்ணொருத்தி. வாரத்தில் 3–4 நாட்கள் செம்பருதி வீட்டுக்கு வந்து அவருக்கு ஒரு தன்னார்வ உதவியாளரைப் போல அவரது காரியங்களில் கைகொடுத்து உதவிக் கொண்டிருந்தாள். அவர் பதிப்பதற்காகத் தயார்படுத்தும் நூற்பிரதிகளை முதலாவது செம்மைநோக்குவது, பதிக்கப்படும் நூல்களுக்கான அட்டையை வடிவமைப்புச் செய்வது, அவர்களது வீட்டையும் சிறிய அலுவலகத்தையும், அடிக்கடி அங்கே வந்துபோகும் விருந்தினர்களுக்கான கட்டில் படுக்கைகளையும் சுத்தப்படுத்துவது, அவர்களது பர்ணசாலையைப் போலத் திறந்திருந்த கூடத்துள் இருக்கும் பூக்கன்றுகளுக்கு நீரூற்றுவது, செம்பருதியின் கணவிக்குச் சமையலறையில் பாத்திரங்கள், கோப்பைகள் கழுவிக்கொடுப்பது, காய்கறிகள் நறுக்கிக்கொடுப்பது, வீட்டுக்கு வருபவர்களுக்கு ஓயாது காப்பி டீ கொடுப்பதென்று அவளுக்கு அங்கே செய்வதற்கு நிறைய இருந்தன.

ஒருமுறை செம்பருதி அவள் வீட்டுக்குப் புறப்படும்போது “இந்தா போன் ரீஃபில் பண்ணனும்னியே என்றபடி அவளிடம் 3 நூறு ரூபா நோட்டுக்களைத் தந்தவர், இந்தா இதையுங்கூட பஸ்ஸுக்கு வைச்சுக்கோவென்று மேலும் 2 நூறு ரூபாய் நோட்டுக்களைக் கொடுத்தபோது அவள் வாங்கிக்கொண்டதைக் கண்டேன். அதைவிட மிக அதிகமாக அள்ளிக் கொடுப்பதற்கான பொருண்மிய வசதிகள் செம்பருதிக்கும் இல்லாவிட்டாலும் அவரது புரத்தலிலேயே இவளது ஜீவிதம் நகர்வதைப் புரிந்து கொண்டேன்.

செம்பருதியுடனான கதை உரையாடல்களில் சிக்கனமாக எந்தெந்தக் காட்சிகளை எங்கெங்கே எடுக்கலாம் போன்ற ஆலோசனைகளிலும் ஆர்வத்துடன் ஒரு பயில்முறை மாணவியைப் போலக் கலந்துகொண்டு தன் கருத்துக்களைப் பகிர்ந்துகொள்வாள்.

மழையோ வெயிலோ எப்போதும் வசதியாக ஜீன்ஸ் டீ–ஷேர்ட் அணியத்தான் விருப்பம். நன்கு வெளிறிப்போன அங்கங்கே தசைகள் எட்டிப் பார்க்கும் ஜீன்ஸில்தான் வருவாள். எப்போதாவதொருநாள் ‘ஜிகினா’/சித்திரத் தையல் வேலைப்பாடுகளற்ற பருத்தித் துணியிலான பஞ்சாபி தொளதொளா பிஜாமா அணிந்து வந்தாலும் எளிமையாக அதிலும் அழகாய்த்தானிருப்பாள். தினமும் மஞ்சள் பூசிக் குளிப்பாளோ என்னமோ, எப்போதோ வந்த சின்னமுத்து அங்கங்கே விட்டுப்போன தழும்புகளும் அவளது பளிச்சென்ற மாநிற முகத்துக்கு மேலும் களையூட்டின. அவளது அப்பா

பாரவுந்து ஓட்டுகிறாராம். பாரவுந்துக்குச் சரக்குக் கிடைத்து அதை அவர் எடுத்துச்செல்லும் நாட்களில் மட்டும் சம்பளம் கிடைக்கும் என்று செம்பருதி சொல்லியிருந்தார். அத்துடன் அவரும் பாரவுந்து சாரதிகளுக்கான தொழிற்சங்கத்தின் செயற்பாடுகளில் ஆர்வமுடைய மனிதராக இருப்பதால் தன் குடும்பத்தைவிட அவர் தன் சகாவுகளின் நலனிலேயே அக்கறைகொண்டு தனக்கு வரும் ஓட்டங்களையும் சகாவுகளுக்கு விட்டுக்கொடுத்து விடுவாராம்.

இடையிடையே மலையாளம் கலந்துகலந்து ஹன்னா பேசும் தமிழ் ரம்மியமாகவிருக்கும். அவளது அடர்த்தியான கருங்கேசத்தைப் பார்த்து நானும் அவள் மலையாளப் பெண்ணாக இருப்பாளோவென்று அனுமானித்திருந்தது தப்பாயிருந்தது. அது பற்றிச் செம்பருதியிடங் கேட்டபோதே அவர் தெளிவுபடுத்தினார்:

"அட நீங்க ஒண்ணு சார், அவளுக்குத் தாய் நிஜத்திலேயும் தெலுங்குக்காரிதான். அப்பாதான் தமிழர். வீட்டில இப்போதும் சில சமயம் தெலுங்குதான் பேசுவார்கள். படிச்சதும் இங்கிலிஷ் மீடியம்... தனியாக இந்தி வேறு படிச்சிருக்காள். அவளுக்கு வாயில் உச்சரிக்க எது இலகுவாக வருகுதோ அதை எடுத்து மிழற்றிவிடுவாள். நிஜத்தில் மலையாளம், தெலுங்கு, கன்னடம் என்றெல்லாம் பிரித்துப் பார்க்கத் தெரியாத அபேதவாதி அவள். தமிழ், கதைகள் படிக்குமளவுக்குப் புரியும். நீங்கள் வருகிறீர்கள் என்பது தெரிந்தவுடன் உங்கள் புத்தகங்கள் இரண்டை என்னிடமிருந்து எடுத்துப் போய்ப் படித்திருக்கிறாள் என்றால் பாருங்களேன்" என்றதும் எனக்கு அவள் மீதான 'பிரியமும் அபிமானமும்' அதிகரித்தன.

செம்பருதியும் நான்கைந்து நூல்கள் எழுதியிருக்கிறார்தான். அதற்கும் அப்பால் அவருக்குப் பெரும் இலக்கிய எழுத்துப் பரப்புக் கிடையாது, தன் எழுத்துக்களைப் பற்றி எப்போதும் அடக்கியே வாசிக்கத் தெரிந்த நல்லவொரு மனிதர். தனக்குப் பிடித்துப்போன தமிழிலக்கியப் படைப்புகளைச் சந்திக்கும் மாணவர்கள், இளைய சமூகத்தினரிடம் வியந்தும் மேற்கோள் காட்டியும் அவற்றைப் படிக்கும்படியும் ஊக்குவிப்பார். அதேபோல் இலக்கியர்களை உபசரிப்பதில் அவருக்கு நிகர் அவரே. திருவண்ணாமலைக்குப் போனீர்களாயின் நீங்கள் ஹொட்டல்கள் எதிலும் தங்கவே முடியாது. உங்கள் பயணவுறையை எடுத்துப் போய்த் தன் அலுவலகத்துள் வைத்துப் பூட்டியே விடுவார். அதுவும் இப்போ இரண்டொரு எளிமையான சினிமாக்களில் அவர் தலைகாட்டிய பின்பு செம்பருதிக்கான இரசிகர் வட்டம் மெல்லமெல்ல அதிகரித்திருந்தது.

என் போன்ற அவரது நண்பர்களிடமும், சினிமாவுக்கு உதவி இயக்குநர்களாகிவிட அவரைத் தினமும் வலம் வந்து கொண்டிருந்த உதவியாளர்களிடமும் பலான பகிடிகள் எல்லாம் எடுத்துவிடக்கூடியவர். ஹன்னா அந்தப் பிராந்தியத்துக்குள் வந்துவிட்டாள் என்று அறிந்ததும் திடுப்பெனப் 'பேசுபொருளை' "இடைக்காடர் சமாதி", "நித்ய சைதன்ய யதி", "பகவான் யோகிராம் சுரத்குமார்" என்று மாற்றிச் சமர்த்துப் பிள்ளையாகிவிடுவார்.

அவருக்கு மாதத்தின் இறுதி வாரங்கள் இரண்டும் மங்களூரில் படப்பிடிப்பிருந்தது. பெங்களூர், மங்களூரெல்லாம் நான் ஏலவே பார்த்த இடங்கள்தான். இவ்விடைவெளியில் இன்னும் நிறைவேறாத நீண்டகாலக் கனவாயிருந்த ஹரித்துவார், வாரணாஸி, லக்னோ, ஜெய்ப்பூர் பயணத்தை இம்முறை நனவாக்கிவிடலாமோவெனும் யோசனை உள்ளூரப் பொறித்தது. இன்னுமொருவர் கூடவந்தால் இந்திவாலாக் களுடன் மல்லுக்கட்ட வேண்டியிருக்காது.

செம்பருதியின் வீடு ஒரு பர்ணசாலையைப் போல. வீடு முழுவதும் அரைச்சுவர்தான் கட்டியிருந்தது. அதன் மேலே மரத்திலான கிராதிகள் அமைக்கப்பட்டிருந்ததால் உள்ளே எப்போதும் போதிய வெளிச்சமும் காற்றும் வந்துகொண்டிருந்தன. வீட்டைச் சுற்றிப் பூராவும் பெயர் தெரியாத பூ மரங்களும் விசிறி வாழையும் நடப்பட்டுப் பசுமையாக இருந்தன. பின்வளவில் ஒரு கிணறு சூரியவொளிக் கலங்களுடன் இணைக்கப்பட்ட நீரிறைக்கும் பம்பு. தொட்டவுடன் சில்லென்ற நீரை அதிலிருந்து இறைத்துக்கொண்டிருந்தது. செம்பருதி தானே வடிவமைத்த வீடும் தோட்டமும் என்றார். அதேபோல அவர் ஊருக்குள் பலருக்கும் எளிமையான வீடுகளை வடிவமைத்துக் கொடுத்திருப்பதை என்னிடம் பீற்றவில்லை,

ஒருநாள் செம்பருதியுடனான இரவுச் சாப்பாட்டு மேசையில் உத்தரப்பிரதேசப் பக்கம் போய்வர ஒரு எண்ணமிருப்பதையும் பயணத்துக்குக் கொஞ்சம் இந்தி தெரிந்த ஒரு கொம்பனியிருந்தால் நல்லாயிருக்குமென்பதையும் சொன்னேன். கொஞ்சமும் யோசிக்காமல் "இவள் ஹன்னாவைக் கூட்டிப்போங்களேன்" என்றார். நான் அவர் 'பகடி' பண்ணுவதாகவே நினைத்தேன்.

நான் பதில் பேசாது மௌனமாக இருக்கவும்,

"அவள் இந்தி தனியாகப் படிச்சிருக்காள்னு சொன்னேனே... ரொம்ப உதவிகரமாக இருப்பா தோழருக்கு" என்றார்.

"அவ சம்மதிப்பாளா . . . இன்னும் அவ வீட்ல அனுமதிப்பாங்களா..."

"அவ ரொம்பச் சுதந்திரமான பொண்ணு சார். அவளை யாரும் அங்கே தடை சொல்லவோ கட்டுப்படுத்தவோ மாட்டாங்க. ரொம்ப முற்போக்கான குடும்பம்" என்றார் உறுதியாக.

"இருங்க வர்றேன்" என்றுவிட்டு அவளைச் சாமர்த்தியப் போனில் அழைத்துவிட்டு ஒலியை ஏற்றி வைத்தார்.

"ஏம்மா ... இந்த ஜெர்மன் சாருக்கு இரண்டு வாரம் வாரணாஸி ஜெய்ப்பூருக்குப் போய் வாறதுக்கு ஒரு ட்ராவல் பார்ட்னர் வேணுமாம்... நீ கூடப் போறியா..."

அவள் ஒரு கிறீச்சிடலுடன்,

"ஓ... ஜ்ஜா, றியல்லி... ஐ ஆம் பிலெஸ்ட் டு ஹாவ் சச் எ கோல்டென் ஒப்பொசூனிட்டி, ஓ... மை கோஷ்" என்று கத்தியது எனக்கு ஸ்படிகமாகக் கேட்டது!

எனக்குத்தான் இப்போது உள்ளூரத் தயக்கமாக இருந்தது. 'யார் என்ன நினைப்பார்களோ, முதுகுக்குப் பின்னால் கதைப்பார்களோ' என்றபோது 'இங்கு எவனுக்கும் உங்களையோ ஹன்னாவைப் பற்றியோ எங்களைவிட அதிகமாகத் தெரியாது. எவனது அபிப்பிராயம் பற்றியும் நீங்கள் கவலைப்பட வேண்டியதில்லை சார்' என்றனர் செம்பருதியும் கணவியும் ஒரே குரலில். அவள் வேணுன்னா வீட்டில எங்ககூட ஒரு சூட்டிங் லொகேஷன் பார்க்கப் போறோம்னுட்டுக் கிளம்பலாம். ஆனா நீங்க வேணுன்னா அப்புறமாய்க் கேட்டுப் பாருங்க... அவள் 'நான் தயாபரன் சார்கூட வாரணாஸிக்கும், ஜெய்ப்பூருக்கும் ஒரு டூர் போறேன்னுட்டுத்தான் வருவா'... ஷி ஸ் சச் எ ஜெம் ஒஃப் வுமன்கைன்ட் சார். இப்படியாகச் செம்பருதியின் பேச்சில் சாரும், தோழரும் கலந்துகட்டி வந்துகொண்டிருக்கும்.

ஒரு சிறிய பயணவுறைக்குள் கல்லூரிக்குப் போன காலத்தில் வாங்கியவையாக இருக்கலாம், இரண்டு ஜீன்ஸ்களும், மூன்று டீ–ஷேர்ட்டுகளும், ஒரு பஞ்சாபி'யோடு, ஒரு வெளிறிப்போன புல்–ஓவரையும் அடைத்துவைத்துக்கொண்டு வந்தாள்.

"ப்ளீஸ் அந்த புல்–ஓவரை மட்டும் விட்டுவிட்டு வாம்மா... நாம நல்லதாக உத்தரப்பிரதேசத்திலே வாங்கிப்போம்" என்றேன். சம்மதித்து அதைத் தொடரி நிலையத்திலேயே யாசித்துக்கொண்டிருந்த ஒரு பாட்டியிடம் கொடுத்துவிட்டு வந்தாள்.

சென்னையிலிருந்து தொடரி மூலம் வாரணாஸி இரண்டு நாட் பயணமாதலால், நான் விமானத்தையே முதலில் விரும்பினேன்.

---

1. சுடிதார்.

“சார்... நீங்க நிறைய்ய விமானப் பயணங்கள் செய்திருப்பீங்க. ட்ரெயின் சிக்கனமாயுமிருக்கும், அதோட நிறைய இடங்களைப் பார்க்கலாம் ... நிறைய ஊர்களூடு பயணிக்கும் ஆனந்தம் விமானத்தில் கிடைக்கவே கிடைக்காது ... ட்ரெயின் ட்றிப் உங்களுக்கு ஓகேன்னா எனக்கும் ஓகேதான் ...” என்றாள்.

“உந்தச் சார் மோர் எல்லாத்தையும் இன்றைக்கே விட்டிடு”

“அப்போ நான் உங்களை எப்படிக் கூப்பிடலாம்”

“செம்பருதி சொல்றாப்பல தோழர்னோ ... இல்லைத் தயாபரன்னே கூப்பிடு”

“இரண்டுமே... எனக்கு நெஞ்சில இடிக்கறாப்பல இருக்கு, மாமான்னு கூப்பிடவா” என்றுவிட்டென் முகத்தைப் பார்த்தாள்.

“உன் இஷ்டம்”

செம்பருதியின் தோழர்களில் ஒருவர் பணி செய்யும் பயண முகவர் நிலைய மூலம் எம் தொடரிப் பயணச்சீட்டுக்கள் தாமதமின்றிக் கிடைத்தன.

ஏற்கெனவே அத்தொடரித் தடத்தில் பயணித்திருந்தவள் போல என்ன இடத்தில் என்ன நல்ல சாப்பாடு கிடைக்கும் என்பதைத் தெரிந்து வைத்துக்கொண்டு அவற்றையெல்லாம் வாங்கித் தந்தாள். அக்கறையான போஷிப்பில்லாவிடினும் ஆரோக்கியம் ததும்பும் உடல்வாகு. சாதா உருளைக்கிழங்குக் கூட்டுடனான பரோட்டா, பானிபூரி, சமோஸாவைக்கூட ரசித்து ருசித்துச் சாப்பிடுவாள். இன்னும் தணலில் வாட்டிய சோளப் பொத்தி, வெள்ளரிப் பிஞ்சுகள், சாத்துக்குடி, பப்பாளி, பல பெயர் தெரியாத பழங்களென நிறையவே வாங்கிச் சாப்பிட்டோம்.

வாரணாஸி அடைந்ததும் ஒரு ஹொட்டலில் நான் “இரண்டு அறைகள்” வேணுமென்றபோது,

அவளே முந்திக்கொண்டு பொருண்மியவாதியாக “ஒரு அறை, இரண்டு கட்டில்களுடன் போதும்” என்றாள்.

எம் அறைக்குள் சென்றதும் “ஹன்னா உனக்குள் கன்னித் தன்மையையிட்டான பயமில்லையோ” என்றேன். என் தமிழ் புரியாததைப் போலப் பார்த்தாள், எளிமைப்படுத்தி,

“*Are you not afraid of your virginity*” என்றேன்.

நேர்த்தியானதொரு ஓவியம் போல என்னை நேராகப் பார்த்தாள். அப்பார்வையை ‘உண்டு’ என்றோ ‘இல்லை’ என்றோ என்னால் பொருள்பிரிக்க முடியவில்லை. சற்றுக் கழித்து

‘உங்களை மீறிய ஒரு மெசையாவுக்கு அவசியமிருக்காது’ என்றாள். இப்போது நினைத்தாலும் அந்தக் கேள்வி அனாவசியமாகவும், அபத்தமாகவும், ‘ஏன்தான் அப்படிக் கேட்டேனோ’ என்கிற வருத்தத்தையுந் தருகிறது.

○

வாரணாஸியில் இரண்டு நாட்கள் கழிந்தன. ஹொட்டல் அறையில் வெம்மை போதவில்லை என்றாள். அங்கிருந்து ஜெய்ப்பூருக்குக் கிளம்பினோம். ஜெய்ப்பூர் பழைய அரண்மனை ஒன்றை *Rambagh Palace* என்று ஹொட்டலாக்கியிருந்தார்கள். அறைகளின் படுக்கைகள், குளியலறைகள், சாப்பாடெல்லாம் ஒரு குறையுமற்று நேர்த்தியாக இருந்தன.

திருவண்ணாமலைக்குத் திரும்பியதும் எம் உத்தரப்பிரதேசப் பயண அனுபவங்களைப் பிலஹரிக்கு மெசெஞ்சரில் சுருக்கமாக எழுதினேன்.

ஹன்னா தன்னைவிடவும் இளமையாயிருப்பதால் என் கொம்பனிக்கு அவளுக்கு நான் முதலிடம் தந்ததாக பிலஹரி நினைக்கலாம். ஆனால் யாரிடமும் அது அப்படியல்ல என்று நிரூபிப்பதோ, நம்ப வைப்பதோ என் நோக்கமல்ல.

“நீங்கள் ஒரு நேர்த்திவாதி. அத்தகைய மனிதனுடன் விடுமுறையில் உல்லாசப் பயணம் அனுபவிப்பது எனக்கு ஒரு ரம்யமான அனுபவமாக இருந்திருக்கும். அது நிகழாதபோது எனக்கும் ஏமாற்றந்தான்!

நானாக வலிந்து நானும் உங்களுடன் வாரணாஸிக்கு வரவா என்று கேட்க ஒரு பெண்ணாக என்னால் முடியவில்லை. நீங்கள் என்னை அழைப்பீர்கள் என்று மிகுந்த எதிர்பார்ப்புடன் இருந்தேன்”

“எனக்குங்கூட அப்படித்தானே... ஸ்நேகிதராக இருக்கிறோம் என்பதற்காக எங்கூட உல்லாசப் பயணம் வாரீங்களான்னு எப்படி அழைக்கலாம்னுதான் இருந்தது”

“இதில என்ன இருக்கு எனக்கு முடியவில்லேன்னாலோ, இஷ்டமில்லேன்னாலோ ‘சாரி... முடியவில்லை’ என்றிருக்கப் போகிறேன். அவ்வளவுதானே...”

“நீங்க இந்தியாவுக்கு வரப் போறேன்னப்பாகூட சும்மா தமாஷ் பண்ணுவதாகவே நினைத்தேன். நீங்க வாரணாஸிக் கெல்லாம் போகவிருக்கேன்னதைச் சொல்லியிருந்தாற்கூட நான் என்னைத் தயார்படுத்திக் கொண்டிருந்திருப்பேன்”

“நீங்கள் ஒரு ஜெர்மன்காரியாக இருந்தால் ஒருவேளை நானாகவே கேட்டிருந்திருப்பேன். நான் பிரமச்சாரியாக இருந்தப்போ பெர்லினில் *Excelsior* என்றொரு 3 நக்ஷத்திர உல்லாசப் பயணிகள் ஹொட்டலில் பணி செய்துகொண்டிருந்தேன். என்னுடன் கூடப் பணிபுரிந்த நாலைந்து பெண்கள் என்னை ஸ்ரீலங்காவுக்குக் கூட்டிட்டுப் போறியான்னு கேட்டிருந்தார்கள். ஒன்று எனக்கு அப்போது ஜெர்மனியைவிட்டு வெளியேறினால் மீண்டும் ஜெர்மனிக்குள் நுழைய அனுமதிக்கும் வகையிலான ‘வதிவிட அனுமதி’ இருக்கவில்லை. இன்னும் அவர்களை ஸ்ரீலங்காவுக்கு ஒரு தேவதையைப் போலப் பக்குவமாக அலுங்காமல் நலுங்காமல் அழைத்துப் போயிருந்தாலும், என் பெற்றோருக்கும் சுற்றத்துக்கும் உறவுகளுக்கும் அவர்களை யாரென்று அறிமுகப்படுத்துவேன்? என் சங்கடத்தை அவர்களுக்குப் புரியவைக்க முடியாதிருந்தது”

“பிரியமான ஒரு நண்பருடன் உல்லாசப் பயணம் செய்வதை எந்தப் பொண்ணுதான் விரும்பமாட்டா . . . ஆனால் ஒரு பொண்ணு நேரடியாகக் கேட்டிடமாட்டா . . . ஒரு ஆண் உவந்தளித்தால் ஏத்துப்பா, உங்க ‘கரிஸ்மா’ எனக்கு ரொம்பப் பிடிச்சிருக்கு . . . நீங்கள் உலகத்தின் எந்தக் கோடிக்கு அழைத்திருந்தாலும் நான் உங்ககூட ஓடிப் பறந்து வந்திருப்பேன். ஒரு எழுத்தாளராக என்னை இன்னும் ஆழமாகப் புரிந்து கொள்ளுவீர்களென நினைத்திருந்தேன். உப்ஸ்ஸ . . !”

தமிழகத்தை விட்டுக் கிளம்பமுன் எடுத்து வந்த *Johann Sebastian Bach*இன் அரை–உருவையும் இசைத் தட்டுக்களையும் செம்பருதியின் ஆலோசனையில் கூரியரில் அனுப்பி வைத்தேன். கிடைத்ததும் பாரிய நன்றியுடன் பதில் பகர்ந்திருந்தாள்.

ஆறு மாதங்கள் கழித்துப் பிலஹரி எனக்கு நிதானமாக எழுதிய மின்னஞ்சலொன்று கீழ்வருமாறு இருந்தது.

நான் ஒரு மணமுறிவாளி, பெண்களுக்கான விடுதி ஒன்றில் வாழ்ந்துகொண்டிருந்தேன்.

நீங்கள் தமிழகம் வந்தவேளையில் எனக்கு ஒரு புதிய நபருடன் பழக்கமேற்பட்டு அப்போதுதான் அவனது அடுக்ககத்தில் அவனோடு சேர்ந்து வாழத் தொடங்கியிருந்திருந்தேன்.

நான் உங்கள்மீது சீரியஸான ஆர்வங்காட்டி வீட்டுக்கழைத்து உபசரித்து உங்களைத் தங்க வைத்திருந்தாலோ அல்லது உங்களோட வாரணாஸி ஜெய்ப்பூருக்குக் கூடவந்திருந்தாலோ அவன் என்ன மாதிரி அதை எடுத்துப்பான் என்று தெரியாம லிருந்தது. அந்த ‘றிஸ்க்கான’ பரிசோதனையைச் செய்துபார்க்கவும்

தயங்கினேன். அவன் நடைமுறைக்கொவ்வாத பஞ்சாங்கமாகவும் தன் பிறின்ஸிப்பிள்களில் தளர்வில்லாத பிடிவாதக்காரனாகவும் இருந்தான், சகிக்கவில்லை. அப்படியானவங்ககூட எல்லாம் ஆயுள் பரியந்தம் ஜெயில் வாழ்க்கை வாழவா முடியும்..? அவனைத் தொடர முடியலை என்பதை என் ஆற்றாமையால் இப்போது உங்களுக்கு அறியத் தருகின்றேன்.

இத்தகவல்கள் உங்களின் மனவமைதியைக் கீறிவிடுமானால் நான் உங்களுக்கு இந்த அஞ்சலையே அனுப்பவில்லை யென்றிருக்கட்டும். இதை அடித்துவிட்டு என்னையும் பொறுத்தாற்றிவிடுங்கள்.

எம்மால் எதுவுஞ் செய்ய முடியாது, இன்னும் உலகம் ஆண்களின் எண்ணப்படி அவர்களின் கட்டுப்பாட்டில்தான் இயங்குகிறது. உங்கள் 'உணர்வோடு விளையாடும் பறவைகள்' படித்தேன். இன்னும் என்னை அது அலைக்கழித்துக் கொண்டிருக்கிறது. உங்கள் நட்பு எனக்குப் பெறுமதியானது. இழந்துவிட முடியாதது. என்னுடன் என்றும் போலத் தொடர்பிலிருங்கள். என்னை மறந்துவிடாதீர்கள்!

பிரியமுடன் தங்கள்

பிலஹரி.

(நேர்த்தியன்: **Perfectionist**)
அம்ருதா இதழ் – 190, செப்டெம்பர் 2023